A-TÌ-ĐẠT-MA TÂM LUẬN

GIÁO HỘI PHẬT GIÁO VIỆT NAM THỐNG NHẤT
ỦY BAN PHIÊN DỊCH TRUNG ƯƠNG

ĐẠI TẠNG KINH VIỆT NAM

THANH VĂN TẠNG
Tập 37

LUẬN BỘ IX

A-TÌ-ĐẠT-MA TÂM LUẬN
(*Abhidharmahṛdayaśāstra*)
阿毗達磨心論

Tỉ-khưu Pháp Thắng (*Dharmaśreṣṭhin* 法勝) tạo luận
Tăng-già-đề-bà 曾伽提婆 (*Samghadeva*) và **Huệ Viễn** 惠遠
dịch vào niên hiệu Thái Nguyên 太元 thứ 16, năm 391 stl.
tại Lô Sơn 盧山, đời Đông Tấn 東晉
Việt dịch và chú thích: **Tỉ-khưu Thích Nhuận Châu**

HỘI ĐỒNG HOẰNG PHÁP
PL. 2569 - DL. 2025

ĐẠI TẠNG KINH VIỆT NAM
THANH VĂN TẠNG - Tập 37 – LUẬN BỘ IX
A-TÌ-ĐẠT-MA TÂM LUẬN
T.1550, 4 quyển

Tỉ-khưu Pháp Thắng (*Dharmaśreṣṭhin* 法勝) tạo luận
Dịch và chú: Thích Nhuận Châu

Ban Báo Chí & Xuất Bản Hội Đồng Hoằng Pháp
Ấn hành lần thứ nhất, quý IV/2025

Trách nhiệm xuất bản: Thích Nguyên Siêu
Chuyết văn: Tâm Quang
Sửa bản in: Nguyên Đạo
Trình bày: Nhuận Pháp
Thiết kế bìa: Quảng Pháp, Nhuận Pháp

https://hoangphap.org

Copyright © 2025. All rights reserved - Bản quyền thuộc về

MỤC LỤC PHÂN TÍCH

Giới thiệu công trình phiên dịch Đại Tạng Kinh Việt Nam	vii
Duyên khởi	xxi
Phàm lệ	xxvii
Bảng viết tắt	32
Giới thiệu A-tì-đạt-ma Tâm luận	35
I. Văn bản	35
II. A-tì-đạt-ma Tâm luận (*Abhidharmahṛdayaśāstra*) của Pháp Thắng (*Dharmaśreṣṭhin* 法勝)	37
III. Các bản dịch tiếng Hán	44
IV. Cấu trúc Tâm luận	48
V. Luận giải A-tì-đạt-ma Tâm luận của Ưu-ba-phiến-đa (*Upaśānta* 優婆扇多)	50
VI. Đối chiếu cấu trúc nội dung A-tì-đạt-ma Tâm luận và Câu-xá luận (*Kośa*)	53
VII. Tâm luận (*Hṛdaya*) trong văn hệ A-tì-đạt-ma	57
VIII. Các bài tựa cho Tâm luận	58
Tựa A-tì-đạt-ma Tâm luận của Huệ Viễn	59
Phàm lệ	60
Chánh văn	61
Quyển I	**63**
PHẨM THỨ NHẤT: GIỚI	63
PHẨM THỨ HAI: HÀNH	81
PHẨM THỨ BA: NGHIỆP	103
Quyển II	**135**
PHẨM THỨ TƯ: SỬ	135
PHẨM THỨ NĂM: HIỀN THÁNH	167

Quyển III — *195*
- PHẨM THỨ SÁU: TRÍ — 195
- PHẨM THỨ BẢY: ĐỊNH — 221

Quyển IV — *251*
- PHẨM THỨ TÁM: KHẾ KINH — 251
- PHẨM THỨ CHÍN: TẠP LUẬN — 289
- PHẨM THỨ MƯỜI: LUẬN — 313

SÁCH DẪN — 321

GIỚI THIỆU CÔNG TRÌNH PHIÊN DỊCH ĐẠI TẠNG KINH VIỆT NAM

Yo vo, ānanda,
mayā dhammo ca vinayo ca desito paññatto,
so vo mamaccayena satthā.*

I. SƠ LƯỢC QUÁ TRÌNH PHIÊN DỊCH

Trước khi nhập Niết-bàn, đức Phật có di giáo tối hậu cho các chúng đệ tử: "Pháp và Luật mà Ta đã thuyết và quy định, là Đạo Sư của các ngươi sau khi Ta diệt độ." Phụng hành di giáo của đức Thế Tôn, các vị Trưởng lão A-la-hán đã thực hiện cuộc kiết tập lần thứ nhất tại thành Vương Xá, cùng hòa hiệp phúng tụng tất cả những điều đã được Phật giảng dạy trong suốt bốn mươi lăm năm giáo hóa; nền tảng của văn hiến Phật giáo mà về sau được gọi là Tam tạng được thành lập từ đó.

Kể từ đó, giáo pháp của đức Thích Tôn theo bước chân du hóa của các Thánh đệ tử lan tỏa khắp bốn phương. Nơi nào Giáo pháp được truyền đến, nơi đó bốn chúng đệ tử học tập và hành trì theo phương ngôn của bản địa, như điều đã được đức Phật chỉ giáo: *anujānāmi, bhikkhave, sakāya niruttiyā buddhavacanaṃpariyāpuṇitun"ti*. "Này các tỳ-kheo, Ta cho phép các ngươi học Phật ngôn bằng chính phương ngữ của mình." Y cứ theo lời dạy này, ngay từ khởi thủy Phật ngôn đã được chuyển thể qua nhiều phương ngữ khác nhau. Khi các bộ phái Phật giáo phát triển, mỗi bộ phái cố gắng thành lập Tam tạng Thánh điển theo phương ngữ của địa phương được xem là căn cứ địa. Khi

---

* Này *Ānanda*! Pháp và Luật mà Ta đã thuyết và qui định, là Đạo Sư của các ngươi sau khi Ta diệt độ.

mà hệ thống văn tự tại cổ Ấn Độ chưa phổ biến, sự lưu truyền Thánh điển bằng khẩu truyền là phương tiện chính. Do khẩu truyền, những biến âm do khẩu âm của từng địa phương khác nhau thỉnh thoảng cũng ảnh hưởng đến một vài thay đổi nhỏ trong các văn bản. Những biến thiên âm vận ấy trong nhiều trường hợp dẫn đến những giải thích khác nhau về một điểm giáo nghĩa giữa các bộ phái. Tuy nhiên, nhìn từ đại thể, các giáo nghĩa trọng yếu vẫn được hiểu và hành trì như nhau giữa tất các các truyền thống, nam phương cũng như bắc phương. Điều có thể được khẳng định qua các công trình nghiên cứu tỉ giảo về văn bản trong hai nguồn văn hệ Phật giáo hiện tại: Pali và Hán tạng. Các bản Hán dịch xuất xứ từ A-hàm, và các bản văn Pali hiện đọc được, đại bộ phận đều tương ưng với nhau. Do đó, những điều được cho là dị biệt giữa hai truyền thống nam và bắc phương, mà thường hiểu lệch lạc là Tiểu thừa và Đại thừa, chỉ là sự khác biệt bởi môi trường lịch sử văn minh theo các địa phương và dân tộc. Đó là sự khác biệt giữa nguyên thủy và phát triển. Phật pháp truyền sang phương nam, đến các nước Nam Á, nơi đó sự phát triển văn minh và các định chế xã hội chưa đến mức phức tạp, nên giáo pháp của Phật được hiểu và hành gần với nguyên thủy. Về phương bắc, tại các vùng đông bắc Ấn, và tây bắc Trung Quốc, nhiều chủng tộc dị biệt, nhiều nền văn hóa khác nhau, và do đó cũng xuất hiện nhiều định chế xã hội khác nhau. Phật pháp được truyền vào đó, một thời đã trở thành quốc giáo của nhiều nước. Thích ứng theo sự phát triển của đất nước ấy, từ ngôn ngữ, phong tục, định chế xã hội, giáo pháp của đức Phật cũng dần dần được bản địa hóa.

Thánh điển Tam tạng là nguồn suối cho tất cả nhận thức về Phật pháp, để học tập và hành trì, cũng như để nghiên cứu. Kinh tạng và Luật tạng là tập đại thành Pháp và Luật do chính đức Phật giảng dạy và quy định, là sở y cho tri thức và hành trì của Thánh đệ tử để tiến tới thành tựu cứu cánh Minh và Hành. Kinh và Luật cũng bao gồm những diễn giải của các Thánh đệ tử được thân truyền từ kim khẩu của đức Phật. Luận tạng, theo truyền thống Thượng tọa bộ nam phương, và cũng theo truyền thống Hữu bộ, do chính đức Phật thuyết. Nhưng các đại luận sư như Thế Thân (*Vasubandhu*), cũng như hầu hết các nhà nghiên cứu Phật học trên thế giới hiện đại, đều không công nhận truyền thuyết này, mà cho rằng đó là tập đại thành các công trình phân tích, quảng diễn, và hệ thống hóa những điều đã được Phật thuyết trong Pháp và Luật. Kinh và Luật tạng được thành lập trong một khoảng thời gian nhất định, trực tiếp hoặc gián tiếp từ kim khẩu của Phật, và là sở y chung cho tất cả các bộ phái Phật giáo, bao gồm cả Phật giáo Đại thừa, mặc dù có những sai biệt do vấn đề truyền khẩu với các khẩu âm và phương ngữ khác nhau, theo thời gian và địa vức.

Luận tạng là bộ phận Thánh điển phản ánh lịch sử phát triển của Phật giáo, bao gồm các phương diện tín ngưỡng tôn giáo, tư duy triết học, nghiên cứu khoa học, định chế và tổ chức xã hội chính trị. Tổng quát mà nói, đó không chỉ là phản ánh lịch sử phát triển của nội bộ Phật giáo, mà trong đó cũng phản ánh toàn bộ văn minh tại những nơi mà giáo lý của đức Phật được truyền đến. Điều này cũng được chứng minh cụ thể bởi lịch sử Việt Nam.

Mỗi bộ phái Phật giáo tự xây dựng cho mình một nền văn hiến Luận tạng riêng biệt, tập hợp các luận giải giáo nghĩa, bảo vệ kiến giải Phật pháp của mình, bài trừ các quan điểm dị học. Đây là nền văn hiến đồ sộ, liên tục phát triển trên nhiều khu vực địa lý khác nhau. Cho đến khi Hồi giáo bành trướng tại Ấn Độ, Phật giáo bị đào thải. Một bộ phận văn hiến Phật giáo được chuyển sang Tây Tạng, qua các bản dịch Phạn Tạng, và một số lớn nguyên bản Phạn văn được bảo trì. Một bộ phận khác, lớn nhất, gần như hoàn chỉnh nhất, văn hiến Phật giáo được chuyển dịch sang Hán tạng, bao gồm hầu hết mọi xu hướng tư tưởng dị biệt của Phật giáo phát triển trong lịch sử Ấn Độ, từ Nguyên thủy, Bộ phái, Đại thừa, cho đến Mật giáo.

Truyền thuyết ghi rằng Phật giáo được truyền vào Trung Hoa dưới đời Hán Minh Đế, niên hiệu Vĩnh bình thứ 10 (Tl. 65), và bản kinh Phật đầu tiên được dịch sang Hán văn là Kinh Tứ thập nhị chương, do Ca-diếp Ma-đằng và Trúc Pháp Lan. Nhưng truyền thuyết này không được nhất trí hoàn toàn giữa các nhà nghiên cứu lịch sử Phật giáo Trung Quốc. Điều chắc chắn là Khương Tăng Hội, quê quán Việt Nam, xuất phát từ Giao Chỉ (Việt Nam), đã đưa Phật giáo vào Giang Tả, miền Nam Trung Hoa. Các công trình phiên dịch và chú giải của

Khương Tăng Hội đã chứng tỏ rằng trước đó, tức từ năm thứ 247 kỷ nguyên Tây lịch, thời gian được nói là Tăng Hội vào đất Kiến nghiệp, quy y cho Tôn Quyền, Phật giáo đã phát triển đến một hình thái nhất định tại Việt Nam, cùng một số kinh Phật được phiên dịch. Điều này cũng được củng cố thêm bởi những điều được ghi chép trong Mâu Tử Lý Hoặc Luận. Có lẽ do hậu quả của thời kỳ Bắc thuộc, hầu hết những điều được tìm thấy trong hành trạng của Khương Tăng Hội và trong ghi chép của Mâu Tử đều bị xóa sạch. Chỉ tồn tại những gì được ghi nhận là truyền từ Trung Quốc.

Dịch giả Phạn Hán đầu tiên tại Trung Quốc được khẳng định là An Thế Cao (đến Trung Quốc trong khoảng Tl. 147 – 167). Tất nhiên trước đó hẳn cũng có các dịch giả khác mà tên tuổi không được ghi nhận. Lương Tăng Hựu căn cứ trên bản Kinh lục xưa nhất của Đạo An (Tl. 312 – 385) ghi nhận có chừng 134 kinh không rõ dịch giả; và do đó cũng không xác định trước hay sau An Thế Cao.

Sự nghiệp phiên dịch Phật kinh Phạn Hán liên tục từ An Thế Cao, cho đến các đời Minh, Thanh được tập thành trong 32 tập của Đại Chánh, bao gồm Thánh điển Nguyên thủy, Bộ phái, Đại thừa, Mật giáo, 1692 bộ. Những trước tác của Trung Hoa, từ sớ giải, luận giải, cho đến sử truyện, du ký, v.v., tập thành từ tập 33 đến 55 trong Đại Chánh, gồm 1492 tác phẩm. Số tác phẩm được ấn hành trong Tục tạng chữ Vạn còn nhiều hơn thế nữa. Đây là hai bản Hán tạng tương đối đầy đủ nhất, trong đó tạng Đại Chánh được sử dụng rộng rãi trên quy mô thế giới.

Sự nghiệp phiên dịch Kinh điển ở nước ta được bắt đầu rất sớm, có thể trước cả thời Khương Tăng Hội, mà dấu vết có thể tìm thấy trong *Lục độ tập kinh*. Ngôn ngữ phiên dịch của Khương Tăng Hội là Hán văn. Hiện chưa có phát hiện nào về các bản dịch Kinh Phật bằng tiếng quốc âm. Suốt trong thời kỳ Bắc thuộc, do nhu cầu tinh thông Hán văn như là sách lược cấp thời để đối phó sự đồng hóa của phương bắc, Hán văn trở thành ngôn ngữ thống trị. Vì vậy công trình phiên dịch Kinh điển thành quốc âm không thể thực hiện. Bởi vì, công trình phiên dịch Tam tạng tại Trung Hoa thành tựu đồ sộ được thấy ngay, chủ yếu do sự bảo trợ của triều đình. Quốc âm chỉ được dùng như là phương tiện hoằng pháp trong nhân gian.

Cho đến thời Pháp thuộc, trước tình trạng vong quốc và sự đe dọa bởi văn hóa xâm lược, văn hóa dân tộc có nguy cơ mất gốc, cho nên sơn môn phát động phong trào chấn hưng Phật giáo, phổ biến kinh điển bằng tiếng quốc ngữ qua ký tự La-tinh. Từ đó, lần lượt các Kinh điển quan trọng từ Hán tạng được phiên dịch theo nhu cầu học và tu của Tăng già và Phật tử tại gia. Phần lớn các Kinh điển này đều thuộc Đại thừa, chỉ một số rất ít được trích dịch từ các A-hàm. Dù Đại thừa hay A-hàm, các Kinh Luận được phiên dịch đều không theo một hệ thống nào cả. Do đó sự nghiên cứu Phật học Việt Nam vẫn chưa có cơ sở chắc chắn. Mặt khác, do ảnh hưởng ngữ pháp Phạn, các bản dịch Hán hàm chứa một số vấn đề ngữ pháp Phạn Hán khiến cho ngay cả các nhà chú giải Kinh điển lớn như Cát Tạng, Trí Khải cũng phạm phải rất nhiều sai lầm. Chính Ngạn Tông, người tổ chức dịch trường theo lệnh của Tùy Dạng đế đã nêu lên một số sai lầm này. Cho đến Huyền Trang, vì phát hiện nhiều sai lầm trong các bản Hán dịch nên quyết tâm nhập Trúc cầu pháp, bất chấp lệnh cấm của triều đình và các nguy hiểm trên lộ trình.

Ngày nay, do sự phát hiện nhiều bản Kinh Luận quan trọng bằng tiếng Sanskrit, cũng như sự phổ biến ngôn ngữ Tây Tạng, mà phần lớn Kinh điển Sanskrit được phiên dịch, nên nhiều công trình chỉnh lý được thực hiện cho các bản dịch Phạn Hán. Thêm vào đó, do sự phổ biến ngôn ngữ Pali, vốn được xem là ngôn ngữ Thánh điển gần với nguyên thuyết nhất, một số sai lầm trong các bản dịch A-hàm cũng được chỉnh lý, và tỉ giảo, khiến cho lời dạy của Đức Thích Tôn được thọ trì một cách trong sáng hơn.

Trên đây là những nhận thức cơ bản để Ban phiên dịch Đại Tạng Kinh Việt Nam y theo đó mà thực hiện các bản dịch. Trước hết, là bản dịch các kinh A-hàm đang được giới thiệu ở đây. Các kinh thuộc bộ A-hàm được dịch sang Hán rất sớm, kể từ thời Hậu Hán với An Thế Cao. Nhưng phần lớn các truyền bản này đều phát xuất từ Tây vực, từ các nước Phật giáo thịnh hành thời đó như Quy-tư, Vu-điền. Do khẩu âm và phương ngữ nên trong các truyền bản được nói là Phạn văn đã hàm chứa khá nhiều sai lạc. Điều này có thể thấy rõ qua sự so sánh các đoạn tương đương Pali, hay các dẫn chứng trong Đại Tì-bà-sa, Du-già sư địa. Thêm vào đó, các dịch giả hầu hết đều học Phật và học tiếng Sanskrit tại các nước Tây Vực chứ không trực tiếp tại Ấn Độ như La-thập và Huyền Trang, nên trình độ ngôn ngữ Phạn có hạn chế. Các vị ấy khi vừa đặt chân lên Trung Hoa, do khát vọng thâm thiết của các Phật tử Trung Hoa, muốn có thêm kinh Phật để học và tu, cho nên trong khi chưa tinh thông tiếng Hán, mà công trình phiên dịch lại được thôi thúc cần thực hiện. Vì không tinh thông Hán ngữ nên công tác phiên dịch luôn luôn qua trung gian một người chuyển ngữ. Quá trình phiên dịch đi qua nhiều giai đoạn mà chính người chủ dịch không thể quán triệt, cho nên trong các bản dịch hàm chứa những đoạn văn rất tối nghĩa, và nhiều khi nhầm lẫn. Trong tình hình như vậy, một bản dịch Việt từ Hán đòi hỏi rất nhiều tham khảo để hy vọng tiếp cận với nguyên bản Sanskrit đã thất lạc, và cũng từ đó mà hy vọng có thể tiếp cận với lời Phật dạy hơn, điều mà các bản Hán dịch do trở ngại ngôn ngữ đã không thể thực hiện được.

Đại Tạng Kinh Việt Nam chủ yếu căn cứ trên Đại Chánh Đại Tạng Kinh, Nhật Bản, gồm 100 tập, được biên tập khởi đầu từ niên hiệu Đại Chánh (Taisho) thứ 11, Tl. 1922, cho đến niên hiệu Chiêu Hòa (Showa) thứ 9, Tl. 1934, tập hợp trên 100 nhà nghiên cứu Phật học hàng đầu của Nhật Bản, dưới sự chủ trì của Cao Nam Thuận Thứ Lang (Takakusu Junjiro) và Độ Biên Hải Húc (Watanabe Kaigyoku). Để bản sử dụng là bản in của chùa Hải Ấn, Triều Tiên, được gọi là bản Cao-lệ. Công trình chỉnh lý văn bản căn cứ các khắc bản Tống, Nguyên, Minh, cùng một số khắc bản và thủ bản tại Hoa và Nhật khác như tả bản Thiên Bình, bản Liêu của Cung nội sảnh, bản chùa Đại Đức, bản chùa Vạn Đức, v.v. Một số bản văn được phát hiện tại các vùng trong Tây Vực như Vu Điền, Đôn Hoàng, Quy Tư, Cao Xương, cũng được dùng làm tham khảo. Nhiều đoạn văn từ Pali và Sanskrit cũng được dẫn dưới cước chú để đối chiếu đoạn Hán dịch mà người biên tập nghi ngờ là không chính xác hoặc thuộc về dị bản nào đó.

Nội dung Đại tạng Đại Chánh được phân làm ba phần chính: phần thứ nhất, gồm 32 tập, là các bản dịch Phạn Hán bao gồm Kinh, Luật, Luận, được thuyết bởi chính kim khẩu của Phật, hay được kiết tập bởi các Thánh đệ tử, hoặc được trước tác bởi các Luận sư. Phần thứ hai, từ Đại Chánh tập 33 đến tập 55, trước tác của Trung Hoa, bao gồm các sớ giải Kinh, Luật, Luận, và luận thuyết riêng biệt của các tông phái Phật giáo Trung Hoa, các sử truyện, truyện ký, du ký, truyền kỳ; các bản Hán dịch thuộc ngoại giáo như Thắng luận, Số luận, Ba tư giáo, Thiên chúa giáo, các tập ngữ vựng Phạn Hán, giáo khoa Phạn Hán, các Kinh lục. Phần thứ ba, từ tập 56 đến 85, tập hợp các trước tác của Nhật Bản, gồm các sớ giải Kinh, Luật, Luận, phần lớn căn cứ trên các bản sớ giải Trung Hoa mà giải nghĩa rộng thêm, và các luận thuyết của các tông phái tại Nhật Bản. Còn lại 12 tập sưu tập các đồ tượng, tranh ảnh, phần lớn là các đồ hình mạn-đà-la của Mật tông. 3 tập cuối, tổng mục lục, liệt kê nội dung các bản Đại tạng lưu hành.

Ban phiên dịch Đại Tạng Kinh Việt Nam chọn Đại Chánh tạng làm đế bản, phiên dịch tất cả tác phẩm được ấn hành trong đó. Phàm lệ để thực hiện bản dịch tạm thời được quy định như sau:

1. Đại Tạng Kinh Việt Nam bao gồm tất cả các bản dịch tiếng Việt của Tam Tạng Kinh Điển Phật giáo đã xuất hiện ở nước ta từ trước đến nay, qua các thời kỳ với nhiều dịch giả khác nhau, để cho thấy quá trình hình thành Đại Tạng Kinh Việt Nam qua lịch sử.

2. Về bản đáy, bản dịch Việt căn cứ trên ấn bản Đại Chánh Tân Tu Đại Tạng Kinh 100 tập, mỗi tập trên dưới 1000 trang chữ Hán cỡ 10pt và sẽ được đánh số theo thứ tự của số ghi trong bản in Đại Chánh. Mỗi trang của bản in Đại chính được chia làm ba cột: a, b, c. Số trang và cột này đều được ghi trong bản dịch để tiện tham khảo.

3. Vì thế, một bản kinh chữ Hán có thể có nhiều bản dịch tiếng Việt, nên sau số thứ tự của Đại Chánh, sẽ đánh thêm các mẫu tự A, B, C... để phân biệt các bản dịch tiếng Việt khác nhau của cùng một bản kinh chữ Hán đó.

4. Về xử lý văn bản trong khi phiên dịch, phần lớn căn cứ công trình hiệu đính và đối chiếu của bản Đại Chánh. Ngoài ra, tham khảo thêm các công trình hiệu đính và đối chiếu khác.

5. Giữa các ấn bản có những điểm khác nhau, bản Việt sẽ lựa chọn hoặc hiệu đính theo nhận thức của người dịch.

6. Trong bản Hán, nếu chỗ nào xét thấy văn dịch hay từ ngữ không phù hợp với giáo nghĩa truyền thống phổ biến, người dịch sẽ tham khảo các Kinh, Luật, Luận cần thiết để hiệu chính. Những hiệu chính

này được giải thích ở phần cước chú.

7. Bản Hán dịch thực hiện căn cứ phần lớn trên sự truyền khẩu. Do đó những từ phát âm tương tự dễ đưa đến ngộ nhận, như *sam* Pāli hay *sama* và *samyak*; *cala* và *jala*; *muti* và *muṭṭhi*, v.v... Trong những trường hợp này, người dịch sẽ tham chiếu các kinh tương đương, các bản Hán biệt dịch, suy đoán tự dạng nguyên thủy có thể có trong Phạn bản để hiệu chính. Những hiệu chính này đều được ghi ở phần cước chú.

8. Do các truyền bản khác nhau giữa các bộ phái, để có nhận thức về giáo nghĩa nguyên thủy, chung cho tất cả, cần có những nghiên cứu đối chiếu sâu rộng. Công việc này ngoài khả năng hiện tại của các dịch giả. Tuy nhiên, trong trường hợp có thể, những điểm dị biệt giữa các truyền bản sẽ được ghi nhận và đối chiếu. Những ghi nhận này được nêu ở phần cước chú.

9. Bản Hán dịch được phân thành số quyển. Bản dịch Việt không chia số quyển như vậy, nhưng sẽ ghi ở phần cước chú mỗi khi bắt đầu một quyển khác.

10. Các từ Phật học trong một số bản Hán dịch nếu không phổ biến, do đó có thể gây khó khăn cho việc đọc và nghiên cứu, trong các trường hợp như vậy, tuy vẫn giữ nguyên dịch ngữ của bản Hán, nhưng dịch ngữ tương đương thông dụng hơn sẽ được ghi trong phần cước chú. Trong trường hợp có thể, sẽ ghi luôn dịch giả của những dịch ngữ này và xuất xứ của chúng từ bản dịch nào để tiện việc tham khảo.

11. Các kinh sách tham khảo trong cước chú đều được viết tắt theo quy định phổ thông của giới nghiên cứu quốc tế; xem quy định về viết tắt ở cuối mỗi tập của Đại tạng kinh Việt Nam.

II. PHƯƠNG ÁN THỰC HIỆN

Dự án thực hiện bao gồm các công trình phiên dịch, biên tập, và ấn hành, một Hội Đồng phiên dịch Đại Tạng Kinh Việt Nam được thành lập, được điều phối bởi Tổng biên tập, với các nhiệm vụ được phân phối như sau:

1. Ủy ban Phiên dịch. Để hoàn tất một bản dịch, các công tác sau đây cần được thực hiện:

a. Phiên dịch trực tiếp: Các văn bản lần lượt được phân phối đến các vị có trình độ Hán văn tương đối, kiến thức Phật học cơ bản, và khả năng ngôn ngữ cần thiết, phiên dịch trực tiếp từ Hán sang Việt.

b. Hiệu đính và chú thích: nhiệm vụ chủ yếu của phần hiệu chính là đọc lại bản dịch thô và bổ túc những sai lầm có thể có trong bản dịch. Trong thực tế, người hiệu đính còn phải làm nhiều hơn thế nữa.

Trước hết là phần chỉnh lý văn bản. Phần này đáng lý phải thực hiện trước khi phiên dịch. Việc chỉnh lý văn bản thoạt tiên có vẻ đơn giản, vì người dịch chỉ lưu ý một số nhầm lẫn trong việc khắc bản của để bản. Những điểm khác nhau giữa các bản khắc hầu hết được ghi ở cước chú trong ấn bản Đại Chánh, người dịch chỉ cần hiểu rõ nội dung đoạn dịch thì có thể lựa chọn những từ thích hợp trong cước chú. Tuy nhiên, do hạn chế về trình độ Phật pháp và khả năng tham khảo nên đa số người dịch không chọn được từ chính xác. Mặt khác, ngay cả các từ trong cước chú không phải hoàn toàn chính xác. Ngay cả Đại sư Ấn Thuận cũng phạm phải một số sai lầm khi chọn từ, vì không tìm ra các đoạn Pali hoặc Sanskrit tương đương nên phải dựa trên ức đoán. Những ức đoán phần nhiều là sai. Mặt khác, nhiều sai lầm không phải do tả bản hay khắc bản, mà do chính từ truyền bản. Bởi vì, kinh điển từ Ấn Độ truyền sang hầu hết đều do khẩu truyền. Những biến đổi trong khẩu âm, phát âm, khiến nhầm lẫn từ này với từ khác, làm cho ý nghĩa nguyên thủy của giáo lý sai lạc. Người dịch từ Hán văn mà không có trình độ Phạn văn nhất định thì không thể phát hiện những sai lầm này. Điều đáng lưu ý những sai lầm này xuất hiện rất nhiều và rất thường xuyên trong nhiều bản dịch Phạn Hán.

Phần hiệu đính tập trung trên cú pháp Phạn mà ảnh hưởng của nó trong các bản dịch khiến cho nhiều khi ngay cả những vị tinh thông Hán, ngay cả các nhà chú giải kinh điển nổi tiếng cũng phải nhầm lẫn. Để hiểu rõ nội dung bản dịch Hán, cần thiết phải tìm lại nguyên bản Phạn để đối chiếu. Đại sư Cát Tạng đã vấp phải sai lầm khi không có cơ sở để phân tích mệnh đề Hán dịch là năng động hay thụ động, do đó đã nhầm lẫn người giết với kẻ bị giết. Đó là một đoạn văn trong *Thắng man* mà nguyên bản Phạn của kinh này đã thất lạc, nhưng đoạn văn tương đương lại được tìm thấy trong trích dẫn của *Sikṣasamuccaya* của *Sāntideva*. Nếu không tìm thấy đoạn Sanskrit được trích dẫn này thì không ai có thể biết rằng Cát Tạng đã nhầm lẫn.

Rất nhiều kinh điển trong nguyên bản Phạn đã bị thất lạc. Ngay cả những tác phẩm quan trọng như Đại Tì-bà-sa chỉ tồn tại trong bản dịch của Huyền Trang. Nhiều đoạn được trích dẫn trong bản dịch *Câu-xá*, mà Phạn văn đã được phát hiện, cũng giúp người đọc Đại Tì-bà-sa có manh mối để đi sâu vào nội dung. Đọc một bản văn mà không nắm vững nội dung của nó, nghĩa là chính dịch giả cũng không hiểu, hoặc hiểu sai, sao có thể hy vọng người đọc hiểu được đoạn văn phiên dịch? Do đó, công tác hiệu đính không đơn giản chỉ bổ túc những khuyết điểm trong bản dịch về lối hành văn, mà đòi hỏi công phu tham khảo rất nhiều để nắm vững nội dung nguyên tác trong một giới hạn khả dĩ.

Đại Tạng Kinh Việt Nam là bản dịch Việt từ Hán tạng, do đó không thể tự tiện thay đổi nội dung dù phát hiện những sai lầm trong bản Hán. Những sai lầm mang tính lịch sử, do đó không được phép loại bỏ tùy tiện. Tuy vậy, bản dịch Việt cũng không thể bỏ qua những nhầm lẫn được phát hiện. Những phát hiện sai lầm cần được nêu lên, và những hiệu đính cũng cần được đề nghị. Những điểm này được ghi ở phần cước chú để cho bản Việt vẫn còn gần với bản Hán dịch.

Trên đây là một số điều kiện tất yếu để thực hiện một bản dịch tương đối khả dĩ chấp nhận. Trong tình hình hiện tại, chúng ta chỉ có rất ít vị có thể hội đủ điều kiện yêu cầu như trên. Do đó, dự án thực hiện hướng đến chương trình đào tạo, không đơn giản chỉ là đào tạo chuyên gia dịch thuật, mà là bồi dưỡng những vị có trình độ Phật học cao với khả năng đọc và hiểu các ngôn ngữ chuyển tải Thánh điển, chủ yếu các thứ tiếng Pali, Sanskrit, Tây Tạng và Hán. Trong tình hình nghiên cứu Phật học hiện tại trên thế giới, người muốn nghiên cứu Phật học mà không biết đến các ngôn ngữ này thì khó có thể nắm vững giáo nghĩa căn bản. Và đây cũng là điều mà Ngạn Tông đã nêu rõ trong các điều kiện tham gia dịch thuật trong viện phiên dịch bảo trợ bởi Tùy Dạng Đế, mặc dù Ngạn Tông chỉ yêu cầu hiểu biết Phạn văn nhưng đồng thời cũng yêu cầu kiến thức uyên bác, không chỉ tinh thông Phật điển mà còn cả thư tịch ngoại giáo.

Chi tiết chương trình đào tạo cần được trình bày trong một dịp khác.

2. Ủy ban Ấn hành. Công tác ấn hành gồm các phần:

a. Sửa lỗi chính tả của các bản dịch. Hiện tại lỗi chính tả trong các bản dịch do các Thầy, Cô, và Phật tử tự nguyện chỉnh sửa. Nhưng chỉ là công tác nghiệp dư, do không chuyên trách, và do đó cũng thiếu kinh nghiệm trong việc phát hiện lỗi, nên các bản in phổ biến tồn tại khá nhiều lỗi chính tả.

b. Trình bày bản in. Công tác này tùy thuộc điều kiện kỹ thuật vi tính. Sơ khởi, ban ấn hành chưa đủ điều kiện để có những vị thành thạo sử dụng kỹ thuật vi tính trong việc trình bày văn bản. Công việc này hiện tại do các Thầy, Cô phụ trách, với trình độ kỹ thuật do tự học, và tự phát. Vì vậy, trong nhiều trường hợp không khắc phục được lỗi kỹ thuật nên hình thức trình bày của bản văn chưa được hoàn hảo như mong đợi.

Sự nghiệp phiên dịch được định khoảng 15 năm, hoặc có thể lâu hơn nữa. Hình thức Đại Tạng Kinh do đó không thể được thiết kế một lần hoàn hảo. Trong diễn tiến như vậy, tất nhiên trình độ kỹ thuật được cải tiến theo thời gian, khiến cho hình thức trình bày cũng cần thay đổi cho phù hợp với thời đại. Hậu quả sẽ khó tránh khỏi là sự không đồng bộ giữa các tập Đại Tạng Kinh ấn hành trước và sau.

c. Ấn loát. Sau khi hình thức trình bày được chấp nhận, bản dịch được đưa đi nhà in. Trách nhiệm ấn loát được giao cho nhà in với các khoản được ghi thành hợp đồng. Vấn đề ấn loát như vậy tương đối ổn định. Tuy nhiên, cũng cần có người chuyên trách để theo dõi quá trình ấn loát, hầu tránh những sai sót kỹ thuật có thể có do nhà in.

d. Phát hành, phổ biến và vận động. Một nhiệm vụ không kém quan trọng là phát hành và phổ biến Đại Tạng Kinh. Công việc này đáng lý do một ban phát hành chuyên trách. Nhưng trong điều kiện nhân sự hiện tại, một Ban như vậy chưa thể thành lập, do đó ban ấn hành kiêm nhiệm. Thêm nữa, công trình phiên dịch là sự nghiệp chung của toàn thể Phật tử Việt Nam, không phân biệt Giáo hội, hệ phái, do đó cần có sự tham gia và cống hiến của chư Tăng Ni, Phật tử, bằng hằng sản và hằng tâm, bằng tâm nguyện cá nhân hay tập thể dưới các hình thức hỗ trợ và bảo trợ bằng vật chất hoặc tinh thần, cống hiến bằng tất cả khả năng vật chất và trí tuệ. Công việc vận động này để cho được hữu hiệu với sự tham gia tích cực của nhiều chúng đệ tử cũng cần được chuyên trách bởi một ban vận động. Trong điều kiện nhân sự hiện tại, ban ấn hành kiêm nhiệm.

HẬU TỪ

Trải qua trên dưới 2 nghìn năm du nhập, những giáo nghĩa căn bản mà đức Phật đã giảng được học và hành tại Việt Nam, đã đem lại nhiều an lạc cho nhiều cá nhân và xã hội, đã góp phần xây dựng tình cảm và tư duy của các cộng đồng cư dân trên đất nước Việt. Thế nhưng, sự nghiệp phiên dịch cũng như ấn hành để phổ biến Thánh điển, làm nền tảng sở y cho sự học và hành, chưa được thực hiện trên quy mô rộng lớn toàn quốc.

Sự nghiệp phiên dịch tại Trung Quốc trải qua gần hai nghìn năm, với thành tựu vĩ đại, tập đại thành và bảo tồn kho tàng Thánh điển thoát qua nhiều trận hủy diệt do những đức tin mù quáng, quàng tín. Sự nghiệp ấy đại bộ phận do các quốc vương Phật tử tích cực bảo trợ, đã là sự nghiệp chung của toàn thể nhân dân theo từng giai đoạn đặc biệt của lịch sử. Việt Nam tuy cũng có các minh quân Phật tử, nhưng do tác động bởi các yếu tố chính trị xã hội nên chưa từng được tổ chức quy mô dưới sự bảo trợ của triều đình. Chỉ do yêu cầu thực tế học và hành mà một số kinh điển được phiên dịch, nhưng chưa đủ để lập thành nền tảng tương đối hoàn bị cho sự nghiên cứu sâu giáo nghĩa.

Gần đây, vào năm 1973, một Hội đồng phiên dịch Tam tạng lần đầu tiên trong lịch sử được thành lập. Chủ tịch: Thượng tọa Thích Trí Tịnh, Tổng thư ký: Thượng tọa Thích Quảng Độ, với các thành viên quy tụ tất cả các Thượng tọa và Đại đức đã có công trình phiên dịch và có uy tín trên phương diện nghiên cứu Phật học, dưới sự chỉ đạo của Viện Tăng Thống, Giáo hội Phật giáo Việt Nam Thống nhất. Chương trình phiên dịch được soạn thảo trên quy mô rộng lớn, nhưng do bởi hoàn cảnh chiến tranh cho nên chỉ mới thực hiện được một phần nhỏ. Một phần của thành quả này về sau được ấn hành năm 1993 bởi Viện Nghiên cứu Phật học Việt Nam, trực thuộc Giáo hội Phật giáo Việt Nam, dưới danh hiệu "Đại Tạng Kinh Việt Nam." Thành quả này là các Kinh thuộc bộ A-hàm được phân công bởi Hội đồng Phiên dịch Tam tạng, trong đó, *Trường A-hàm* và *Tạp A-hàm* do TT Thiện Siêu, TT Trí Thành và ĐĐ Tuệ Sỹ thuộc Viện Cao đẳng Phật học Hải đức Nha Trang; *Trung A-hàm* và *Tăng nhất A-hàm* do TT Thanh Từ, TT Bửu Huệ, TT Thiền Tâm thuộc Viện Cao đẳng Phật học Huệ Nghiêm Saigon.

Ngoài ra, một phần phân công khác cũng đã được hoàn thành như:

TT Trí Nghiêm: Đại Bát Nhã (Huyền Trang dịch, 600 cuốn) thuộc bộ Bát-nhã. TT Trí Tịnh: Kinh *Ma-ha Bát-nhã-ba-la-mật* (Đại phẩm) thuộc bộ Bát-nhã; Kinh *Diệu pháp Liên hoa* (La-thập dịch), thuộc bộ Pháp hoa; Kinh Đại phương Quảng Phật Hoa nghiêm (bản Bát thập) thuộc bộ Hoa nghiêm, và toàn bộ Đại bảo tích.

Các bản dịch này cũng đã được ấn hành nhưng do bởi đệ tử của các Ngài chứ chưa đưa vào Đại Tạng Kinh Việt Nam.

Những vị được phân công khác chưa thấy có thành quả được công bố.

Mặc dù với nỗ lực to lớn, nhưng do hoàn cảnh nhiễu nhương của đất nước nên thành tựu rất khiêm nhượng. Thêm nữa, các thành tựu này cũng chưa hội đủ điều kiện và thời gian thuận tiện được hiệu đính và biên tập theo tiêu chuẩn nghiên cứu và phiên dịch Phật điển trong trình độ nghiên cứu Phật giáo hiện đại của thế giới, do đó cũng chưa thể được dự phần trong sự nghiệp phiên dịch và nghiên cứu Phật học trên quy mô quốc tế, như cống hiến của Phật giáo Việt Nam cho cộng đồng nhân loại trong sự nghiệp hoằng dương Chánh pháp chung của toàn thể Phật tử thế giới vì lợi ích và an lạc của hết thảy mọi loài chúng sanh.

Sự nghiệp như vậy không thể là cống hiến cá biệt của một cá nhân hay tập thể, của một Giáo hội hay hệ phái, mà là sự nghiệp chung của toàn thể Tăng tín đồ Phật giáo Việt Nam, không chỉ một thế hệ, mà liên tục trong nhiều thế hệ, cùng tồn tại và tiến bộ theo đà thăng tiến của xã hội và nhân loại. Trên hết là báo đáp ân đức của Phật Tổ, đã vì an lạc của chúng sanh mà trải qua vô vàn khổ hành, qua vô số a-tăng-kỳ kiếp. Thứ đến, kế thừa sự nghiệp hoằng pháp lợi sanh của Thầy Tổ để cho ngọn đèn Chánh pháp luôn luôn được thắp sáng trong thế gian.

Vì vậy, chúng tôi khẩn thiết, trên nương nhờ uy thần nhiếp thọ của Chư Phật và Thánh Tăng, cùng với sự tán trợ của chư vị Trưởng lão hiện tiền trong hàng Tăng bảo, kêu gọi sự hỗ trợ cống hiến bằng tất cả tâm nguyện và trí lực, bằng tất cả hằng sản và hằng tâm, của bốn chúng đệ tử Phật, cho sự nghiệp hoằng pháp đệ nhất tối thắng này được tiến hành vững chắc và liên tục từ thế hệ này cho đến nhiều thế hệ tiếp theo, duy trì ngọn đèn Chánh pháp tồn tại lâu dài trong thế gian vì lợi ích và an lạc của hết thảy chúng sanh.

Mùa Phật đản Pl. 2552 – Mậu Tý 2008
Trí Siêu – Tuệ Sỹ
cẩn bạch

GIÁO HỘI PHẬT GIÁO VIỆT NAM THỐNG NHẤT
HỘI ĐỒNG PHIÊN DỊCH TAM TẠNG LÂM THỜI

DUYÊN KHỞI

Kể từ phong trào chấn hưng Phật giáo vào thập niên 1930, chư vị dịch giả đã cố gắng phiên âm và phiên dịch Kinh điển từ Hán văn hay chữ Nôm sang chữ quốc ngữ để sử dụng trong sinh hoạt thiền môn Việt Nam cũng như để đem giáo lý Phật đi vào quần chúng. Những nỗ lực như vậy rất đáng trân trọng, nhưng vẫn còn là những đóng góp từ cá nhân, mang tính cấp thời, chưa có sự phối hợp đồng bộ, và chưa đủ tầm mức học thuật để giới thiệu Thánh điển Phật giáo tiếng Việt đến với cộng đồng dân tộc.

Vài thập niên sau đó thì chữ quốc ngữ qua ký tự La-tinh mới được phổ cập trong thiền môn, và kinh sách Phật giáo bằng tiếng Việt, phiên dịch cũng như trước tác, mới được bừng khai, không những tạo nên các phong trào tu học của quần chúng khắp nước, mà còn là sự dẫn đạo tư tưởng của Phật giáo Việt Nam đối với các thế hệ trưởng thành trong chiến tranh qua sự thành lập Giáo Hội Phật Giáo Việt Nam Thống Nhất (GHPGVNTN), đồng thời kiến lập Đại Học Vạn Hạnh, một viện đại học tư thục Phật giáo đầu tiên tại Nam Việt Nam vào năm 1964.

Từ nguồn nhân lực dồi dào với nhiều vị pháp sư, học giả được đào tạo trong và ngoài nước, cũng như các cơ sở giáo dục Phật giáo được trải rộng khắp miền Trung và Nam Việt, Viện Tăng Thống GHPGVNTN đã có nền tảng vững chắc về học thuật để quyết định thành lập Hội Đồng Phiên Dịch Tam Tạng; và qua Hội nghị Toàn thể Hội đồng Phiên dịch Tam Tạng tổ chức tại Viện Đại Học Vạn Hạnh vào các ngày 20, 21,

22 tháng 10 năm 1973, hội nghị đã đưa ra dự án phiên dịch với mục lục tổng quát các Kinh điển truyền bản Hán tạng cần phiên dịch, phân chia công việc, cũng như giới thiệu thành viên của Hội đồng Phiên dịch Tam Tạng gồm 18 vị Pháp sư như sau:

HỘI ĐỒNG PHIÊN DỊCH TAM TẠNG 1973

A. *Ủy Ban Phiên Dịch:*

1. Hòa thượng Trưởng lão Thích Trí Tịnh (1917 – 2014)
   Trưởng Ban
2. Hòa thượng Trưởng lão Thích Minh Châu (1918 – 2012)
   Phó Trưởng Ban
3. Hòa thượng Trưởng lão Thích Quảng Độ (1928 – 2020)
   Tổng Thư Ký
4. Hòa thượng Trưởng lão Thích Trí Quang (1923 – 2019)
5. Hòa thượng Trưởng lão Thích Đức Nhuận (1924 – 2002)
6. Hòa thượng Trưởng lão Thích Bửu Huệ (1914 – 1991)
7. Hòa thượng Trưởng lão Thích Trí Thành (1921 – 1999)
8. Hòa thượng Trưởng lão Thích Nhật Liên (1923 – 2010)
9. Hòa thượng Trưởng lão Thích Thiện Siêu (1921 – 2001)
10. Hòa thượng Trưởng lão Thích Huyền Vi (1926 – 2005)

B. *Thành Viên Bổ Sung:*

1. Hòa thượng Trưởng lão Thích Đức Tâm (1928 – 1988)
2. Hòa thượng Trưởng lão Thích Huệ Hưng (1917 – 1990)
3. Hòa thượng Trưởng lão Thích Thuyền Ấn (1927 – 2010)
4. Hòa thượng Trưởng lão Thích Trí Nghiêm (1911 – 2003)
5. Hòa thượng Trưởng lão Thích Trung Quán (1918 – 2003)
6. Hòa thượng Trưởng lão Thích Thiền Tâm (1925 – 1992)
7. Hòa thượng Trưởng lão Thích Thanh Từ (1924 –)
8. Hòa thượng Thích Tuệ Sỹ (1943 – 2023)

Sau gần 50 năm kể từ khi Hội đồng Phiên dịch Tam Tạng được thành lập, nhiều Kinh điển đã được phiên dịch, góp phần đáng kể vào kho tàng Thánh điển Phật giáo Việt Nam, nhưng có thể nói rằng dự án phiên dịch đưa ra thời ấy, vẫn chưa hoàn tất. Lý do thứ nhất, do hoàn cảnh chiến tranh và bất toàn xã hội, các Kinh điển được dịch rồi vẫn không có đủ thời gian thuận tiện để được hiệu đính và nhuận sắc lại theo đúng tiêu chuẩn Phật điển hàn lâm. Thứ nữa, với nguồn tài liệu cổ ngữ, sinh ngữ dồi dào hiện nay cùng với phương tiện kỹ thuật vi tính, thông tin liên mạng, chư vị dịch giả có rất nhiều cơ hội để truy cập, tham khảo, đối chiếu các truyền bản khác nhau để có được định bản tiếng Việt đáng tin cậy, theo chuẩn mực quốc tế. Ngoài ra, chư vị thành viên Hội đồng Phiên dịch đã theo thời gian, tuần tự viên tịch khi công trình phiên dịch còn dang dở. Nay chỉ còn 2 trong số 18 vị dịch giả còn đương tiền, nhưng một vị đang trong tình trạng bất hoạt; vị duy nhất còn lại có thể tiếp tục đảm đương trọng nhiệm là Hòa thượng Thích Tuệ Sỹ. Xét thấy, đây cũng là phước duyên hy hữu cho Phật giáo Việt Nam cũng như cho công trình phiên dịch Tam Tạng do Viện Tăng Thống đề ra nửa thế kỷ trước:

a) Về phương diện học thuật, Hòa thượng Tuệ Sỹ là một trong số ít học giả uy tín trong việc nghiên tầm, phiên dịch, chú giải và giảng thuật về Tam Tạng Kinh điển từ nhiều thập niên qua; đã và đang đào tạo, nâng đỡ nhiều thế hệ Tăng Ni và Cư sĩ có trình độ Phật học và cổ ngữ có thể phụ trợ công trình phiên dịch;

b) Về phương diện điều hành, Hòa thượng Tuệ Sỹ chính thức tiếp nhận ấn tín Viện Tăng Thống từ Đức Đệ ngũ Tăng Thống, hàm nghĩa kế thừa sự nghiệp hoằng pháp của GHPGVNTN, đồng thời kế thừa công trình phiên dịch của Hội đồng Phiên dịch Tam Tạng được Hội đồng Giáo phẩm Trung ương Viện Tăng Thống thành lập năm 1973.

Từ những nhân duyên và điều kiện kể trên, công trình phiên dịch dang dở của chư vị tiền hiền tất yếu phải được Hòa thượng Tuệ Sỹ đưa vai gánh vác, không thể để cho gián đoạn. Đó là lý do, từ danh nghĩa Viện Tăng Thống GHPGVNTN, Hội Đồng Phiên Dịch Tam Tạng Lâm Thời (HĐPDTTLT) đã được thành lập vào ngày 03 tháng 12 năm 2021, theo Thông Bạch số 11/VTT/VP, nhằm kế thừa sự nghiệp phiên dịch Tam Tạng của chư vị Trưởng lão Hội Đồng Phiên Dịch Tam Tạng Viện Tăng Thống, với thành phần nhân sự như sau:

HỘI ĐỒNG PHIÊN DỊCH TAM TẠNG LÂM THỜI 2021*

Cố Vấn:	Giáo sư Trí Siêu Lê Mạnh Thát (Việt Nam)
Chủ Tịch:	Hòa thượng Thích Tuệ Sỹ (Việt Nam)
Chánh Thư Ký:	Hòa thượng Thích Như Điển (Đức quốc)
Phó Thư Ký Quốc Nội:	Hòa thượng Thích Thái Hòa (Việt Nam)
Phó Thư Ký Hải Ngoại:	Hòa thượng Thích Nguyên Siêu (Hoa Kỳ)

Ủy Ban Duyệt Sách:

Hòa thượng Thích Tuệ Sỹ; Giáo sư Trí Siêu Lê Mạnh Thát.

Ủy Ban Phiên Dịch:

Hòa thượng Thích Đức Thắng (Việt Nam); Hòa thượng Thích Thái Hòa (Việt Nam); Thượng tọa Thích Nguyên Hiền (Việt Nam); Thượng tọa Thích Nhuận Châu (Việt Nam); Đại đức Thích Nhuận Thịnh (Việt Nam); Cư sĩ Đạo Sinh Phan Minh Trị (Việt Nam); Cư sĩ Trí Việt Đỗ Quốc Bảo (Đức quốc).

Ủy Ban Chứng Nghĩa Chuyết Văn:

Hòa thượng Thích Thiện Quang (Canada); Thượng tọa Thích Nguyên Tạng (Úc); Đại đức Thích Nhuận Thịnh (Việt Nam); Cư sĩ Tâm Huy Huỳnh Kim Quang (Hoa Kỳ); Cư sĩ Tâm Quang Vĩnh Hảo (Hoa Kỳ).

Những thành viên khác tùy theo nhu cầu sẽ được thỉnh cử sau.

Xét thấy công hạnh tu trì cũng như kiến văn của thành viên chưa thể sánh ngang với chư Tôn túc Trưởng lão Hội đồng Phiên dịch Tam Tạng 1973, do đó chỉ có thể thành lập Hội đồng Lâm thời để kế thừa việc phiên dịch Kinh-Luật-Luận theo khả năng. Trong điều kiện như thế, HĐPDTTLT sẽ không phiên dịch theo thứ tự lịch sử hình thành Thánh điển như Đại Chánh, mà theo phương pháp các Kinh Lục cổ điển, phân Thánh giáo thành Ba thừa: Thanh Văn Tạng, Bồ-tát Tạng và Mật Tạng. Cho đến khi nào sở học và đạo hạnh được nâng cao, đủ để xác định tín tâm trong hàng bốn chúng đệ tử, bấy giờ Hội đồng Phiên dịch Tam Tạng Lâm thời sẽ chuyển thành chính thức, và sẽ tuần tự thực hiện chương trình phiên dịch đúng theo đề xuất của Hội đồng Phiên dịch Tam Tạng 1973.

---

* Xem thêm chú thích cuối bài.

Sự nghiệp phiên dịch Đại Tạng Kinh là sự nghiệp chung, hệ trọng và trường kỳ, của Tăng tín đồ Phật giáo Việt Nam trong và ngoài nước. Hình thành Đại Tạng Kinh tiếng Việt không những tạo điều kiện thuận lợi cho việc nghiên cứu và thực hành Phật Pháp đúng đắn cho tứ chúng đệ tử, khẳng định vị thế của Phật giáo Việt Nam đối với nhân loại và cộng đồng Phật giáo quốc tế, mà còn là sự phục hưng những giá trị văn hóa dân tộc nhằm góp phần vào việc xây dựng và phát triển đất nước. Nhận thức được tầm quan trọng này, chư vị lãnh đạo các Giáo hội Phật giáo Việt Nam Thống Nhất tại hải ngoại đã vận động thành lập Hội Đồng Hoằng Pháp vào ngày 08 tháng 5 năm 2021, với sự tán trợ của Viện Tăng Thống, nhằm mở rộng con đường hoằng pháp ngoài nước theo tiêu hướng của GHPGVNTN, cũng như để vận động yểm trợ và thúc đẩy công trình phiên dịch và ấn hành Đại Tạng Kinh Việt Nam tiến đến thành tựu viên mãn.

Để tri niệm ân sâu của chư lịch đại Tổ sư và chư vị Tôn túc trong Hội Đồng Phiên Dịch Tam Tạng 1973 trong sự nghiệp hoằng truyền chánh đạo, Hội Đồng Hoằng Pháp nguyện góp phần công đức, toàn tâm ủng hộ, cúng dường tâm lực, trí lực và tài lực để Đại Tạng Kinh Việt Nam chuẩn mực được lần lượt ấn hành, khởi đầu từ Thanh Văn Tạng, tháng 01 năm 2022, cho đến khi hoàn tất Bồ-tát Tạng và Mật Tạng trong thập niên tới.

Nguyện đem công đức Pháp thí này hồi hướng chánh pháp cửu trụ, tứ chúng an hòa, phát Bồ-đề tâm tiến tu đạo nghiệp; lại nguyện nhân loại được an vui, phúc lạc; sớm chấm dứt thiên tai dịch bệnh, khắp loài chúng sinh đều được lạc nghiệp an cư.

Ngưỡng vọng chư tôn Trưởng lão, chư Hòa thượng, Thượng tọa, Đại đức Tăng Ni cùng bốn chúng đệ tử trong và ngoài nước chứng minh và liễu tri.

Nam mô Công Đức Lâm Bồ-tát.

Phật lịch 2565, năm Tân Sửu
Ngày 01 tháng 01 năm 2022
Hội Đồng Phiên Dịch Tam Tạng Lâm Thời
Cẩn bạch

CHÚ THÍCH *(cập nhật 15/09/2024)*:

Tham chiếu Quyết định số: 07.VTT/CTK/QĐ do Hòa Thượng Thích Tuệ Sỹ ký 21/09/2023; đồng thời tham chiếu Biên bản kỳ họp Ủy Ban Phiên Dịch Trung Ương mở rộng vào ngày 15/08/2024 và 29/08/2024, từ 9/2024 có những thay đổi về tổ chức và nhân sự sau:

- *Tên gọi mới:*

ỦY BAN PHIÊN DỊCH TRUNG ƯƠNG

- *Nhân sự:*

Chủ tịch:	Hòa Thượng Thích Như Điển
Chánh Thư Ký:	Hòa Thượng Thích Thái Hòa
Phó Thư Ký:	Hòa Thượng Thích Nguyên Siêu
Phụ tá đặc trách Giáo nghĩa Tiểu Ban Phiên Dịch Chuyên Trách:	Tỳ-kheo-ni TN. Thanh Trì

PHÀM LỆ

1. Đại Tạng Kinh Việt Nam bao gồm tất cả các bản dịch tiếng Việt của Tam Tạng Kinh Điển Phật giáo đã xuất hiện ở nước ta từ trước đến nay, qua các thời kỳ với nhiều dịch giả khác nhau, để cho thấy quá trình hình thành Đại Tạng Kinh Việt Nam qua lịch sử.

2. Về bản đáy, bản dịch Việt căn cứ trên ấn bản Đại Chánh Tân Tu Đại Tạng Kinh 100 tập, mỗi tập trên dưới 1000 trang chữ Hán cỡ 10pt và sẽ được đánh số theo thứ tự của số ghi trong bản in Đại Chánh. Mỗi trang của bản in Đại chính được chia làm ba cột: a, b, c. Số trang và cột này đều được ghi trong bản dịch để tiện tham khảo.

3. Vì thế, một bản Kinh chữ Hán có thể có nhiều bản dịch tiếng Việt, nên sau số thứ tự của Đại Chánh, sẽ đánh thêm các mẫu tự A, B, C... để phân biệt các bản dịch tiếng Việt khác nhau của cùng một bản Kinh chữ Hán đó.

4. Về xử lý văn bản trong khi phiên dịch, phần lớn căn cứ công trình hiệu đính và đối chiếu của bản Đại Chánh. Ngoài ra, tham khảo thêm các công trình hiệu đính và đối chiếu khác.

5. Giữa các ấn bản có những điểm khác nhau, bản Việt sẽ lựa chọn hoặc hiệu đính theo nhận thức của người dịch.

6. Trong bản Hán, nếu chỗ nào xét thấy văn dịch hay từ ngữ không phù hợp với giáo nghĩa truyền thống phổ biến, người dịch sẽ tham khảo các Kinh, Luật, Luận cần thiết để

hiệu chính. Những hiệu chính này được giải thích ở phần cước chú.

7. Bản Hán dịch thực hiện căn cứ phần lớn trên sự truyền khẩu. Do đó những từ phát âm tương tự dễ đưa đến ngộ nhận, như *sam* Pāli hay *sama* và *samyak; cala* và *jala; muti* và *muṭṭhi*, v.v… Trong những trường hợp này, người dịch sẽ tham chiếu các Kinh tương đương, các bản Hán biệt dịch, suy đoán tự dạng nguyên thủy có thể có trong Phạn bản để hiệu chính. Những hiệu chính này đều được ghi ở phần cước chú.

8. Do các truyền bản khác nhau giữa các bộ phái, để có nhận thức về giáo nghĩa nguyên thủy, chung cho tất cả, cần có những nghiên cứu đối chiếu sâu rộng. Công việc này ngoài khả năng hiện tại của các dịch giả. Tuy nhiên, trong trường hợp có thể, những điểm dị biệt giữa các truyền bản sẽ được ghi nhận và đối chiếu. Những ghi nhận này được nêu ở phần cước chú.

9. Bản Hán dịch được phân thành số quyển. Bản dịch Việt không chia số quyển như vậy, nhưng sẽ ghi ở phần cước chú mỗi khi bắt đầu một quyển khác.

10. Các từ Phật học trong một số bản Hán dịch nếu không phổ biến, do đó có thể gây khó khăn cho việc đọc và nghiên cứu, trong các trường hợp như vậy, tuy vẫn giữ nguyên dịch ngữ của bản Hán, nhưng dịch ngữ tương đương thông dụng hơn sẽ được ghi trong phần cước chú. Trong trường hợp có thể, sẽ ghi luôn dịch giả của những dịch ngữ này và xuất xứ của chúng từ bản dịch nào để tiện

việc tham khảo.

11. Các Kinh sách tham khảo trong cước chú đều được viết tắt theo quy định phổ thông của giới nghiên cứu quốc tế; xem quy định về viết tắt ở cuối mỗi tập của Đại Tạng Kinh Việt nam.

12. Quy ước các danh từ viết hoa

* Các từ gốc Sanskrit/Pāli:

a. Từ thường phiên âm: tất cả viết thường với gạch nối. Như *śūnyatā* = thuấn-nhã-đa tính, *kṣatriya* = sát-đế-lợi. Trừ các từ tôn kính, theo ngữ cảnh; như: *Nirvāṇa* = Niết-bàn; *Ācārya* = A-xà-lê; *Bhikṣu* = Tỳ-kheo v.v...

b. Từ đặc hữu (nhân danh, địa danh): Chữ đầu hoa, còn lại thường, với gạch nối. Như *Śariputra* = Xá-lợi-phất, *Śrāvastī* = Xá-vệ, *Kapilavastu* = Ca-tì-la-vệ.

c. Trường hợp vừa âm vừa nghĩa, phần phiên âm chữ đầu hoa, còn lại thường với gạch nối; phần nghĩa viết Hoa, như *Śariputra* = Xá-lợi Tử.

* Các từ thuần Việt, chưa có quy tắc chính thức, nhưng theo cách viết phổ thông hiện nay:

a. Từ phổ thông: tất cả không hoa, trừ trường hợp tôn kính hay đặc biệt.

b. Từ đặc hữu, nhân danh, địa danh: tất cả viết hoa.

Vạn Hạnh, Pl. 2550 - Dl. 2006
TRÍ SIÊU và **TUỆ SỸ** cẩn chí

BẢNG VIẾT TẮT

A	*Aṅguttara-Nikāya* – Tăng chi bộ kinh
AH	*A-tì-đạt-ma Tâm luận* (*Abhidharmahṛdaya*), T. 1550.
AH2	*A-tì-đạt-ma Tâm luận kinh* (*Abhidharmahṛdaya-sutra*), T. 1551
Câu-xá	A-tỳ-đạt-ma-câu-xá luận, T 29 No 1558
Cf.	*confer*, Tham chiếu, so sánh
Cđ., Chân Đế	bản dịch của Chân Đế
cht.	chú thích
Ch.	Chương
CH	*Xuất tam tạng ký tập* (出三藏記集), T. 2145, do Pháp Kính (法經) biên soạn, khoảng năm 594 Stl.
...cho đến	Lặp lại nguyên văn đoạn trên
D	*Dīgha-nikāya*, Trường bộ kinh
Đại.	Đại Chánh Tân Tu Đại Tạng Kinh, Taisho
đd	đã dẫn
Dh, Dhp	*Dhammapada*, kinh Pháp cú
Du-già	Du-già sư địa luận, T 30 No 1579
ff.	following, tiếp theo
G	*Cao tăng truyện* (高僧傳), T. 2059, do Huệ Kiểu (慧皎) biên soạn, khoảng năm 530 Stl.
Ht., Huyền Trang	bản dịch của Huyền Trang
ibid.	*ibidem*, cùng chỗ đã dẫn, đã dẫn, dẫn thượng
JA	Journal Asiatique
JPTS	Journal of the Pāli Text Society

K	*Khai Nguyên Thích Giáo lục* (开元釋教綠), T. 2154, do Trí Thăng (智升) biên soạn, khoảng năm 730 Stl.
L	*Lịch đại Tam bảo ký* (歷代三宝記), T. 2034, do Phí Trường Phòng (費長房) biên soạn, năm 597 Stl.
M	*Majjhima-Nikāya* – Trung bộ kinh
MAH	*Tạp A-tì-đạt-ma Tâm luận* (*Miśrakābhidharmahṛdaya*), T. 1552.
Ms.	Bản thảo chữ Hán của *Abhidharmahṛdaya* được tìm thấy tại Đôn Hoàng.
	Ví dụ: Bản thảo Ms. XXVIII 12: Giles số 4336, trang 28 của bản sao chụp (Thư viện Anh), dòng 12.
	L.Giles, Descriptive Catalogue, số 4336 (Stein 6659), trang 127.
N	*Đại Đường Nội điển lục* (大唐內典綠), T. 2149, do Đạo Tuyên (道宣) biên soạn, năm 664 Stl.
n.	number, số hiệu
Niss.	*Nissaggiya*, Ni-tát-kỳ
NM	bản in đời Nguyên Minh
nt	như trên
Pl.	Pāli
S	*Samyutta-Nikāya* – Tương ưng bộ kinh
Pāc.	*Pācittiya*, Ba-dật-đề
Sdt.	sách dẫn trên
Sđd.	Sách đã dẫn
Skt.	Sanskrit
Sn	*Sutta-nipāta* – Kinh tập
T.	Taisho (大正), Đại chánh tân tu Đại tạng kinh, dẫn theo số sách, số trang, cột và dòng.
Tập dị	Tập dị môn túc luận

Th 1	*Theragātha* – Trưởng lão kệ
Th 2	*Therīgāthā* – Trưởng lão ni kệ
thc.	tham chiếu
thk.	tham khảo
Tì-bà-sa	A-tì-đạt-ma Đại tì-bà-sa luận
Tl.	Tây lịch
TNM	bản in các đời Tống Nguyên Minh
TVT	Thanh Văn Tạng, Đại Tạng Kinh Việt Nam
tr.	Trang
vd.	ví dụ
Vin.	*Vinaya*, Luật tạng Pāli
Vsm.	*Visuddhimagga* – Thanh tịnh đạo luận
x.	xem
X.	Xuzang (續藏), Tục tạng, Vạn.
Xū	*Tục Cao tăng truyện* (續高僧傳), T. 2060, do Đạo Tuyên (道宣) biên soạn, khoảng năm 660 Stl.
Wogihara	Phạn Hòa từ điển, Địch Nguyên Vân Lai (Wogihara Unrai)
WZKS	Wiener Zeitschrift für die Kunde Süd- und Ostasiens.
WZKSO	Wiener Zeitschrift für die Kunde Süd- und Ostasiens.

GIỚI THIỆU A-TÌ-ĐẠT-MA TÂM LUẬN

A-tì-đạt-ma tâm luận (*Abhidharmahṛdayaśāstra*)[1] là tác phẩm nằm trong văn hệ Nhất thiết hữu bộ (*Sarvāstivāda*), văn hệ nầy phát xuất và thịnh hành ở khu vực văn hóa *Gandhāra*[2], từ đây Phật giáo du nhập vào Trung Hoa, sau đó đến Nhật Bản. *Gandhāra* xưa vốn là một trung tâm văn hóa Phật giáo danh tiếng, ngày nay thuộc về miền bắc Pakistan và Đông Bắc Afganistan). Chữ *Kharoṣṭhi*, được khắc trên các trụ đá A-dục, gắn liền với địa danh *Gandhāra* như một chỉ dấu về một thời vàng son của Phật giáo Ấn Độ, có trước cả thời vua A-dục (thế kỷ thứ IV Ttl) kéo dài cho đến sau triều đại Quí Sương (*Kuṣāṇa*), thế kỷ IV Stl. Những phế tích cũng như văn cảo tìm thấy ở đây chính là nguồn tư liệu cho chúng ta biết rõ hơn về lịch sử Phật giáo, đặc biệt là giai đoạn chuyển từ Phật giáo thời kỳ đầu sang Phật giáo Đại thừa. Nhưng rất tiếc, bộ luận chúng ta đang khảo cứu hiện không còn dấu tích nào từ quê hương của nó bằng ngôn ngữ *Sanskrit* mà chỉ còn dạng tiếng Hán. Nay chúng ta sẽ đi sâu và khảo sát bộ luận nầy.

I. VĂN BẢN

Trong Đại chính tân tu Đại tạng kinh (*Taishō*), có 3 bộ với các nhan đề:

1. *A-tì-đạt-ma Tâm luận* 阿毘達摩心論, T.1550, 4 quyển, của Tôn giả Pháp Thắng (*Dharmaśreṣṭhin* 尊者法勝). Tăng-già-đề-bà (*Samghadeva* 僧伽提婆) và Huệ Viễn (惠遠) dịch vào niên hiệu Thái Nguyên (太元) thứ 16, năm 391 Stl. tại Lô Sơn (廬山), đời Đông Tấn (東晉).

---

[1] Tiếng *Sanskrit* là do phục hồi lại từ tiếng Hán. Sẽ được phân tích ở phần dưới.

[2] Hán phiên âm: Càn-đà-la 乾馱羅; Kiện-đạt-la 健達羅; Kiền-đà-la 犍他羅.

2. *A-tì-đạt-ma Tâm luận kinh* 阿毘達摩心論 經, T. 1551; luận giải của Ưu-ba-phiến-đa (優波扇多 *Upaśānta*) về *A-tì-đạt-ma Tâm luận* của Pháp Thắng. Na-liên-đề-da-xá (那連提邪舍 *Narendrayaśas*) dịch năm 563, niên hiệu Hòa Thanh (和清) thứ 2, triều Bắc Tề (北齊).

3. *Tạp A-tì-đạt-ma Tâm luận* 雜阿毘達摩心論 T. 1552, 11 quyển, do tỉ-khưu Pháp Cứu (*Dharmatrāta* 法救) soạn. Tăng-già-bạt-ma (*Saṃghavarman* 僧伽跋摩) và những vị khác dịch năm 434-435, niên hiệu Nguyên Gia (元嘉) thứ 11-12 đời Lưu Tống (劉宋).

Trong *Khai nguyên Thích Giáo lục* (開元釋教綠), *Trinh nguyên tân định khai giáo mục lục* (貞元新定開教目綠) và *Chí nguyên pháp bảo khám đồng tổng lục* (至元法寶勘堪同總綠) đời nhà Nguyên,³ có đề cập đến 3 bộ *A-tì-đạt-ma Tâm* (*Abhidharmahṛdaya*), đó là:

(1) *A-tì-đạt-ma Tâm luận*, 4 quyển, do Pháp Thắng (*Dharmaśreṣṭhin* 法勝) soạn;

(2) *Pháp Thắng A-tì-đạt-ma Tâm luận kinh*, 6 quyển, do Ưu-ba-phiến-đa (*Upaśānta* 優婆扇多) soạn,

(3) *Tạp A-tì-đàm Tâm luận* 雜阿毘曇心論, 11 quyển, do Pháp Cứu (*Dharmatrāta* 法救) soạn. Tất cả những bộ luận nầy sau cùng đều được tổng hợp trong *Câu-xá luận* của Thế Thân.⁴

Cũng trong truyền thống đó, còn có *A-tì-đàm Cam lồ vị luận* (*Abhidharmāmṛtarāsa* 阿毗曇甘露味論), được quy cho luận sư Cù-sư-ca/ Cù-sa-ca (*Ghoṣaka*).⁵ Tất cả các bộ luận nầy đều dựa trên *Tâm luận* của Pháp Thắng.

---

³ T.2145, p.621a3-10; T.2157, p.954b12-21 và *Taishō*, Mục lục1, p.232b3

⁴ Tsukamoto, K., *Descriptive Bibliography*. p.69.

⁵ Frauwallner, E., 'Abhidharma-Studien, I. Pañcaskandhakam und Pañcavastukam', WZKSO. VII, 1963, pp.27-28, có kết luận mối quan hệ về sau này, đặc biệt là vì thực tế có sự tương đồng lớn về cấu trúc của bộ luận này với chương đầu tiên bộ luận của Pháp Thắng (*Dharmaśreṣṭhin*) (*sāsravāḥ, skandhāḥ, āyata āni, dhātavaḥ,* và *cittaḥ*).

II. A-TÌ-ĐẠT-MA TÂM LUẬN (*ABHIDHARMAHṚDAYAŚĀSTRA*) CỦA PHÁP THẮNG (*DHARMAŚREṢṬHIN* 法勝)

Có thể nói học thuyết của Nhất thiết hữu bộ (*Sarvāstivāda*) được phát triển và truyền bá mạnh mẽ thành một học thuyết có hệ thống nhất quán chính là từ *A-tì-đạt-ma Tâm luận* (*Abhidharmahṛdayaśāstra*) của Pháp Thắng.[6] Hệ thống học thuyết của Pháp Thắng là mẫu mực cổ xưa nhất của Nhất thiết hữu bộ.[7]

Pháp Thắng người xứ Tochari ở vùng Bactria[8] (*Bahirdeśaka*), theo danh sách các vị tổ của Nhất thiết hữu bộ trong *Xuất tam tạng ký tập*, Pháp Thắng được xếp thứ 33, trước Long Thụ (*Nāgārjuna*). Lần thứ hai được xếp thứ 30.[9]

Theo tiếng *Sanskrit*, danh xưng ngài có 2 dạng, *Dharmaśrī* và

---

[6] Frauwallner, E., *Entstehune.* p. 124, xem sự khởi đầu các nguyên tắc giáo lý là dựa trên *Ngũ sự luận* (五事論 *Pañcavastuka*), mô tả các tâm sở pháp dựa vào mô tả các pháp trong *Giới thân túc luận* (*Dhātukāya*), học thuyết Nhân duyên có nguồn gốc trong *Thức thân luận* (*Vijñānakāya*), Lục nhân như được mượn từ *Phát trí luận* (*Jñānaprasthāna*) giáo lý về nghiệp là lấy phần thứ 3 của *Thế thi thiết luận* (*Lokaprajñāpti*); Tùy miên (*anuśaya*) như được thấy trong *Ngũ sự luận* (五事論 *Pañcavastuka*), phần Tuệ và Định là dựa vào *Phát trí luận* (*Jñānaprasthāna*). Ông còn nhận xét rằng (sđd. p. 127) ý tưởng gốc về Tứ đế đóng vai trò nền tảng. Về cấu trúc đối chiếu với *Phát trí luận* (*Jñānaprasthāna*), xem Yamada, R., *Daijo Bukkvo Seiritsuron Josetsu.* Kyoto, 1959, p.l 14; Armelin, I., *Le coeur de la loi supreme.* pp.7-18.

[7] Fukuhara, R., *Ubu Abidatsumaronsho no Hattatsu.* p.40; Frauwallner, E., WZKSO. XV, 1971, p.71 và WZKSO. XVII, 1973, p.26; Demiéville, P., *Choix d'études bouddhiques.* p.205; Ren, T.-y., *Chung-kuo Fo-chiao Shih.* Beijing, 1981, Vol.III. p.472; *Chung-kuo Fo-chiao.* Vol, I, p.245.

[8] Xem Willemen, Ch., *The Essence of Metaphysics,* p. ii và p.xxix, n.16; Kawamura, K., *Abidatsumaron no Shiryōteki Kenkvu.* Kyoto, 1976, p.40.

[9] T2145_.77.0089b13: 達磨尸梨帝羅漢第三十三譯曰 法勝
T2145_.77.0089c21: 法勝菩薩第三十

Dharmaśreṣṭhin.¹⁰ Trong lời tựa bản dịch tiếng Hán của bộ luận nầy (T. 28, 1550), theo giải thích từ bản dịch tiếng Hán của *Tạp A-tì-đạt-ma Tâm luận* (*Saṃyuktābhidharmahṛdayaśāstra*) (T.28, 1552), p.869c18, kệ tụng 568, p.963c8, và trong danh sách các vị tổ của Nhất thiết hữu bộ từ *Xuất tam tạng ký tập*, ngài được gọi là Pháp Thắng (法勝). Trong lời tựa của thủ bản Ms.(S.996)-VI-14, ngài được gọi là Pháp Thạnh (法 盛). Trong *Xuất tam tạng ký tập* p.89b13 và trong *Cao tăng truyện* (T.50, 2059), p.345b16-17, ngài được gọi là Đạt-ma-thi-lê-đế (達磨尸梨帝). Chữ *pháp* (法) trong Pháp Thắng (法 勝) và Pháp Thạnh (法 盛) dịch từ chữ *dharma*; chữ *thắng* và *thạnh* dịch từ *Śrī* hay *Śreṣṭhin*. Chữ *thắng* (勝) có thể dùng để dịch cho cả 2 từ *Śrī* và *Śreṣṭha* (>*Śreṣṭhin*),¹¹ nhưng *thạnh* (盛) thì không thể được. Rất có thể *thạnh* (盛) là do nhầm lẫn với từ đồng âm *thắng* (勝).

Giới nghiên cứu Nhật Bản thường theo Ono Genmyo¹² gọi ngài là *Dharmaśreṣṭhin*. Đáng chú ý là A-tì-đạt-ma (*abhidharma*) có thể hiểu là *pháp* (*dharma*) vi diệu, xuất sắc, tối thắng (*śreṣṭha*).

Tuy nhiên, phiên âm Đạt-ma-thi-lê-đế (達磨 尸 梨帝) có nhiều bằng

---

[10] *Dharmaśrī*: Pelliot, P., JA, CCXVII, 1930, p.267; Lin, L.- k., *Aide-mémoire*. p.49; Frauwallner, E., WZKSO. XV, 1971, p.71; Willemen, Ch., *The Essence of Metaphysics*, pp.ii ff.; Ryose, W.R., ARI. pp. 1-2. *Dharmaśreṣṭhin*: Ono, G., *Bussho Kaisetsu Daijiten*. Tokyo, Vol.I, p.37; Mochizuki, Sh., *Bukkvo Daijiten*. Vol.V, p.4612,.v. hosho; Kimura, T., *Kimura Taiken Zenshu IV*. p.222; Akanuma, Ch., *Indo Bukkyō Meishi Jiten*. Kyoto, 1979, pp. 166-

[11] Wogihara, U. BWD. p. 1356, 1359. Sir Monier-Williams, M., SEP. p.l 102: *śreṣṭha*: tốt nhất (best);' *śreṣṭhin*: đạt điều tốt nhất (having the best). Nghĩa sau cùng của *śreṣṭhin* là đứng đầu trong hội chúng (head of a guild) (Tham khảo Nakamura, H.. *Indian Buddhism*, p. 15).

[12] Ono Genmyo 1999, pp. 37. Akanuma Chizen 1967, pp. 166, lập luận rằng tên ngài phải là *Dharmaśreṣṭhin*, vì âm cuối là *đế* 帝 trong phiên âm Đàm-ma-thi-lợi-đế (曇摩尸利帝 *Damoshilidi*). Ông đề cập đến *Xuất tam tạng ký tập*, 89b, danh mục các Luận sư Nhất thiết hữu bộ (*Sarvāstivāda*), trong đó luận sư này được dịch là Pháp Thắng. Xem thêm *Cao tăng truyện* 345b.

chứng hơn. Phiên âm nầy dường như viện dẫn từ *Dharmaśreṣṭhin*. Tuy nhiên, Lin, Li-kuang¹³ lưu ý thực tế là trong *Xuất diệu kinh* (*Udāna* 出曜經),¹⁴ có đề cập đến một vị tên Đàm-ma-thi-lợi (*Dharmaśrī* 曇 磨尸梨), rất có thể trùng tên với tác giả *A-tì-đạt-ma Tâm luận*. Paul Pelliot¹⁵ cũng giải thích chữ *đế* (帝) trong *Xuất tam tạng ký tập* là 'thêm nhầm.' Điều nầy không đáng tin. Phiên âm *đế* (帝) có nội hàm biểu hiện nhiều hơn danh xưng, nó phiên âm tiếng *Sanskrit* những từ có âm '*ti*', Chẳng hạn như *Śobhavatī, Prajāpatī, Supratīta*.¹⁶ Lại nữa Dharmaśreṣṭhin có thể phiên âm là Đàm-ma-tất-đề¹⁷ (曇磨 苾提). Về phương diện này, lưu ý thực tế là *Zenryū Tsukamoto* trong tác phẩm tổng quan *Phật giáo Trung Hoa*,¹⁸ có nhắc đến quốc gia Đa-ma-lê-đế quốc (多摩梨帝 底國).¹⁹ *Shinko Mochizuki*²⁰ Giải thích Đa-ma-lê-đế quốc (多摩梨帝國) là cách phiên âm khác của Đam-ma-lật-đế quốc (*Tāmralipti* 耽摩栗底國).²¹ Hơn nữa, khi diễn dịch danh xưng theo

---

¹³ Lin, L.-k., *Aide-mémoire*, p.51, n. I.

¹⁴ T0212_.04.0643a02-3: …尊者曇摩尸梨亦作是說。

¹⁵ Pelliot, P., JA, CCXVII, 1930, p.268.

¹⁶ Akanuma, Ch., *Indo Bukkvo Kovu Meishi Jiten*. p.627, s.v. *Śobhavatī*;
p.473, s.v. *Prajāpatī*; p.666, s.v. *Supratīta*, theo thứ tự…

¹⁷ *Indo Bukkvo Jinmei* Jiten. pp.158a-159b.

¹⁸ Karlgren, B., AD. s.v. 1006, 593, 527, 986.

¹⁹ Tsukamoto, Z., *Chūkoku Bukkyō Tsūshi*. Tokyo, 1968, Vol.I, p.450.

²⁰ Mochizuki, Sh., *Bukkyō Daiiten*. Vol.IV, pp.3526b-3527a.

²¹ Tāmralipti là hải cảng quan trọng trên đường biển từ Ấn Độ đến Trung Hoa (Majumdar, R.C. (Ed.), 'History and culture of the Indian People', Vol.II *The Ape of Imperial Unity*. Bombay, 1951, pp.653-654). Sau khi vua *Śaśaṅka* băng hà (nửa đầu thế kỷ thứ VII), Bengal bị mất sự bền vững chính trị do vị vua vĩ đại đó mang lại và bị chia cắt thành một số tiểu quốc có chính thể độc lập. Huyền Trang trong chuyến hành hương đến Bengal khoảng năm 638 stl. (ngay sau khi vua băng hà), có đề cập đến 5 tiểu vương quốc đó. Một trong số nầy là *Tāmralipti* (Majumdar, R.C. (Ed.), 'History and culture of the Indian People', Vol. III. *The Classical Ape*. Bombay, 1954, p. 142). Pháp Hiển cũng nói là ngài đã ở tại *Tāmralipti* 2 năm, (sđd. p.602). Chính tại *Tāmralipti*, Pháp Hiển đã đáp 1 tàu buôn lớn để sau 14 ngày đến Tích lan (sđd.,

ngữ âm, thông thường một âm tiết bị bỏ đi, thay vì một âm tiết được thêm vào. Thế nên, Đàm-ma-thi-lợi (曇磨尸梨) đúng hơn nên được xem đó là viết tắt của Đàm-ma-thi-lợi-đế (曇磨尸梨帝).

Śrī thường dùng như một tiền tố mang nghĩa tôn kính, có nghĩa là 'thiêng liêng', 'thánh thiện'.[22] Theo đó, chúng ta thấy chữ *thắng* (勝) biểu thị cho *Śrī* như trong *Śrīlabha* và *Śrīmālādevī*.[23]

Trong danh xưng *Dharmaśreṣṭhin*, *śreṣṭhin* với nghĩa 'người có cấp bậc hoặc thẩm quyền', do đó có thể hiểu là 'người có thẩm quyền liên quan đến *pháp* (*dharma*)'. Hán dịch (*thắng* 勝) cho *śreṣṭhin* có thể được giải thích theo nghĩa 'hay nhất,' 'đứng đầu,'[24] từ đồng âm *thạnh* 盛, có nghĩa là 'dồi dào,' 'hưng thịnh'.[25]

Có một đề cập đến Đàm-ma-thi lợi (曇摩尸利 *Tanmoshili*) trong *Xuất diệu kinh tự* (出曜經 序,)[26] của Tỉ-khưu Pháp Cứu (*Dharmatrāta*), thuộc Thí dụ bộ (*Dārṣṭāntika*)[27], là một trong bốn luận sư của Tì-bà-

---

p.603). *Tāmralipti* còn được mô tả trong T.2087, p.928a8-16. Xem thêm Schwartzberg, J.E., *A Historical Atlas of South Asia*. London, 1978, p.28; Gemet, J., *Le monde chinois*. Paris, 1990, p. 199.

[22] Sir Monier-Williams, M., SED. p. 1098.

[23] Akanuma, Ch., *Indo Bukkyō Koyū Meishi Jiten.* p.635; *Indo Bukkyō Koyū Meishi Jiten*. p. 131..

[24] Sir Monier-Williams, M., SED. p. 1102.

[25] Mathews, R.H., *CED*: (*thắng* 勝 có nghĩa là ‹ vượt trội; to excel,› ‹ siêu việt hơn; superior to›-Mathews, R.H., CEP, s.v. 5754).

[26] 出曜經序《出曜經》者，婆須密舅法救菩薩之所撰也，集比一千章，立為三十三品，名曰法句，錄其本起，繫而為釋，名曰出曜。出曜之言，舊名譬喻，即十二部經第六部也。Bài kệ trong bản nầy từ *Udānavarga*. Xem Willemen 1978. pp. XV-XVIII

[27] Các luận sư Nhất thiết hữu bộ (*Sarvāstivādin*) đôi khi gọi họ là trường phái *Dārṣṭāntika*, có nghĩa là "những người sử dụng phương pháp của các ví dụ"; cũng có thể '*Dārṣṭāntika*' xác định một truyền thống tiền thân, hoặc một quan điểm giáo lý có liên quan, nhưng riêng biệt; mối quan hệ chính xác giữa hai thuật ngữ là không rõ ràng. Có khi ghép *Dārṣṭāntika-Sautrāntika* thường được gọi là Thí-dụ-Kinh lượng bộ (*World Encyclopedia*).

sa (*Mahāvibhāṣā*) (thế kỷ thứ II stl.). Vì vậy, một mặt Pháp Thắng (*Dharmaśreṣṭhin*) phải có trước luận *Đại Tì-bà-sa* (*Mahāvibhāṣā*), trong khi niên đại của ngài phải đặt sau khi bộ tộc Nguyệt Chi (*Yuezhi*) đến Bactria khoảng năm 130 Ttl,[28] bởi vì Pháp Thắng là người *Tokharian* từ khu vực sông *Vakṣu*, như Phổ Quang và Pháp Bảo cho chúng ta biết.[29] Đạo Diên (道挻) trong lời tựa cho bản dịch *A-tì-đạt-ma Tì-bà-sa luận* (*Ahhidharmavibhāṣā* 阿毘曇毘婆沙論) của Phù-đà-bạt-ma (*Buddhavarman* 浮陀跋摩), luận về giải về A-tì-đạt-ma của Ca-chiên-diên Tử (*Kātyāyanīputra* 迦旃延子) bởi năm trăm vị A-la-hán,[30] trong đó đã đặt Pháp Thắng (*Dharmaśreṣṭhin*) trước *Bát kiền độ* (*Aṣṭagrantha*; 八犍度).[31] Erich Frauwallner nhận thấy đây có thể là điểm khác biệt khi khảo cứu nội dung *Tâm luận* của Pháp Thắng.[32] Thế nên, chúng ta có thể quay trở lại thời kỳ trước *Tì-bà-sa luận*, trước *Bát kiền độ* (八犍度 *Aṣṭagrantha*) (có lẽ thế kỷ I Ttl).

Trong lời tựa viết cho *Tạp A-tì-đạt-ma Tâm luận* (*Miśrakābhidharmahṛdaya* 雜阿毘達摩心論), Tiêu Kính Pháp sư

---

[28] Lamotte 1988, pp. 450.

[29] *Câu-xá luận ký* 俱舍論記 của Phổ Quang (T. 1821 pp. 1Ic); *Câu-xá luận sớ* 俱舍論疏 của Pháp Bảo T. 1822 pp. 469a. Litvinsky B.A. 1999, pp. 121. 147. 178. 182. 432. *Vakṣu* là con sông thượng nguồn của sông Oxus. Tukhara hay Tokharistan là miền Bắc của Afghanistan. và miền Nam của Uzbekistan và Tajikistan. Đó chính là miền bắc Bactria, với các trung tâm là Balkh, Temiez, và Qunduz. Xem thêm Li Rongxi 1996. pp. Đó chính là miền nam của Iron Gate, miền bắc của Great Snow Mountains, phía tây của rặng núi Pamir và phía đông của Ba-tư (Persia).

[30] T. 1546 pp. lb và 41.5a. Xem thêm CH pp. 74a. Bộ luận *Tì-bà-sa* tiếng Hán nầy được hoàn thành năm 439 stl. Đây có lẽ là một chuyển thể từ ngôn ngữ *Gandhāran* từ quan điểm *Tì-bà-sa* của người *Kāśmīra*. Xem Cox C., trong Willemen 1998b, pp. 173 chú thích 107.

[31] Willemen 1998, pp. 86. [0001b11] 如來滅後法勝比丘造阿毘曇心四卷。又迦旃延子造阿毘曇。有八犍度凡四十四品。後五百應真造毘婆沙重釋八犍度。當且翻時大卷一百。太武破沮渠已後。零落收拾得六十卷。後人分之作一百一十卷。唯釋三犍度在。五犍度失盡。

[32] Frauwallner 1971, pp. 72, pp. 102, v.v....

(焦鏡法師)³³ nói rằng Pháp Thắng đã soạn *Tâm luận* (*Hṛdaya*) trong thời Tần-Hán, tức là giữa 221 Ttl - 220 Stl.³⁴ Trong *Cao tăng truyện* (高僧傳), Huệ Kiểu (惠皎)³⁵ cho chúng ta biết rằng có vị tăng người Tây Vực (西域) là Đàm-ma-ca-la (*Dharmakāla* 曇摩迦羅)³⁶ đến Lạc Dương khi ông còn trẻ, năm hai mươi lăm tuổi, vào thời Gia Bình (嘉平) triều Ngụy (魏, 249-253), đã thấy có tác phẩm của Pháp Thắng.

Cát Tạng (吉藏), vị tăng có tổ tiên xứ An Tức, đặt niên đại Pháp Thắng muộn hơn *Đại Tì-bà-sa luận*.³⁷

---

³³ *Xuất tam tạng ký tập* 74bc, lời tựa của Tiêu Kính Pháp sư.

³⁴ [0074b23] 昔如來泥洹之後。於秦漢之間。有尊者法勝。造阿毘曇心本。凡有二百五十偈。以為十品。

³⁵ [0324c15]... 以魏嘉平中來至洛陽。于時魏境雖有佛法而道風訛替。亦有眾僧未稟歸戒。正以剪落殊俗耳。設復齋懺事法祠祀。迦羅既至大行佛法。時有諸僧共請迦羅譯出戒律。迦羅以律部曲制文言繁廣。佛教未昌必不承用。乃譯出僧祇戒心。止備朝夕。更請梵僧立羯磨法受戒。中夏戒律始自于此。迦羅後不知所終.

³⁶ Năm 250 stl. Đàm-ma-ca-la (曇摩迦羅 *Dharmakāla*) giới thiệu *Tăng-kỳ giới bản* 僧祇戒(*Prātimokṣa, Mahāsāṃghika*) ở Lạc Dương. Ngay sau đó, năm 252, Khang Tăng Khải (康僧鎧 *Saṃghavarman*), vị tăng người Khương Cư *Samarkand*) dịch Đàm-vô-đức luật bộ tạp yết-ma (*Dharmaguptaka Karmavācāna*; 曇無德律部雜羯磨, T. 1432). Vị tăng người *Parthian* là Đàm Đế (*Dharmasatya*) có 1 bản dịch khác cùng bộ luật nầy vào năm 254, nhan đề Yết-ma T. 1433. Đây là những bộ luật sớm nhất được biết đến ở Trung Hoa. Xem E. Zürcher 1972, pp. 55-56 và trang. 338 chú thích 168; Lu Cheng 1979, pp. 305. Bản *Karmavācāna* hiện có trong ấn bản *Taishō* có lẽ là bản biên tập lại, có ảnh hưởng từ bản *Dharmaguptakavinaya*. T. 1428. Xem Hirakawa Akira, *Ritsuzō no Kenkyū*, Tokyo, 1970, Sankib Busshorin, pp. 202-218, 252-253.

³⁷ Trong *Bách luận sớ*, T. 1827, pp. 233b, Cát Tạng đặt niên đại Pháp Thắng vào 800 sau Đức Phật nhập niết-bàn. Trong *Tam luận huyền nghĩa*, T. 1852, p. 2b-c, Cát Tạng nói rằng A-la-hán Pháp Thắng sống hơn 700 năm sau Đức Phật nhập niết-bàn, và ngài đã tuyển chọn 250 kệ tụng từ *Tì-bà-sa*, vì bộ luận nầy quá đồ sộ. [0002b13]...五者七百餘年有法勝羅漢。嫌婆沙太博。略撰要義作二百五十偈。名阿毘曇心。凡有

GIỚI THIỆU A-TÌ-ĐẠT-MA TÂM LUẬN | 43

Lời tựa của tác giả vô danh cho *Tạp A-tì-đạt-ma Tâm luận* (*Miśrakābhidharmahṛdaya Śāstra*) do Y-diệp-ba-la (*Īśvara* 伊葉波羅) và Cầu-na-bạt-ma (*Guṇavarman* 求那跋摩) dịch, hoàn tất năm 431, nhưng bị thất lạc,[38] đặt niên đại Pháp Thắng vào thời kỳ vài trăm năm sau Đức Phật nhập niết-bàn. Căn cứ vào tư liệu mà Pháp Thắng được đề cập trong *Xuất diệu kinh* 出曜經 của Tỉ-khưu Pháp Cứu (*Dharmatrāta*), và theo chứng cứ do Erich Frauwallner đưa ra trong nghiên cứu của ông về A-tì-đạt-ma, Pháp Thắng đã sống vào thế kỷ thứ I stl.

四卷。亦傳此土.

Những nhận xét này, được thực hiện từ nguồn tư liệu rất có ảnh hưởng ở Đông Á, đáng tin cậy về niên đại sai lạc về Pháp Thắng như một số tác giả đưa ra, chẳng hạn, Ono Genmyo 1999, p. 37. Cát Tạng có tính lại thời gian theo niên đại của chính mình đã nêu ra cho Pháp Thắng? Cát Tạng trong *Tam luận huyền nghĩa* T. 1852 pp.26, cũng nói rằng Pháp Cứu (*Dharmatrāta*), tác giả của *Tạp A-tì-đạt-ma Tâm luận* T. 1552; 雜阿毘達摩心論 *Miśrakābhidharmahṛdaya Śāstra*, sống vào thời kỳ đến 1000 năm sau Đức Phật nhập niết-bàn.

[0002b13]... 六者千年之間有達磨多羅。以婆沙太博四卷極略。更撰三百五十偈。足四卷合六百偈。名為雜心也。其間復有六分毘曇。釋論云。目連和須密及餘論師共造。並不傳此土。唯眾事分毘曇是六內之一。此土有之。復有甘露味毘曇二卷。未詳作者。並傳此土。毘曇雖部類不同。大宗明見有得道也。

[38] *Xuất tam tạng ký tập* T2145, 74b. Bộ luận nầy đã thất lạc vào đầu thế kỷ thứ VI.

T55n2145_p0074b15: 於宋元嘉三年。徐州刺史太原王仲德。請外國沙門伊葉波羅。於彭城出之。擇品之半及論品一品。有緣事起不得出竟。元嘉八年。復有天竺法師名求那跋摩。得斯陀含道。善練茲經來遊楊都。

Xuất tam tạng ký tập T55n2145_p0012b0: "雜阿毘曇心十三卷 (今闕)右一部。凡十三卷。宋文帝時。西域沙門伊葉波羅。以元嘉三年。為北徐州刺史王仲德。於彭城譯出。至擇品未竟。至八年更請三藏法師於京都校定".

III. CÁC BẢN DỊCH TIẾNG HÁN

Bộ luận của Pháp Thắng có nhan đề *Abhidharmahṛdaya* và *Abhidharmasāra*. Trong các bộ mục lục tiếng Hán, liệt kê *A-tì-đàm Tâm luận* 阿毗曇心論, 4 quyển,[39] và *A-tì-đàm Tâm luận* 阿毗曇心論, 5 quyển,[40] *A-tì-đàm Tâm* 阿毗曇心, 4 quyển,[41] *A-tì-đàm Tâm* 阿毗曇心, 5 quyển.[42] Văn bản 4 quyển được dịch chung với Huệ Viễn 慧遠 ở Lô Sơn. Bản 5 quyển là bản dịch với Đạo An 道安 ở Tràng An.

Trong lời tựa giới thiệu cho bản dịch *Tạp A-tì-đạt-ma Tâm luận* (*Saṃyuktābhidharmahṛdayaśāstra*) của Tăng-già-bạt-ma (*Saṃghavarman* 僧伽跋摩) trong *Xuất tam tạng ký tập*,[43] tác giả vô danh cho chúng ta biết Pháp Thắng viết luận nầy vào giữa đời Tần (秦) và Hán (漢) (giữa năm 220 Ttl và năm 220 Stl).[44] Có thể Pháp

---

[39] T.2146, p.142b15; T.2034, p.70c7; T.2151, p.356c13; T. 2149. p.301a27-29, p.312a6 và p.325a6-7; T.2154, p.621a3-4, p. 695c14, p.720b10-11 và p.505a6-7; T.2157, p.801c24-25, p,954 b12 và p.1043c25.

[40] T.2146, p.142b14; T.2148, p.215b28-29.

[41] T.2145, p.10c12; T.2149, p.246b25; T.2153, p.434c19-21 và p.471a24-25.

[42] T.2153, p.44c12 và p.458a29. Trong mục lục *Taishō* 1, p.417 cũng có nhan đề *A-tì-đàm tâm* 阿毗曇心.

[43] T.2145, p.74b23-24. 雜阿毘曇心序第十七 未詳
如來泥洹數百年後。有尊者法勝。於佛所說經藏之中。抄集事要為二百五十偈。號阿毘曇心。其後復有尊者達摩多羅[*]攬其所製。以為文體不足理有所遺。乃更搜採眾經。復為三百五十偈。補其所闕號曰雜心。新舊偈本凡有六百篇。第之數則有十一品。篇號仍舊為稱。唯有擇品一品。全異於先。尊者多羅復即自廣引諸論敷演其義。事無不列列無不[14]辯。微言玄旨於是昭著。自茲之後。道隆於世。涉學之士莫不寶之以為美[15]談。於宋元嘉三年。徐州刺史太原王仲德。請外國沙門伊葉波羅。於彭城出之。擇品之半及論品一品。有緣事起不得出[16]竟。元嘉八年。復有天竺法師名求那跋摩。得斯陀含道。善練茲經來遊楊都。更從挍定諳詳大義。余不以闇短廁在二集之末。輒記所聞以訓章句。庶於[*]攬者有過半之益耳。

[44] Xem Lin, L.-k., *Aide-mémoire*. p.51; Willemen, Ch., *The Essence of*

Thắng đã sống trước vị luận sư biên soạn *A-tì-đạt-ma đại Tì-bà-sa luận* (*Abhidharmamahāvibhāṣāśāstra*).⁴⁵

Bản Hán dịch *A-tì-đạt-ma Tâm luận* (*Abhidharmahṛdayaśāstra*) có thể đặt niên đại vào nửa đầu triều Ngụy (魏), được biết vốn đã được dịch thuật khá rầm rộ bởi các nhà phiên dịch vùng Trung Á, chủ yếu là các quốc gia Nguyệt Chi (*Yuezhi*), xứ sở mà bắt đầu từ năm 250, đã trải rộng lãnh thổ đến tận Ấn Độ.⁴⁶

Trong lời mở đầu của *A-tì-đạt-ma Tâm luận*

(*Abhidharmahṛdayaśāstra*) 阿毘曇心論⁴⁷ ghi: Tôn giả Pháp Thắng tạo 尊者法勝造; Tăng-già-đề-bà (*Saṃghadeva* 僧伽提婆) dịch vào niên hiệu Thái Nguyên (太元) thứ I triều nhà Tấn (晉, năm 376 stl.)⁴⁸

Metaphysics, p.iii. Theo tư liệu chúng ta thấy trong *A-tì-đạt-ma đại Tì-bà-sa luận* (*Abhidharmamahāvibhāṣāśāstra*), nên không thể là căn cứ cho bộ luận sau (Willemen, Ch., *The Essence of Metaphysics*, p.ii). Bộ luận có thể có trước *Phát trí luận* (*Jñānaprasthāna*). (Frauwallner, E., WZKSO. 1971, p.86; Willemen, Ch., op.cit., p.ii; Ryose, W.R 'The Position of the Abhidharmahrdaya in the Historical Pevelopment of Sarvastivada Thought', ARI. No.5, 1986, p.4). Fukuhara, R., *Ubu Abidatsumaronsho no Hattatsu*. p.395, cho rằng bộ luận có trước *A-tì-đạt-ma Đại Tì-bà-sa luận* (*Abhidharmamahāvibhāṣāśāstra*), nhưng có sau *Phát trí luận* (*Jñānaprasthāna*).

45 Willemen, Ch., *The Essence of Metaphysics*, pp.iii-iv; Kawamura, T., Abidatsumaronsho no Shiryō teki Kenkyii. p.41. Yamada, R., *Paiio Bukkyō Seiritsuron Josetsu*. p.l 13, nói rằng có thể *A-tì-đạt-ma Tâm luận* (*Abhidharmahṛdayaśāstra*) được viết đồng thời với *Đại Tì-bà-sa* (*Mahāvibhāṣā*). Xem thêm W.R., ARI. No.5, 1986, pp.3-4.

46 Haloun, G., 'Zur Qe-tsi-Frage', ZPMG, No.91, 1937, p. 249; Bashan, A.L. (Ed.), *Papers on the Pate of Kaniska*. Leiden, 1968, pp.241-248 và p.257; Bagchi, P.Ch., *India and China*. Westport, 1971, pp,29-31; Zürcher, E., *Buddhist Conquest of China*. Leiden, 1972, p.36 và pp.48 ff.; Tsukamoto, Z., *A History of early Chinese Buddhism*. Tokyo, 1985, p. 136; Gemet, J., *Le monde chinois*. p. 177.

47 T.1550, p.809a5-7.

48 Xem Hoang, P., 'Concordance des chronologies néomeniques chinoise et

cùng với Huệ Viễn (惠遠)⁴⁹ ở Lô Sơn (廬山).⁵⁰

Charles Willemen⁵¹ đã chỉ ra rằng niên đại chính xác có thể là niên hiệu Thái Nguyên thứ XVI (năm 391 stl.),⁵² như đã được nêu trong *Xuất tam tạng ký tập* (p.72c29 và p.99c17-18).⁵³

Tăng-già-đề-bà sống ở Tràng An vào những năm Phù Kiên (符堅; 365-384) đời tiền Tần. Ngài học tiếng Hán trong vòng 4 đến 5 năm. Nhờ vậy, ngài thấy những bản dịch trước đó thường bị nhiều sai sót, ngài dịch lại những bản bị lỗi.⁵⁴ Vào niên hiệu Kiến Nguyên (建元) thứ XIX (383 stl)⁵⁵ ngài đáp lời thỉnh cầu của Pháp Hoà (法和), pháp hữu của Đạo An (道安),⁵⁶ dịch *Bát kiền độ* (*Aṣṭagrantha*).⁵⁷ Sau khi Phù Kiên thoái trào, ngài sang Lạc Dương với Pháp Hoà. Lúc đó, Huệ Viễn đang ở Lô Sơn, nghe tin Tăng-già-đề-bà đã về phương Nam, bèn thỉnh Tăng-già-đề-bà vào Lô Sơn. Theo lời thỉnh cầu của Huệ Viễn, Tăng-già-đề-bà dịch *A-tì-đạt-ma Tâm luận* (*Abhidharmahṛdayaśāstra*) vào niên hiệu Thái Nguyên thứ XVI (năm 391 stl.). Chính Huệ Viễn viết

---

européemie', *Variétés Sinologiques*. No.29, Paris, 1910, p.154.

[49] Xem T.2059, pp.357c23-361b13; Liebenthal, W., 'The Immortality of the Soul in Chinese Thought', MN, VIII, 1952, p.354.

[50] Xem Herman, A., *An Historical Atlas of China*. Edinburgh, 1966, p.35.

[51] Willemen, Ch., *The Essence of Metaphysics*, p.xxxii, n.40.

[52] Xem *Variétés Sinologiques*. No.29, Paris, 1910, p.156.

[53] Xem thêm Shih, R., *Biographies des moines éminents (Kao Seng Tchouan)* de Houei-kiao. Louvain, 1968, p.53 và *Chung-kuo Fo-chiao*. Vol.11, p.29.

[54] Theo cách đó, được biết, cùng với những tác giả khác, ngài đã dịch *A-tì-đạt-ma Tâm luận* (*Abhidharmahṛdayaśāstra*) (lần thứ I) vào năm 384 stl. Xem Bagchi, P.Ch., *Le canon bouddhique en Chine*. Vol.1, Paris, 1927, pp. 161-162; Wiliemen, Ch., *The Essence of Metaphysics*, p.ix; *Chung-kuo Fo-chiao Shih*, Vol.III, p. 384. Đây là bản dịch gồm 5 quyển.

[55] Xem *Tz'u-hai*. Shanehai. 1979. p.4776. T.2145, p.72a26-27: *Chung-kuo Fo-chiao*. Vol.11, p.29.

[56] Về Pháp Hoà, xem T.2059, p.354b 18-24. Về Đạo An, xem T.2059, pp.351a3-354a17; *Chung-kuo Fo-chiao*. Vol.1, p. 246; Gemet, J., *Le monde chinois*. p. 193.

[57] T.1543.

lời giới thiệu.⁵⁸ Niên hiệu Long An thứ I (397 stl)⁵⁹ Tăng-già-đề-bà sang Kiến Khang (Nam Kinh), kinh đô của nhà Tây Tấn, nơi ngài được trọng vọng, ở đó ngài giảng *A-tì-đạt-ma Tâm luận*.⁶⁰ Không biết Tăng-già-đề-bà viên tịch năm nào.

Theo *Chí Nguyên pháp bảo khám đồng tổng lục* (至元法 寶勘同總綠),⁶¹ có 1 bản dịch tiếng Tây Tạng về bộ luận nầy, tuy nhiên không thấy lưu hành.⁶²

Theo thủ bản của bộ luận nầy: S.6559; Giles 4336 (T.Vol.28, No. 1550, pp.822cl3-833b5). Lionel Giles⁶³: "Kinh luận được cúng dường do luật sư Chính Phổ 政普, bản văn được sao chép vụng về, gồm 19 trang, chỉ với mục đích lưu giữ văn bản."⁶⁴ Giles ghi nhận niên đại vào thế kỷ thứ VI.

Theo *Xuất tam tạng ký tập* và *Khai nguyên Thích Giáo lục*, cũng đề cập đến 1 bộ *A-tì-đạt-ma Tâm* (Abhidharmahṛdaya) gồm 16 quyển của Tăng-già-đề-bà, đã bị thất lạc vào đời Đường. Tuy vậy, bản dịch nầy không phải từ bộ luận của Pháp Thắng, mà tác phẩm được đề cập trong số những bản dịch sáng tiếng Hán từ tác phẩm của Pháp Cứu (Dharmatrāta).⁶⁵

---

⁵⁸ Xem Tsukamoto, Z., *A History of early Chinese Buddhism*, pp.427-428 và p.650; Ren, T.-y., *Chung-kuo Fo-chiao Shih*. Vol.III, p.471; *Chung-kuo Fo-chiao*. Vol.1, p.246. Vào năm 382, Đạo An đã thỉnh cầu Kumarabhadra dịch *A-tì-đạt-ma Tâm luận*, tuy nhiên nỗ lực nầy không thành tựu. *Chung-kuo Fo-chiao*. Vol.1, p,246.

⁵⁹ Xem *Variétés Sinologiques*. No.29, Paris, 1910, p.157.

⁶⁰ Xem *Chung-kuo Fo-chiao Shih*. Vol.II, p.31; Xem thêm T. 2151, p236; Tsukamoto, *Chūkoku Bukkyō Tsūshi*, pp457-458.

⁶¹ Taishō Index-volume 2, No.25, p.232a6.

⁶² Xem Willemen, Ch., *The Essence of Metaphysics*, p.ix; Ryose, W.R., ARI. No.5, 1986, p.6.

⁶³ Giles, L., *Descriptive Catalogue*, p. 127.

⁶⁴ Điều nầy có nghĩa là các trang giấy đều được bảo tồn. Giles, L., p. 127, mô tả rằng thủ bản còn trong tình trạng 'tốt', trên giấy màu vàng chanh (31 1/2 ft.)".

⁶⁵ Xem Willemen, Ch., *The Essence of Metaphysics*, pp.vi-viii vaf Dẫn nhập

IV. CẤU TRÚC TÂM LUẬN

Tác phẩm của Pháp Thắng gồm 250 kệ tụng với lời giải thích, chia thành 10 phẩm. Trong lời tựa cho bản dịch *Tạp A-tì-đạt-ma Tâm luận* (*Saṃyuktābhidharmahṛdayaśāstra*) của Pháp Cứu (*Dharmatrāta*) trong *Xuất tam tạng ký tập*, Tiêu Kính cho chúng ta biết rằng bộ luận của Pháp Cứu tương ứng với Tứ diệu đế:

"Giới phẩm thuyết minh pháp tướng, tương ứng với Khổ đế (*Duḥkhasatya*); ba phẩm Hành (*Saṃskāravarga*), Nghiệp (*Karmavarga*), và Sử (*Anuśayavarga*) là giải thích về nguyên nhân của sinh và tử, tương ứng với Tập đế (*Samudayasatya*); Hiền thánh phẩm (*Āryavarrga*) thuyết minh ý nghĩa cắt đứt các *Sử* đạt đến tịch diệt, tương ứng Diệt đế (*Niodhasatya*); Trí phẩm (*Jñānavarga*) và Định phẩm (*Samāvarga*) thuyết minh đạo vô lậu, tương ứng với Đạo đế (*Mārgasatya*). Các phẩm khác đều thuyết minh bổ sung cho các phẩm trước, không có nội dung riêng biệt."[66]

Baiyū Watanabe và Kōgen Mizuno[67] nêu ra giải thích như sau:

Khổ đế: 1. Giới phẩm và 2. Hành phẩm; *Tập đế*: 3. Nghiệp phẩm và Sử phẩm; *Diệt đế*: 5. Hiền thánh phẩm; *Đạo đế*: 6. Trí phẩm và 7. Định phẩm.[68]

(Introduction), p.lxxiv.

[66] T.2145, p.74b25-c3. Xem thêm *Chung-kuo Fo-chiao*. Vol.1, p.245. 後至晉中興之世。復有尊者達摩多羅。更增三百五十偈。以為十一品。號曰雜心。十品篇目仍舊為名。唯別立擇品篇以為異耳。位序品次依四諦為義。界品直說法相。以擬苦諦。行業使三品多論生死之本以擬[17]習諦。賢聖所說斷結證滅之義。以擬滅諦。智定二品多說無漏之道。以擬道諦。自後諸品雜明上事。更無別體也。

[67] Watanabe, B., and Mizuno, K., *KIK. Bidon-bu*. Vol.XX, pp.7ff..

[68] Với điều này, sẽ không mâu thuẫn với ý tưởng 7 phẩm đầu là cốt tuỷ thực sự của toàn bộ luận. Xem thêm Yamada, R., *Daiiō Bukkyō Seiritsuron Josetsu*. p.II7; Frauwallner, E., *Entstehune*. p.123. Armelin, I., *Le coeur de la loi supreme*, p.13, tương đồng với Yamada, R., *Daijō Bukkyō Seiritsuron Josetsu*. p.117, có I. Khổ đế (*duḥkhasatya*): phẩm 1 và 2; II. Tập đế (*samudayasatya*): phẩm 3 và 4; III. Diệt đế

Vì tác phẩm của Pháp Cứu lấy bộ luận của Pháp Thắng làm gốc, chúng ta có thể - mà không cần giới hạn nào - áp dụng cách hiểu về cấu trúc tác phẩm của Pháp Cứu vào bộ luận của Pháp Thắng: phẩm 1 đến 7 cấu tạo thành giáo lý cơ bản và tương ứng với Tứ thánh đế, các phẩm khác chỉ là phụ thêm.

Về quan điểm giáo lý, chúng ta thấy rằng bộ luận của Pháp Thắng là thuộc dạng luận của tăng sĩ ngoại quốc (*bahirdeśaka*; 外國人); đó là giáo lý được hệ thống hóa như đã lưu hành ở vùng Bactria và Gandhāra.[69]

Giáo lý như chúng ta thấy trong *A-tì-đạt-ma Tâm luận* (*Abhidharmahṛdayaśāstra*), rõ ràng đó là tác phẩm độc lập một người,[70] nó tồn tại chứng nào trường phái còn hoạt động. Phẩm 4, Sử phẩm (*Anuśayavarga*) và Phẩm 5 Hiền thánh phẩm (*Āryavarga*) trong hệ thống hóa của Pháp Thắng đã cấu trúc thành tinh yếu cốt tủy giáo lý.[71] Phẩm 4 thuyết minh về tùy miên (*anuśaya*), là nguyên nhân của sinh tử, phẩm 5 thuyết minh về con đường dẫn đến giải thoát. Giáo lý thực chất có thể tóm gọn như sau: chúng sinh phàm phu (*pṛthagjana*) có 10 kiết sử, phân thành *giới* (*dhātu*) và *loại* (*prākara*), gồm tất cả 98 tùy miên (*anuśaya*). Những tùy miên nầy được chuyển hóa toàn bộ thông qua con đường tu tập Tứ diệu đế, gồm 16 sát-na hiện quán của kiến đạo vị (*darśanamārga*), và thông qua tu đạo vị (*bhāvanāmarga*). Qua đó, *tận trí* (*kṣayajñāna*) và *vô sinh trí* (*anutpādajñāna*) sinh khởi. Đạt đến điều nầy, chúng sinh được giải thoát. Giáo lý về con đường tu tập giải thoát và tùy miên ăn khớp với nhau, và là một bộ phận của quan niệm khép kín.[72]

Rất có thể điều gì đó đã xảy ra sau khi hệ thống hóa học thuyết của Pháp Thắng, vốn không phụ thuộc vào sự phát triển trong hệ thống

---

(*nirodhasatya*): phẩm 5 và 6; IV. Đạo đế (*mārgasatya*): phẩm 7.

[69] Xem Willemen, Ch., *The Essence of Metaphysics*, p.xxi

[70] Frauwallner, E., WZKSQ. XV, 1971, p. 102.

[71] Frauwalber, E., WZKSQ. XV, 1971, pp.73-74. Xem thêm Yamada, R., *Daiiō Bukkyō Seiritsuron Josetsu*. p. 117.

[72] Frauwallner, E., WZKSQ. XV, 1971, p.86.

A-tì-đàm, đã có sự phát triển đối chiếu với A-tì-đàm cũ, bắt đầu với *A-tì-đạt-ma Tâm luận* (*Abhidharmahṛdayaśāstra*), có lẽ diễn ra trong các tác phẩm dẫn đến *A-tì-đạt-ma Câu-xá luận* của Thế Thân (theo đó những nguyên lý và ý tưởng nhất định, đã tồn tại trong A-tì-đạt-ma cũ được phát triển thêm).[73]

V. LUẬN GIẢI A-TÌ-ĐẠT-MA TÂM LUẬN CỦA ƯU-BA-PHIẾN-ĐA (*UPAŚĀNTA* 優婆扇多)

Luận giải đầu tiên về bộ luận của Pháp Thắng là *A-tì-đàm Tâm luận kinh* (T 28, 1551). Trong lời tựa cho bản dịch tiếng Hán của tác phẩm nầy, p.833c4, ghi là của Ưu-ba-phiến-đa (*Upaśānta* 優婆扇多). Trong lời dẫn trong bản dịch tiếng Hán của *A-tì-đạt-ma Tâm luận* (*Abhidharmahṛdayaśāstra*)[74] chúng ta thấy có một tham chiếu đến Ưu-ba-phiến-đa (*Upaśānta* 優婆扇多), như là tác giả luận giải tác phẩm của Pháp Thắng. Rất có thể, tác phẩm có nghĩa chính là tác phẩm này. Vì tác giả đề cập đến các bậc thầy của Đại Tì-bà-sa (*Mahāvibhāṣā*) (p. 841c17), Kế Tân giả (罽賓者) p.855a28 và c27, Kế Tân luận sư (罽賓論師),[75] chúng ta có thể kết luận rằng Ưu-ba-phiến-đa (*Upaśānta* 優婆扇多) ắt phải sống vào khoảng thế kỷ thứ III. Cũng

---

[73] Một ví dụ về Đại địa pháp (*mahābhūmika*), có thể phát hiện lần đầu trong *Giới thân túc luận* (*Dhātukāya*), và thấy nghĩa xác định của nó trong *A-tì-đạt-ma Câu-xá luận*. Tham khảo Frauwallner, E., *Entstehum*, p. 119: "Es handelt sich somit nicht um eine Einzelerscheinung, sondern offenbar um eine allgemeine Entwicklungstendenz".

[74] T.1552, (廣說梵音云毘婆沙以毘婆沙中義莊嚴處中之說諸師釋法勝阿毘曇心義廣略不同法勝所釋最為略也優婆扇多有八千偈釋又有一師萬二千偈釋此二論名為廣也和修槃頭以六千偈釋法宏遠玄曠無所執著於三藏者為無依虛空論也).

[75] Takakusu, J., 'The Life of Vasubandhu by Paramartha', TP, 1904, p.276, mô tả Kế Tân như là thuật ngữ của vùng Kāśmira trước thế kỷ thứ V, từ Huyền Trang trở đi, thuật ngữ Ca-thấp-di-la bắt đầu được sử dụng.

theo Taiken Kimura,⁷⁶ cho rằng Ưu-ba-phiến-đa (*Upaśānta* 優婆扇多) ắt phải sống vào thế hệ trước Pháp Cứu [tác giả của *Tạp A-tì-đạt-ma Tâm luận*; (*Saṃyuktābhidharmahṛdayaśāstra*)].

Baiyū Watanabe, Kōgen Mizuno và Hidetsuhe Oishi- người dịch tác phẩm sang Nhật ngữ, đặt niên đại Ưu-ba-phiến-đa (*Upaśānta* 優婆扇多) vào khoảng năm 300 stl.⁷⁷ Theo danh sách các vị tổ của Nhất thiết hữu bộ (*Sarvāstivāda*) trong *Xuất tam tạng ký tập*, Ưu-ba-phiến-đa (*Upaśānta* 優婆扇多) được xếp thứ 30, lần thứ 2 xếp thứ 27.⁷⁸

Do tác giả để cập đến *Kāśmīri* nhiều lần (p.841 c17, p.855a28, p.855c27), như thế chính ngài không ở tại *Kāśmīri*, chúng ta có thể kết luận rằng Ưu-ba-phiến-đa (*Upaśānta* 優婆扇多) là một vị tăng nước ngoài, ở xứ *Gandhāra*.

Lời đề tựa cho bản dịch tiếng Hán⁷⁹ (T. 28, 1551, p.833c3-6) có nhan đề *Pháp Thắng A-tì-đàm luận* (法勝阿毗曇論), 6 quyển. Cũng trong lời tựa, có nêu tên Cao Tề Thiên Trúc Tam tạng Na-liên-đề-da-xá (*Narendrayaśas* 那連提耶舍) dịch⁸⁰

Trong *Đại Đường Nội điển lục* (大唐內典綠) của Đạo Tuyên (道宣)⁸¹

---

⁷⁶ Kimura, T., *Kimura Taiken Zenshu IV*. p.230.

⁷⁷ Watanabe, B., Mizuno, K., và Oishi, H., *KIK. Bidon-bu*. Vol.XXI, 1932, p. 124. Xem thêm Ryose, W.R., ARL No.5, 1986, p.6.

⁷⁸ T.2145, p.89b10: 優波羅馱; Ưu-ba-la-đà, B., AD. s.v. 260, 753, 967 và 952); p.89c19: 優波擅大- Ưu-ba-chiên-đại B., AD, s.v. 260, 753, 967 và 952.

⁷⁹ 法勝論大德優波扇多釋 阿毘曇心論經序. 今欲解釋阿毘曇心, 利益弟子故。問曰: 不須解釋。所以者何? 古昔論師已釋阿毘曇心利益弟子, 故不須釋。答曰: 不然, 應須解釋。所以者何? 古昔論師雖釋阿毘曇心, 太廣太略, 彼未學者迷惑煩勞, 無由能取。我今離於廣略, 但光顯修多羅自性, 是故須釋。問曰: 何故釋阿毘曇心利益弟子耶? 答曰: 彼中已說不顛倒法相, 釋不顛倒法相令彼覺悟真實, 是故離諸過惡生諸功德, 得勇猛第一義利。問曰: 若如是者, 隨意解釋。答曰: 我當解釋。但諸師造論以吉為初, 一切吉中三寶最勝。是故本師為顯三寶少分功德故, 於論初先說此偈

⁸⁰ 高齊天竺三藏那連提耶舍譯 (六卷成部)

⁸¹ T.2157, p.954b14-17; T.2149, p.301a23-24.

(664 stl) cho chúng ta biết Na-liên-đề-da-xá dịch bộ luận nầy cùng với Pháp Trí (法智) ở Hà Thanh (河清)[82] (563 stl) tại Thiên Bình tự (天平寺) thuộc nước Nghiệp (鄴), kinh đô của Bắc Tề.[83]

Na-liên-đề-da-xá là người thuộc hàng sát-đế-lợi của dòng họ *Śakya*, sinh ở *Uḍḍiyāna* miền Bắc Ấn Độ. Sư đến kinh đô nước Nghiệp giữa năm 550 và 558,[84] Sư trú tại Thiên Bình tự. Được biết chính từ nơi đây, Sư dịch bộ luận của Ưu-ba-phiến-đa. Đầu triều Bắc Chu (577 stl.), Na-liên-đề-da-xá gặp nhiều trắc trở, tuy nhiên vào đầu triều nhà Tùy (581 stl), Sư được thỉnh trở lại Tràng An lần nữa vào niên hiệu Khai Hoàng thứ 2[85] (582 stl.), Sư trú tại Đại Hưng Thiện tự, tiếp tục phiên dịch bộ luận nầy. Sư viên tịch vào niên hiệu Khai Hoàng thứ 9.[86]

Theo *Chí Nguyên Pháp bảo khám đồng tổng lục* (至元法 寶勘同總綠)[87] có một bản dịch tiếng Tây Tạng về bộ luận nầy. Tuy nhiên đã bị thất lạc ngay vào thời điểm biên soạn mục lục.

Về mặt cấu trúc, bộ luận nầy hầu như chính xác là bản sao từ tác phẩm của Pháp Thắng, ngoại trừ hai kệ tụng 44 và 103 trong tác phẩm của Pháp Thắng. Ưu-ba-phiến-đa mô phỏng toàn bộ kệ tụng trong *A-tì-đạt-ma Tâm luận*.[88] Thêm vào trong bộ luận của Pháp Thắng là kệ tụng 33 đến 36 theo ấn bản đời Nguyên và kệ tụng 223.[89]

---

[82] Xem *Variétés Sinologiques*. No.29, 1910, p.425. Xem thêm Ren, T.-y., Chung-kuo Fo-chiao Shih. Vol.III, p.471 và *Chung-kuo Fo-chiao*. Vol.1, p.247.

[83] Xem Bagchi, P.Ch., *Le canon bouddhique en Chine*. Vol.1, p.271.

[84] Xem Bagchi, P.Ch., *Le canon bouddhique en Chine*. Vol.1, p.270-271.

[85] Xem *Variétés Sinologiques*. No.29, 1910, p.180

[86] Xem *Variétés Sinologiques*. No.29, 1910, p.18I. Xem thêm; T.2060, pp.432a24-433b6; T.2034, p.87c2-6: T.2154, pp.543cl9-544 b24; Bagchi, P.Ch., *Le canon bouddhique en Chin e*. Vol.11, Paris, 1938, pp.442-443; Willemen, Ch, *The Essence of Metaphysics*, p.xii

[87] Taishō Index-volume 2, No.25, p.232b3.

[88] Hai bài kệ nầy xuất hiện lại trong bộ luận của Pháp Cứu (kệ 108 và 240) và trong *A-tì-đạt-ma Câu-xá luận* (phẩm 4, kệ 21 b, và phẩm 6, kệ 20).

[89] T.1551, p.839b2-23a p.866b21-28 theo thứ tự. Bài kệ sau cùng nầy

Theo cách nầy, bộ luận của Ưu-ba-phiến-đa có tổng cộng 249 kệ tụng. Do luận giải bằng thể văn trường hàng về các bài kệ chi tiết hơn trong bộ luận của Pháp Thắng, nên tác phẩm của Ưu-ba-phiến-đa gồm 6 quyển, so với 4 quyển của Pháp Thắng. Tên và thứ tự các phẩm cũng được giữ nguyên. Chỉ có điểm khác là 3 phẩm trong số nầy (phẩm 4 Tùy miên; phẩm 7 Định; phẩm 8 Kinh) mỗi phẩm có 2 phần.

Về nội dung, tác phẩm của Ưu-ba-phiến-đa chỉ khác biệt với tác phẩm của Pháp Thắng vài điểm nhỏ. Khi Ưu-ba-phiến-đa có những điểm khác với Pháp Thắng, sự nêu rõ ảnh hưởng của *Tì-bà-sa*. Ảnh hưởng nầy có thể được giải thích bằng thực tế là Ưu-ba-phiến-đa biên soạn bộ luận nầy vào thời gian không xa lắm với thời đại của Pháp Thắng, là người đã thể hiện ảnh hưởng của *Tì-bà-sa* rất rõ nét khi biên soạn bộ luận, tương đồng thời gian ở *Gandhāra*.[90] Những ý tưởng của phái *Tì-bà-sa* ắt hẳn đã rất thịnh hành vào thời của Ưu-ba-phiến-đa.

Ý tưởng của Ưu-ba-phiến-đa khác với Pháp Thắng trong 18 trường hợp; chỉ có 4 trong 18 điều nầy là ở trong phẩm 4 và 5, mà Erich Frauwallner mô tả là cốt tủy của giáo lý.[91]

VI. ĐỐI CHIẾU CẤU TRÚC NỘI DUNG A-TÌ-ĐẠT-MA TÂM LUẬN VÀ CÂU-XÁ LUẬN (*KOŚA*)

A-tì-đạt-ma Câu-xá luận (*Abhidharmakośabhāṣya*) là tác phẩm của Thế Thân (*Vasubandhu*; 400-480), ngài xuất thân từ *Purusapura* (Peshawar) ở *Gandhāra*. Bộ luận nầy được Chân Đế (*Paramārtha*) dịch năm 567, số hiệu T. 1559. Bản dịch thứ hai do Huyền Trang thực hiện vào năm 654, số hiệu T. 1558. Phác đồ của *Câu-xá luận* lấy cảm hứng từ *Tạp A-tì-đạt-ma Tâm luận- Miśrakābhidharmahṛdaya*)

---

tương ứng với bộ luận của Pháp Cứu (kệ 458, pp. 943 c18-944a10) và trong *A-tì-đạt-ma Câu-xá luận* (phẩm 1, kệ 5-6). Xem thêm Dẫn nhập.
[90] Willemen, Ch., *The Essence of Metaphysics*, p.xiii. Xem thêm Dẫn nhập, pp.xvii-xviii.
[91] Frauwallner, E., WZKSO. 1971, p.73.

rồi quy trở lại với *Tâm luận* (*Hṛdaya*). Kimura Taiken cho thấy rằng *Câu-xá luận* được tái cấu trúc từ *Tạp A-tì-đạt-ma Tâm luận* (*Miśrakābhidharmahṛdaya*).⁹² Lữ Trưng cũng nói như vậy ở Trung Hoa,⁹³ dựa trên tác phẩm của Kimura. Kimura Taiken chỉ ra rằng 7 phẩm đầu trong *Tạp A-tì-đạt-ma Tâm luận* của Pháp Cứu tạo thành nền tảng của *Câu-xá luận*. Ông còn phát triển luận điểm, cho rằng *Câu-xá luận* chỉ là luận bản mở rộng từ *A-tì-đạt-ma Tạp Tâm luận* của Pháp Cứu. Không chỉ ở những tiêu đề và những phẩm theo đó biểu thị cho điều nầy, mà còn nội dung của những phẩm nầy. Ông đối chiếu chi tiết nội dung của phẩm đầu, đi đến kết luận rằng, dù bản tiếng Hán có thể khác hơn, nhưng bản gốc tiếng *Sanskrit* ắt phải đồng nhất. Chỉ có phẩm thứ 9, gọi là *Lokanirdeśa,* bàn về bổ-đặc-già-la (*pudgala*),⁹⁴ là không liên quan trực tiếp đến *Tạp A-tì-đạt-ma Tâm luận*. Hiển nhiên không có mối liên hệ cấu trúc giữa *Bát kiền độ* (八犍度 *Aṣṭagrantha*) và *A-tì-đạt-ma Tâm luận*.

Trong lời tựa cho *Tạp A-tì-đạt-ma Tâm luận*, Tiêu Kính Pháp sư (焦鏡法師) cho chúng ta biết rằng các phẩm của *Tâm luận* tương ứng với Tứ diệu đế.⁹⁵

Tứ đế Phẩm

I. Khổ 1. Giới phẩm (*Dhātuvarga*)

II. Tập 2. Hành phẩm (*Saṃskāravarga*). 3. Nghiệp phẩm (*Karmavarga*), 4. Sử phẩm (*Anuśayavarga*)

III. Diệt 5. Thánh hiền phẩm (*Āryavarga*)

---

⁹² Kimura Taiken trong tác phẩm *Abidatxuinaron no Kenkyu,* Tokyo 1922, pp. 297 et seq. Tái bản Tokyo 1974, pp. 259.

⁹³ Lu Cheng 1979, pp. 304; idem 1979b, pp. 135-137.

⁹⁴ 破說我品第九, quyển 22.

⁹⁵ *Xuất tam tạng ký tập*, T 2145, pp74bc: T55n2145_p0074b27: 號曰雜心。十品篇目仍舊為名。唯別立擇品篇以為異耳。位序品次依四諦為義。界品直說法相。以擬苦諦。行業使三品多論生死之本以擬[17]習諦。賢聖所說斷. 結證滅之義。以擬滅諦。智定二品多說無漏之道。以擬道諦。

IV. Đạo 6. Trí phẩm (*Jñānavarga*), 7. Định phẩm (*Samadhivarga*)

Các phẩm còn lại là phụ, đó là Khế kinh phẩm (*Sūtravarga*), Tạp phẩm (*Prakīrṇaka*), Luận phẩm [(*Dharma*)*kathā*].

Erich Frauwallner[96] sắp xếp như sau: Phẩm 4, Sử phẩm (*Anuśayavarga*) và

Phẩm. 5, Thánh hiền phẩm (*Āryavarga*) là phần chính của Tâm luận. Thánh hiền phẩm (*Āryavarga*) Giải thích con đường đưa đến giải thoát.

Tóm tắt giải thích của Erich Frauwallner: "Có vẻ như giáo lý này cần được xem như một sáng tạo ban đầu [bởi Pháp Thắng (*Dharmaśreṣṭhin*)]... Các tư liệu từ kinh điển đã được sử dụng. Nỗ lực chỉ ra mối quan hệ nhân quả giữa tâm giải thoát và sự tiêu dung phiền não (*anuśayāḥ*) là yếu tố quyết định trong việc tạo nên giáo lý này. Và vì lý thuyết này, trong tất cả các phần của nó, đã tạo thành một tổng thể thống nhất, chúng ta có lý khi xem đó là một sáng tạo độc đáo đại diện cho bước quan trọng nhất để hình thành hệ thống học thuyết của Nhất thiết hữu bộ (*Sarvāstivāda*).[97] Pháp Thắng (*Dharmaśreṣṭhin*) thay thế thuật ngữ tịnh hóa các *lậu hoặc* (*āsrava*) trong kinh, con đường đưa đến giải thoát, bằng thuật ngữ *sử* (*anuśaya*). Điều nầy nhất trí với Đạo đế (*āryamārga*) như được giải thích bởi Pháp Thắng (*Dharmaśreṣṭhin*). Erich Frauwallner kết luận rằng ta có thể nói con đường dẫn đến giải thoát và giáo lý về *sử, tùy miên* (*anuśaya*) là một phần của khái niệm đó. Ông xem *Tâm luận* (*Hṛdaya*) và phiên bản mới *Câu-xá luận* của Thế Thân, là sự trình bày học thuyết lâu đời nhất và có hệ thống của Nhất thiết hữu bộ (*Sarvāstivāda*).[98] Phẩm 8, Khế kinh (*Sūtravarga*), và Phẩm 9 Tạp phẩm (*Prakīrṇaka*) của Tâm luận là phần bổ sung. Phẩm 10, Luận phẩm [(*Dharma*) *kathā*], là phần giáo lý gồm mười câu hỏi và câu trả lời, nhằm kiểm tra nhận thức của hành giả A-tì-đạt-ma.

Dĩ nhiên, Pháp Thắng (*Dharmaśreṣṭhin*) không chỉ căn cứ vào

---

[96] Frauwailner 1971, pp. 73 và các trang kế tiếp
[97] Frauwallner 1971, pp. 121.
[98] Frauwallner 1971, pp. 124.

A-hàm (*āgama*), mà còn dựa vào những kinh trước đó, chẳng hạn như *A-tì-đạt-ma Ngũ pháp hạnh kinh* 阿毘曇五法行經 (*Pañcavastuka*).⁹⁹

Vào thế kỷ thứ V, Thế Thân, luận sư xứ Gandhāra đã buộc những người thuộc phái Tì-bà-sa (*Vaibhāṣika*) phải vào thế phòng thủ. Ngài làm việc đó bằng cách quay trở lại *Tâm luận* (*Hṛdaya*), vượt lên trên hệ *Bát kiền độ-Phát trí* (*Aṣṭagrantha-Jñānaprasthāna*)

Phái Kāśmīra được gọi là chính thống, hầu như đã biến mất vào khoảng giữa thế kỷ thứ VII, và các luận sư cựu Nhất thiết hữu bộ (*Sarvāstivāda*) ở miền tây, hay đúng hơn là một phần lớn trong số họ trở nên chiếm ưu thế, hiện còn được gọi là Căn bản thuyết Nhất thiết hữu bộ (*Mūla-Sarvāstivāda*).¹⁰⁰

Tây Tạng trở thành quốc gia Phật giáo khi những luận sư Căn bản thuyết Nhất thiết hữu bộ (*Mūla-Sarvāstivāda*) đạt đến vị trí nổi bật.

Ở Trung Hoa, hệ giáo lý A-tì-đạt-ma xuất hiện vào thế kỷ thứ V, gọi là Tì-đàm tông (毘曇宗) dựa trên *Bát kiền độ* (*Aṣṭagrantha*) và trên *Tạp A-tì-đạt-ma Tâm luận*.¹⁰¹ Sau *Câu-xá luận* do Chân Đế (*Paramārtha*) dịch vào năm 567, hệ giáo lý Câu-xá luận trở nên tương tục với hệ A-tì-đạt-ma. Cùng lúc ở miền tây bắc Ấn Độ, Câu-xá luận nối tiếp *Tạp A-tì-đạt-ma Tâm luận*. Huyền Trang, người được biết đến đã điều chỉnh các bản dịch của mình theo quan điểm của Kinh lượng bộ (*Sautrāntika*),¹⁰² đã thay thế dòng hệ *Câu-xá luận* cũ này bằng bản dịch *Câu-xá luận* mới của ngài vào năm 654. Hệ *Câu-xá luận* mới này đã du nhập vào Nại Lương (Nara) Nhật Bản (710-784).

---

⁹⁹ Frauwallner 1971, pp. 124. *Pancavastuka* 阿毘曇五法行經 là một trong những văn bản *A-tì-đạt-ma* sớm nhất ở Trung Hoa, do An Thế Cao dịch, T. 1557. An Thế Cao 安世高 tăng sĩ xứ An Tức. Bản tiếng Hán nầy thêm thuật ngữ *pháp* (*dharma*; 法) vào 5 yếu tố vốn đã quen trong dân gian là ngũ hành 五行.

¹⁰⁰ Willemen 1998b. pp. 266-267. Phải chăng đây là những nhà Kinh lượng bộ (*Sautrāntika*), đã sử dụng luật trường hàng (*long vinaya*), có nghĩa là Thí dụ bộ (*Dārṣṭāntika*).

¹⁰¹ Willemen 1998b. pp. 266-267.

¹⁰² Chúng ta đừng quên rằng Huyền Trang đã học và dạy tại đại học *Nālandā*.

VII. TÂM LUẬN (*HṚDAYA*) TRONG VĂN HỆ A-TÌ-ĐẠT-MA

Kimura phân tích các thời kỳ phát triển của văn học A-tì-đạt-ma thành bốn giai đoạn[103], trong đó *A-tì-đàm tâm luận* của Pháp Thắng được xếp vào thời kỳ *Luận thư cương yếu*. Thời kỳ nầy nhắm giải thích những vấn đề khó khăn, những nạn vấn nêu lên bởi các bộ phái khác về các luận thư căn bản của A-tì-đạt-ma. Về văn hệ *Pāli*, có thể kể *Thanh tịnh đạo* (*Visuddhinagga*) của Phật Âm (*Buddhaghosa*) trong thế kỷ V Stl., và *Abhidhammatthasaṅgaha* của *Anuruddha*, ước định khoảng thế kỷ XI hay XII tl. Ở phương Bắc, có tác phẩm đồ sộ Đại Tì-bà-sa của Nhất thiết hữu bộ và các tác phẩm cương yếu khác như *A-tì-đàm Tâm luận* của Pháp Thắng, *Tạp A-tì-đàm Tâm luận* của Pháp Cứu, v.v... Nổi bật nhất là *A-tì-đạt-ma Câu-xá* của Thế Thân.

Có thể hợp lý khi cho rằng, trong khi A-tì-đạt-ma Thượng tọa bộ (*Sthāviriya*) quay lại với giáo lý của Xá-lợi-phất (*Śāriputra*), A-tì-đạt-ma của Đại chúng bộ (*Mahāsāṃghika*) trở lại với giáo lý của Trưởng lão Ca-chiên-diên (*Mahākātyāyana*), bậc luận nghị đệ nhất, xuất thân từ xứ *Ujjayinī* ở *Avanti*.[104] Khu vực quan trọng nhất đối với Đông Á là vùng tây bắc Ấn Độ, trung tâm văn hóa *Gandhāra*.[105]

Phái *Kāśmīra* hầu như không có bất kỳ ảnh hưởng nào ở Trung Hoa trước thời Cưu-ma-la-thập (Kumarajīva) (350-ca. 409), thậm chí cho đến thế kỷ thứ VII, ảnh hưởng của phái *Kāśmīra* là rất hạn chế ở vùng Đông Á. Trung tâm văn hóa Gandhāran là vùng chủ yếu của Nhất thiết hữu bộ (*Sarvāstivāda*). Đây được gọi là Kinh lượng bộ (*Sautrāntika*) theo phái *Tì-bà-sa* (*Mahāvibhāṣā*) và A-tì-đạt-ma Tạng (*Abhidharmapiṭaka*) của phái *Kāśmīra*, được cho là lời của Đức Phật vào thế kỷ thứ II stl. Những vị trong số Nhất thiết hữu bộ (*Sarvāstivāda*) hành trì theo luật của Mathura, trong Thí dụ (*Avadāna*)

---

[103] Taiken Kimura, op.cit. tr. 44.

[104] Về *Mahākātyāyana*, xem Lamottc 1988. pp. 189; Hirakawa 1993, pp. 76-77.

[105] Xem các bài báo của Willcmen. Trong *Indian (International) Journal of Buddhist Studies* từ năm 1998, và trong *Asiarische Studien* 55, 2001.

và Bản sanh (*Jātakas*), dường như Thí dụ bộ (*Dārṣṭāntika*)[106] thuộc trung tâm văn hóa Gandhāra. Một số có lập trường của Độc tử bộ (*Vātsīputrīya*), tin vào một bổ-đặc-già-la (*pudgala*) hoặc *ngã* tồn tại, và một số công nhận lập trường của Đại chúng bộ (*Mahāsāṃghika*).

VIII. CÁC BÀI TỰA CHO TÂM LUẬN

Theo sưu tập trong *Xuất tam tạng ký tập* (T1245) của Tăng Hựu (僧祐), có 2 bài tựa cho *A-tì-đạt-ma Tâm luận*.[107] Một đã bị thất lạc, được viết sau thời điểm Đạo An viên tịch (312-385).[108] Bài thứ hai là của Huệ Viễn (惠遠 334-416). Huệ Viễn đã tham gia để cho ra đời bản dịch hoàn chỉnh cùng với Tăng-già-đề-bà (*Samghadeva* 曾伽提婆) vào niên hiệu Thái Nguyên 太元 16, năm 391 stl. tại Lô Sơn 盧山. Số hiệu phiên bản nầy là T.1550.

Lời tựa của vô danh cho chúng ta biết rằng Đạo An 道安 đã thỉnh cầu Cưu-ma-la-bạt-đề (*Kumārabuddhi* 鳩摩羅跋提)[109] ở Tràng An phiên dịch *Tâm luận* (*Hṛdaya*). Nhưng *Kumārabuddhi* không hoàn thành được, vì khả năng tiếng Hán của ông không đủ. Lời tựa cũng nói rằng Tăng-già-đề-bà hoàn tất bản dịch vào năm 391 ở Nam Sơn Tinh xá (南山精舍) thuộc Tầm Dương (尋陽).[110] Huệ Viễn đã đóng vai trò tích cực trong việc cho ra đời bản dịch bộ luận nầy.

---

[106] Willemen 2001b. pp. 531. *Thập tụng luật* (*Daśabhāṇavāra*) T. 1435. có lẽ là bộ luật của chư tăng vùng *Kāśmīra*.

[107] T55n2145_p0069a14: 阿毘曇心序第十　未詳作者
T55n2145_p0069a15: 阿毘曇心序第十一　慧遠法師

[108] Năm được nói đến là 391. Theo *Ren Jiyu* 1985, pp. 192, giả định đây là bài tựa lần đầu của Huệ Viễn

[109] T55n2145_p0072b1 阿毘曇心序第十, 未詳作者. 釋和尚昔在關中. 令鳩摩羅跋提出此經. 其人不閑晉語. 似偈本難譯遂隱而不傳至於斷章直云修妒路.
Kumārabuddhi: Cưu-ma-la-bạt-(phật)-đề (*Jiumoluoba*; 鳩摩羅跋(佛)提). Hán dịch 童覺

[110] T55n2145_p0072b22: 以晉泰元十六年歲在單閼貞于重光. 其年冬於尋陽南山精舍. 提婆自執胡經. 先誦本文. 然後乃譯為晉語. 比丘道慈筆受. 至來年秋. 復重與提婆校正. 以為定本.

TỰA A-TÌ-ĐẠT-MA TÂM LUẬN CỦA HUỆ VIỄN

阿毘曇心序

釋慧遠

A-tì-đàm tâm là những bài tụng trọng yếu trong Tam tạng, như lời ca vi diệu được xướng lên. Tác phẩm này quán thông các kinh điển, nắm giữ cương yếu của giáo pháp, do đó người biên soạn lấy chữ "tâm" làm tên gọi.

Có vị xuất gia khai sĩ, tự xưng là Pháp Thắng, trí tuệ sâu rộng, nghiên cứu uyên thâm. Ngài như rồng ẩn nơi đầm sâu mà tự có ánh sáng. Ngài nhận thấy rằng *A-tì-đàm kinh* có nguồn gốc sâu rộng, khó thể hoàn toàn nắm bắt, nếu không phải là bậc tài trí phi thường thì không thể lĩnh hội trọn vẹn. Vì vậy, ngài đã khảo sát những điểm tinh yếu và biên soạn tác phẩm này. Khởi đầu từ phẩm *Giới*, kết thúc ở phần *Vấn luận*, gồm tổng cộng hai trăm năm mươi bài kệ, được dùng để giải thích những yếu nghĩa, gọi là *Tâm*.

Bài tụng của tác phẩm này ví như thiên nhạc, như tiếng sáo huyền diệu tự nhiên phát ra, thể thức có thể quy nạp các pháp, mỗi một câu tụng, mỗi lần xướng đọc, đều mô phỏng dáng đi của chim, bước chạy của thú. Mỗi một nhịp điệu, mỗi lần kéo dài thanh âm, đều phù hợp với tâm trạng của muôn vật. Khi tình cảm và các loài biến chuyển, thì thanh âm cũng theo đó mà thay đổi, trở thành ca khúc. Khi hơi thở và nhịp điệu hợp nhau, thì âm thanh hòa với tiết tấu mà cùng cất lên. Khi gõ vào kim thạch, trăm loài đều nhảy múa; khi hòa vào tấu nhạc, người và thần đều cảm ứng. Đây chính là sự hội tụ vi diệu của âm thanh, cùng hướng đến pháp tánh tự nhiên, không thể dùng lời mà diễn tả hết được.

Hơn nữa, luận này lấy thể kệ tụng làm nền tảng, nhằm giải thích các ý nghĩa rộng lớn. Trước tiên đề cao nội giáo để làm sáng tỏ ngoại giáo, như lần theo gốc để tìm ra cành nhánh. Có thể nói rằng, những điều vi diệu phát xuất từ bên trong, rồi lan tỏa đến bốn phương. Những yếu chỉ quan trọng trong giáo pháp này có ba điểm:

Hiển bày pháp tướng để làm sáng tỏ căn bản.

Ấn định tự tính của mỗi pháp theo tự nhiên.

Nguyên lý của tâm pháp là khi sinh khởi thì tất yếu cùng vận hành và tương ưng.

Vì cùng vận hành nên tất yếu đồng cảm, nhờ đó có thể chiếu soi sự tương quan giữa các pháp số. Khi tự tính được ấn định theo tự nhiên, thì có thể đạt đến cùng tột của chân lý. Khi pháp tướng được hiển bày trong cảnh giới chân thực, thì có thể nhận biết sự sai lầm của vọng tình và khả năng quay về nguồn chân. Khi tâm bản nhiên sáng tỏ qua ba quán, thì có thể thấy rõ con đường huyền diệu mà tiến vào. Sau đó, luyện tâm để đạt đến sự thấu triệt, như nước trong gương sáng soi sáu cửa, gột rửa tâm thức để thanh tịnh trí huệ, noi theo dấu vết thánh nhân, quán sát sự tương quan của các pháp số, từ đó giác ngộ lý *hữu* mà thấu đạt lý *không*, hướng đến tận cùng chân lý, từ đó mà nhập vào chỗ sâu xa vi diệu.

Sa-môn Tăng-già-đề-bà nước Kiền-đà-la (*Gandhāra*) từ nhỏ đã say mê văn nghĩa này, càng nghiền ngẫm thì lại càng thấy thâm diệu. Ngài thâm nhập các yếu chỉ của bậc tông sư, lãnh hội thâm thúy, lại xét cả tình cảm con người mà vận dụng điều mình đã ngộ nhập. Nhân duyên hội ngộ, khi ngài đến vùng này, được thỉnh cầu dịch bộ luận này. Ngài bèn cầm bản gốc tiếng Phạn (Hồ bản), khẩu tuyên dịch ra tiếng Tấn (Hán). Khi đối trước văn bản, ngài luôn cẩn trọng, mỗi đoạn đều xem xét ba lần, trân trọng tôn kính, không dám sơ suất.

PHÀM LỆ

Thuật ngữ tiếng Phạn trong sách nầy đều là tiếng *Sanskrit*, được in nghiêng trong các chú thích.

CHÁNH VĂN
A-TÌ-ĐẠT-MA TÂM LUẬN
ABHIDHARMAHṚDAYAŚĀSTRA

阿毘達摩心論

T.1550, 4 quyển

Tỉ-khưu Pháp Thắng (*Dharmaśreṣṭhin* 法勝) tạo luận
Tăng-già-đề-bà 曾伽提婆 (*Samghadeva*) và **Huệ Viễn** 惠遠
dịch vào niên hiệu Thái Nguyên 太元 thứ 16, năm 391 stl.
tại Lô Sơn 盧山, đời Đông Tấn 東晉
Tỉ-khưu Thích Nhuận Châu
Việt dịch và chú thích

QUYỂN I
PHẨM THỨ NHẤT
GIỚI[1]

Trước tiên, con kính đảnh lễ đấng Tối thắng[2],
Dung mạo từ bi, lìa xa phiền não.
Kính cẩn quy ngưỡng toàn bộ Pháp[3],
và Tăng-già[4], bậc A-la-hán[5].

Khi nói: "Phải biết các đặc tính của các pháp[6]", vậy vì lý do gì mà phải biết đặc tính của các pháp? Người có tâm xác tín kiên định sẽ biết các đặc tính của các pháp luôn luôn chắc chắn[7].

Có người nói: "Khi tri thức xác định[8] có đặc tính của tri thức xác định, thì đó là chắc chắn. Thế nên, nói rằng phải biết đặc tính của

---

[1] *Dhātuvarga*; giới phẩm

[2] Nghi thức thông dụng của các Luận sư trước khi tạo luận. Trước tiên kính lễ Tam bảo. Tối Thắng chỉ cho Đức Phật; *Paramaśreṣṭha, Anuttara.*

[3] *dharma.*

[4] *saṃgha.*

[5] 羅漢見真諦：次說阿羅漢。真實福田應彼供養故名阿羅漢。此一向說無學。說無學已次說學見真實。真實者。四聖諦不顛倒。Pháp Cứu. *Tạp Tâm luận,* Giới phẩm 1.

[6] *dharma lakṣaṇa*; 法相: tướng chung của các pháp, đặc tính của các pháp.

[7] *niścita-jñāna*: trí tuệ chắc chắn, tri thức không dao động. 知常定相. Xem thêm kệ 139 về trí (*jñāna*)

[8] 定智.

các pháp."

Hỏi: Thế gian cũng biết các đặc tính của các pháp. Dù có thể vô cùng ngu muội, nhưng vẫn biết rằng cái có đặc tính cứng chắc là đất, cái có đặc tính ẩm ướt là nước, cái có đặc tính nóng là lửa, cái có đặc tính chuyển động là gió, cái có đặc tính không chướng ngại là hư không, và cái có đặc tính vô hình là thức[9].

Vậy thì trong tất cả mọi điều, cái đã được biết thì không cần phải biết lại. Nếu điều đã được biết lại cần phải biết thêm lần nữa, thì điều đó sẽ không có điểm dừng[10]. Nhưng những điều này không phải

---

[9] Sáu đại chủng: địa, thủy, hỏa phong, không, thức. Tham khảo *Câu-xá luận* 1, 49.

[10] Có điểm tương đồng về khái niệm *Hồi quy vô tận* (Infinite Regress) trong triết học phương Tây, chỉ một chuỗi suy luận, giải thích hoặc nguyên nhân kéo dài vô hạn, không có điểm kết thúc. Đây là một vấn đề quan trọng trong lý luận triết học, đặc biệt trong các lĩnh vực nhận thức luận (epistemology), siêu hình học (metaphysics) và luận lý học (logic). Trong nhận thức luận (*epistemology*), hồi quy vô tận xuất hiện trong vấn đề nền tảng của tri thức (*foundation of knowledge*). Một câu hỏi quan trọng là: *Làm thế nào để chúng ta biết một điều gì đó là đúng?* Trong siêu hình học (*metaphysics*), hồi quy vô tận thường xuất hiện trong các vấn đề về *nguyên nhân đầu tiên* (*first cause*) và *bản thể luận* (*ontology*). Ví dụ, trong lý luận về *nguyên nhân của vũ trụ*, thường đặt ra câu hỏi: *Vũ trụ được tạo ra từ đâu? Nếu nó được tạo ra từ một nguyên nhân nào đó, thì nguyên nhân đó đến từ đâu?* Chuỗi này có thể kéo dài vô tận, dẫn đến vấn đề hồi quy vô tận. Để giải quyết, một số triết gia như Thomas Aquinas đưa ra khái niệm *Nguyên nhân Đệ nhất* (*First Cause*) – tức một thực thể không bị tác động bởi nguyên nhân nào khác (ví dụ: Thượng Đế trong triết học Kitô giáo). Trong toán học và logic, hồi quy vô tận có thể dẫn đến nghịch lý. Một ví dụ nổi tiếng là Nghịch lý Russell (*Russell's Paradox*), trong đó Bertrand Russell phát hiện rằng nếu tập hợp có thể chứa chính nó hoặc không, thì hệ thống logic gặp mâu thuẫn. Ở đây, A-tì-đạt-ma Phật giáo thời kỳ đầu Pháp Thắng đã có cái nhìn siêu xuất, đặt ra vấn nầy trước khi triết học phương Tây đã nêu ra. Và chúng ta thấy, phải đến thế kỷ thứ XIII Thomas Aquinas (1225

là vô tận. Vậy theo cách nào mà họ nói rằng phải biết đặc tính của các pháp?

Đáp: Thế gian[11] không biết đặc tính của các pháp. Nếu thế gian biết các đặc tính của các pháp, thì tất cả những gì thuộc về thế gian cũng phải là xác định. Nhưng thực tế, nó không xác định.

Cái gọi là đặc tính của các pháp là luôn luôn xác định. Không thể nói rằng một người biết các đặc tính của các pháp nhưng lại không xác quyết. Nếu như vậy, thì cái không xác định cũng sẽ trở thành xác định, nhưng điều đó không đúng. Vì vậy, thế gian không biết đặc tính của các pháp.

Lại nữa, đất vốn có đặc tính cứng chắc, cũng mang đặc tính vô thường, khổ và vô ngã[12]. Nếu không phải như vậy, thì cái gì có đặc tính cứng chắc lẽ ra phải có đặc tính thường hằng, lạc và ngã, nhưng thực tế không phải như vậy.

Do đó, cái gì có đặc tính cứng chắc cũng mang đặc tính vô thường, khổ và vô ngã. Nếu đối với đất, thế gian biết rằng nó có đặc tính cứng chắc, thì đặc tính vô thường, đặc tính khổ và đặc tính vô ngã của nó cũng phải được biết đến. Nhưng thực tế, chúng không được biết đến. Vì vậy, thế gian không biết rằng đất có đặc tính cứng chắc.

Hỏi: Trước đây, đã nói rằng các đặc tính của các pháp phải được biết. Vậy còn những pháp này thì sao?

Đáp: **(2)**

Khi biết rõ các tướng
Chánh giác mở huệ nhãn
Chỉ bày cho chúng sinh
Nay tôi sẽ giải thích.

- 1274) mới đưa ra khái niệm *Nguyên nhân Đệ nhất* (*First Cause*) để thuyết minh cho quan điểm Hữu thần được đứng vững.

[11] *pṛthagjana*; 凡夫 phàm phu, 異生 dị sanh

[12] Tam pháp ấn: vô thường (*anitya*), khổ (*duḥkha*), vô ngã (*anatmaka*).

[Khi bậc Giác ngộ hoàn toàn[13] biết rõ các đặc tính của tất cả các pháp, Ngài khai mở huệ nhãn[14]. Ngài cũng chỉ bày (những điều này) cho người khác. Nay tôi[15] sẽ giải thích.]

Hỏi: Đức Phật biết những pháp nào?

Đáp: **[809b] (3ab)**

> *Pháp thường ngã, lạc, tịnh*
> *Lìa xa hành nhiễm ô.*

Cái gì có tính thường hằng, ngã, lạc và thanh tịnh[16] thì lìa hẳn tất cả các hành ô nhiễm.[17]

Hỏi: Nếu cái gì có tính thường hằng, ngã, lạc và thanh tịnh lìa hẳn tất cả các pháp ô nhiễm, thì tại sao chúng sinh ở đây lại kinh nghiệm[18] như thể chúng có tính thường hằng, ngã, lạc và thanh tịnh?

Đáp: **(3cd)**

> *Nếu chấp thủ vào thường*
> *Hiểu sai pháp ô nhiễm.*

[Khi (người) tin vào thường hằng, v.v..., thì họ có cái nhìn sai lầm đối với các pháp ô nhiễm.]

Khi chúng sinh không nhận ra đặc tính các pháp nhiễm ô, họ kinh nghiệm chúng như thể chúng là thường hằng, có ngã, lạc và thanh tịnh. Họ cũng giống như người đi trong đêm tối, nhìn thấy một vật gì đó và lầm tưởng đó là kẻ trộm.

Hỏi: Vậy còn những pháp ô nhiễm[19] này thì sao?

---

[13] *Samyaksambuddha*; 正覺
[14] *prajñācakṣus*; 慧眼
[15] Tôn giả Pháp Thắng (*Dharmaśreṣṭhin*), tác giả bộ luận nầy.
[16] 1. *Nitya* 2. *atmaka* 3. *sukha* 4. *subha*. Xem cái gì vốn vô thường (*anitya*) là thường (*nitya*), v.v... là 4 điên đảo/đảo kiến (*viparyas*)s.
[17] *sāsrava*; 有漏; *saṃskāra*; 行.
[18] 受有: biết, trải nghiệm. e: experience;
[19] *sāsrava dharma*; 有漏法

Đáp: **(4ab)**

> *Nếu khởi sinh phiền não*
> *Chư Thánh gọi ô nhiễm.*

[Khi (người) khởi phiền não[20], bậc Thánh[21] gọi là ô nhiễm.]

Khi một người, trong mối quan hệ với các pháp, khởi lên các phiền não, chẳng hạn như tà kiến về tự ngã[22], v.v..., như đã giải thích trong phẩm Sử[23] thứ IV, thì những pháp này được gọi là ô nhiễm.

Hỏi: Vì sao?

Đáp: **(4cd)**

> *Nói phiền não, nhiễm ô*
> *Tuệ giác là giả danh.*

[Cái gọi là phiền não và nhiễm ô, đối với bậc Tuệ giác chỉ là giả danh.]

Phiền não được gọi là nhiễm ô vì chúng rỉ ra[24] từ các căn[25], vì dòng chảy của tâm thức không gián đoạn, vì giữ chặt chúng sanh trong sinh tử, và vì chúng giống như những gì bị chấp thủ bởi loài phi nhân[26]. Do đó, chúng được gọi là ô nhiễm[27].

Hỏi: Nó có tên gọi khác không?

Đáp: **(5ab)**

> *Cái gọi là thủ uẩn,*

---

[20] *kleśa*; 煩惱

[21] *Ārya*; 聖

[22] *satkayadṛṣṭi*; 身見

[23] Phẩm Sử 使 thứ 4; *Anusayavarga*. Thuyết minh về tuỳ miên (*anuśaya*), là nguyên nhân của sinh tử

[24] Hán: 漏 lậu.

[25] Hán: 入 *nhập*; cựu dịch của *āyatana* (*xứ*; e: sense-data, tức là cảnh giới của các giác quan. Ở đây, ý chỉ các căn nội tại hoặc các giác quan, tức các căn (*Indriya*).

[26] *amānuṣa*; 非人; e: unhuman

[27] *āsravas*; e: impurities.

Là phiền não tranh chấp
Còn gọi là thạnh ấm
Lao nhọc và đấu tranh.

[Còn gọi là thủ uẩn[28], còn gọi là phiền não[29] và tranh chấp[30]

Các pháp đó còn được gọi là thạnh ấm, còn gọi là lao nhọc[31], còn gọi là đấu tranh.]

Hỏi: Tại sao?

Đáp: **(5cd)**

Phiền, thủ, tránh khởi sinh
Nên biết các điều đó.

[Bởi vì phiền não, thủ[32], và tranh chấp[33] khởi sinh. Nên biết các điều đó.]

Bởi vì phiền não, tức là thân kiến[34] v.v..., gây rối loạn cho chúng sinh, nên pháp ấy được gọi là phiền não. Bởi vì chúng sinh chấp thủ vào thân, nên pháp ấy được gọi là thủ. Bởi vì những tư tưởng sân hận, nên pháp ấy được gọi là tranh chấp.

Tất cả các pháp bất tịnh đều sinh khởi do thân kiến, v.v... Bởi vì chúng gây rối loạn, nên chúng được gọi là phiền não. Bởi vì chúng dẫn đến sự chấp giữ, nên được gọi là thủ. Bởi vì chúng gây ra sự tranh đoạt, nên được gọi là tranh chấp.

---

[28] *upādānaskandha*; 受陰 thọ ấm; e: aggregate of experiencing. Từ đây trở đi chúng tôi sẽ dùng *thủ uẩn*, theo từ nguyên *Sanskrit*. Khi *skandha* chỉ cho 5 loại, chúng tôi sẽ dùng *ấm* (陰), như cách Cưu-ma-la-thập (*Kumarajīva*) đã dùng, nhằm tránh nhầm lẫn về sau khi dịch thuật ngữ *vedanāskandha* (thọ ấm).

[29] *kleśa*; 煩惱

[30] *rāṇa*; 諍

[31] Hán: 勞; 麻煩 : quấy nhiễu, ma phiền, tên gọi khác của phiền não.

[32] *upādāna*, xem chú thích 138.

[33] *rāṇa*

[34] *satkāyadṛṣṭi*. Xem chú thích trên.

Chúng ta đã đề cập đến thủ uẩn. Bây giờ, đặc tính của *ấm* sẽ được giải thích.

(6) *Nhằm lìa xa phiền não*
Pháp vô lậu, hữu vi
Cùng các loại thủ uẩn
Bậc Thánh đều giảng giải.

[Nhằm xa lìa các phiền não, nên tất cả các pháp hữu vi vô lậu và các loại thủ uẩn (ấm), đều được bậc Thánh giảng giải.]

Nghĩa là các pháp xa lìa thân kiến và các phiền não, để giải thoát khỏi các lậu hoặc[35], vì các pháp hữu vi[36] được sinh khởi từ nhân duyên. Tất cả những pháp này cùng với các thủ uẩn đã được nói trước đó đều được gọi chung là *ấm*. Năm uẩn là: sắc[37], thọ[38], tưởng[39], hành[40], thức[41].

Hỏi: Thế nào là sắc ấm?

Đáp: [809c] **(7)**

Mười loại là sắc nhập
Cũng là vô biểu sắc
Là giải thích sắc ấm
Mâu-ni đã giảng bày.

[Sắc xứ/nhập gồm mười loại, cũng như vô biểu sắc. Đây là sắc ấm được Đức Phật[42] giảng giải.]

---

[35] *āsrava*

[36] *saṃskṛta*

[37] *rūpa*

[38] *vedanā*; 痛 thống: đau, nhức; 應云覺也; nên gọi là giác (cảm giác)

[39] *saṃjñā*

[40] *saṃskāra*

[41] *vijñāna*

[42] *muni*; 牟尼

Sắc xứ/nhập⁴³ có mười loại: nhãn sắc,⁴⁴ nhĩ thanh⁴⁵, tỷ hương⁴⁶, thiệt vị⁴⁷, thân xúc chạm⁴⁸. Ngoài ra, vô biểu sắc⁴⁹ cũng được xem là sắc pháp, như đã được giải thích trong phẩm Nghiệp⁵⁰. Những sắc pháp này thuộc về sắc ấm. Khi giải thích về sắc ấm, Đức Thế Tôn đã phân tích⁵¹ rõ.

(8) *Cái gọi là thức ấm*
Đây tức là ý nhập
Ở trong mười tám giới
Còn gọi có bảy loại.

[Thức ấm chính là Ý. Khi liên hệ với mười tám giới, còn gọi là có bảy loại.]

Thức ấm⁵² chính là sở y của tâm,⁵³ trong mười tám giới⁵⁴, bảy loại được xác lập rõ ràng, gồm: nhãn thức⁵⁵ nhĩ thức⁵⁶, tị thức⁵⁷, thiệt thức⁵⁸, thân thức⁵⁹, ý thức⁶⁰ và Ý (mạt-na)⁶¹.

(9) *Trước còn lại ba ấm,*

---

⁴³ *Rūpāyatana*; 色入, 色
⁴⁴ *cakṣus rūpa*; 眼色
⁴⁵ *śrotra śabda*; 耳聲
⁴⁶ *ghrāṇa gandha*; 鼻香
⁴⁷ *jihvā rasa*; 舌味
⁴⁸ *kāya sparśa*; 身細滑
⁴⁹ *avijñapti-rūpa*; 假色 giả sắc; *Câu-xá luận*: vô biểu sắc.
⁵⁰ *Karmavarga*; 業品 thứ 3. Tham khảo kệ 35.
⁵¹ Hán: 分別
⁵² *vijñānaskandha*
⁵³ *cittāśraya, tâm sở y*; căn bản thức, tàng thức
⁵⁴ *dhātu*
⁵⁵ *cakṣurvijñāna*
⁵⁶ *śrotravijñāna*
⁵⁷ *ghrāṇavijñāna*
⁵⁸ *jihvāvijñāna*
⁵⁹ *kāyavijñāna*
⁶⁰ *manovijñāna*; e: mind-consciousness
⁶¹ *manas*意; e: mind

> *Vô biểu, ba vô vi*
> *Còn gọi là pháp nhập*
> *Cũng thuộc về pháp giới.*

[Còn lại ba ấm[62], vô biểu sắc[63], ba pháp vô vi[64]. Chúng được gọi là pháp nhập/pháp xứ và cũng là nhân tố thuộc giới[65].]

Ba ấm là: thọ ấm[66], tưởng ấm[67], và hành ấm[68].

Ngoài ra, còn có vô biểu sắc và ba pháp vô vi[69] gồm: hư không[70], trạch diệt[71], và phi trạch diệt[72]. Tất cả những pháp này được gọi là nhân tố căn bản[73], và hơn nữa, chúng cũng là nhân tố thuộc giới[74].

Do đó, những pháp này được gọi là ấm, giới[75], và xứ/nhập[76]. Tuy nhiên *ấm* chỉ thuộc về pháp hữu vi, còn *giới* và *xứ/nhập* có thể thuộc về cả pháp hữu vi và pháp vô vi.

Đã giải thích về *ấm, giới,* và *xứ/nhập*[77]. Bây giờ, đặc tính của từng loại sẽ được trình bày.

---

[62] *skandha*

[63] *avijñapti-rūpa*

[64] *asaṃskṛta*

[65] *dhātu-dharma* 法界

[66] *Vedanāskandha*; 痛陰 thọ ấm

[67] *saṃjñāskandha* 想陰

[68] *saṃskāraskandha* 行陰

[69] *asaṃskṛta* 無為法

[70] *ākāśa* 虛空

[71] *pratisaṅkhyānirodha*: 數緣滅 diệt tận do tác ý, tư duy

[72] *apratisaṅkhyānirodha*; 非數緣滅 diệt tận không do tác ý, tư duy chẳng hạn, niết-bàn (*nirvāṇa*), ly hệ quả

[73] *āśraya-dharma*; pháp nhập/pháp xứ 法入

[74] *dhātu-dharma*; 法界

[75] *dhātu*

[76] *āyatana*

[77] Giải thích về mười tám giới (*dhātu*) xem Đa giới kinh (*Bahudhātuka Sutta*), trong *Trung bộ kinh* (*Majjhima-Nikaya* III pp. 61 ff. Tương đương 多界經 trong *Trung A-hàm* (*MAH* 874a).

(10) *Trong giới có hữu kiến*
Hữu đối gồm mười loại,
Vô ký là tám loại
Còn lại, thiện bất thiện.

[Trong các giới, có một loại là hữu kiến. Mười loại được nói là hữu đối. Tám loại được xem là vô ký (bất định). Còn lại là các pháp thiện hoặc bất thiện.]

Trong các giới, có một loại là hữu kiến[78] (có thể thấy được), đó là sắc giới[79]. Sắc giới có thể được nhận thấy ở đây hoặc ở kia, do đó nó được gọi là hữu kiến. Nên biết rằng mười bảy giới còn lại là vô kiến[80] (không thể thấy được).

Mười loại được nói là có tính đối kháng[81], tức là mười giới có sự đối kháng: mắt và sắc, tai và thanh, mũi và hương, lưỡi và vị, thân và xúc[82]. Chúng đều đối kháng lẫn nhau[83] và chướng ngại[84] lẫn nhau. Nếu tại một nơi có một pháp, thì không thể có hai pháp đồng thời hiện hữu. Do đó, chúng được gọi là có tính đối kháng. Nên biết rằng tám loại không có tính đối kháng.

Tám loại được gọi là vô ký,[85] gồm: mắt, tai, mũi, hương, lưỡi, vị, thân và xúc. Vì chúng không thể được xác định là quả báo lạc[86] hay quả báo khổ[87], nên chúng được gọi là vô ký[88].

---

[78] *Sanidaśana*; 可見
[79] *rūpadhātu*
[80] *asanidaśana*
[81] *Sapratigha*; 有對
[82] *kaya* (thân 身) và *prastavya* (sự xúc chạm 細滑; tế hoạt)
[83] 相對
[84] 相障礙
[85] *avyākṛta*; 無記, bất định
[86] *Sukhavipāka*; 樂報
[87] *duḥkhavipāk*; 苦報
[88] Mắt (*cakṣus*) được gọi là vô ký (*avyākṛta*), vì tự thân nó không thể được xác định là quả báo lạc (*sukhavipāka*) hay quả báo khổ (*duḥkhavipāka*). Dù mắt có thể thấy cảnh đẹp hay xấu, nhưng bản

Phần còn lại là các pháp thiện[89] hoặc bất thiện[90], gồm: sắc, thanh, ý, pháp và sáu thức[91]. Sự vận động của thân nếu là thiện thì gọi là sắc thiện[92], nếu là bất thiện thì gọi là sắc bất thiện[93]. Còn lại, các sắc khác là vô ký. Tương tự, âm thanh[94] là sự vận động của ngữ nghiệp.

Bảy giới thuộc thức[95], khi tư tưởng thanh tịnh gọi là thiện, nhưng khi tương ưng với các phiền não bất thiện[96] thì trở thành bất thiện. Còn lại, chúng thuộc về vô ký.

Có thuyết cho rằng khi pháp giới[97] tương ưng với tâm[98], thì nó được giải thích là *tâm*. Nhưng khi không tương ưng, thì nó được giải

---

chất của mắt không quyết định đó là quả báo thiện hay bất thiện. Phải có yếu tố thức phân biệt tham dự vào mới biết thiện hay bất thiện, khổ hay vui. Điều này cũng tương tự với tai (*srotra*), mũi (*ghrāṇa*), lưỡi (*jihvā*), thân (*kāya*) và các đối tượng tương ứng như âm thanh, hương thơm, vị giác và xúc chạm, chúng không tự thân mang tính thiện, bất thiện hay trung tính, mà chỉ là những căn bản để nhận biết các đối tượng (*A-tì-đạt-ma Câu-xá luận* (*Abhidharmakośabhāṣya*, Giới phẩm; *Dhātunirdeśa*; 界品). Theo *A-tì-đạt-ma Đại Tỳ-bà-sa luận* (*Abhidharma Mahāvibhāṣā Śāstra*; 阿毘達磨大毘婆沙論). Mục luận về tám pháp vô ký nhấn mạnh: "*Chúng không quyết định là thiện hay bất thiện, vì chỉ là phương tiện để nhận thức.*" Luận Thành duy thức (*Cheng Weishi Lun*; 成唯識論) Huyền Tráng (玄奘), phần phân tích về *bát thức* (tám thức): "các căn như nhãn, nhĩ, tỷ, thiệt, thân được xem là vô ký, vì tự thân chúng không tạo nghiệp".

[89] *kuśala*
[90] *akuśala*
[91] *rūpa, śabda, manas, dharma*, và *ṣaḍvijñāna* (6 thức)
[92] *kuśalarūpa*; 善色
[93] *akuśalarūpa*; 不善色
[94] *śabda*
[95] *vijñāna-dhātu*; 識界
[96] *akuśala-kleśa*; 不善煩惱
[97] *dhātu-dharma*; 法界
[98] 法界識心相應

thích như trong *Tạp phẩm* thứ 9 [99]

[810a] (11)

> *Hữu lậu mười lăm loại*
> *Còn lại là vô ký*
> *Ba pháp thuộc ba cõi*
> *Dục giới gồm bốn pháp*
> *Hai cõi, mười một pháp.*

[Có mười lăm pháp bất tịnh[100]. Phần còn lại là vô ký[101].

Ba pháp thuộc cả ba cõi[102]. Trong dục giới[103] có bốn pháp. Trong hai cõi còn lại, có mười một pháp.]

Mười lăm pháp bất tịnh (hữu lậu) là: năm giới nội tại[104], năm giới ngoại tại[105], và năm thức giới[106], vì trong chúng chứa đựng cấu nhiễm[107].

Phần còn lại là vô ký, gồm: ý giới[108] ý thức giới[109], và pháp giới[110]. Những pháp này có thể là bất tịnh[111] hoặc thanh tịnh[112]. Khi cấu nhiễm hiện diện trong chúng, chúng trở thành bất tịnh. Ngược lại, nếu không có cấu nhiễm, chúng là thanh tịnh.

---

[99] *prakīṇakavarga*; xem kệ 222-223.

[100] *sāsrava*; hữu lậu: 有漏

[101] Trong ngữ cảnh này, 餘二 (còn lại 2) có thể được dịch là vô ký (*avyākṛta*), vì không xác định rõ ràng là thiện (*kuśala*) hay bất thiện (*akuśala*).

[102] *tribhava*; tam hữu 三有, tam giới; dục giới, sắc giới, vô sắc giới

[103] *kāmadhātu*; dục hữu 欲有; dục giới

[104] 五內界

[105] 五外界

[106] 五識界

[107] *āsrava*: 漏; 漏止住故 ; vì ở trong cấu nhiễm (lậu)

[108] *manaḥdhātu*; 意界

[109] *manovijñānadhātu*; 意識界

[110] *dharmadhātu*; 法界

[111] *sāsrava*; 有漏

[112] *anāsrava*; 無漏

Ba loại hữu gồm các yếu tố ý giới, pháp giới, và thức giới[113] có thể tồn tại trong ba cõi hữu[114]: dục hữu, sắc hữu, và vô sắc hữu.

Trong dục hữu, có bốn yếu tố: hương, vị, tị thức và thiệt thức[115], chỉ tồn tại trong dục hữu mà không có trong sắc hữu và vô sắc hữu, vì chúng đã đoạn trừ dục vọng[116] đối với thực phẩm thô[117]. Tất cả hương và vị đều mang bản chất của thực phẩm thô.

Có mười một yếu tố trong hai loại hữu: trong dục hữu và sắc hữu

---

[113] *manodhātu*; 意界, *Manovijñānadhātu* 法界, và *dharmadhātu* 識界

[114] *Tribhava*; 三有

[115] *gandha*; 香 *rasa*; 味, *ghranavijñāna*; 鼻識, *jihvāvijñāna*; 舌識

[116] *vairagya*. 離欲

[117] *kavaḍikārāhāra*. 揣食. Hán: 揣 suỷ. Theo *Khang Hi tự điển* (康熙字典), *Hán ngữ đại từ điển*,(漢語大詞典; 1994) có các nghĩa: (1) Cầm, nắm, vốc, quắp, ví dụ: 揣一把土 (vốc một nắm đất), (2) Đo lường, ước lượng, đoán – nghĩa phụ trong từ kép như 揣度 (suy đoán), 測揣 (đo đạc), (3) Tụ lại, đọng lại, nghĩa cổ được ghi chú trong một số dị bản với âm đọc là *đoàn* – hiếm dùng. Do đọc nhầm là *suy* (2), tương đương với "*tư duy, tác ý*" như "思" (tư) nên có người đồng nhất 揣食 với *tư thực* (思食; *manosañcetanāhāra*) như một số bản giải thích hiện đại sai lệch. Đây là một biến thể phương ngôn thời Lục triều hay Tiền Hán, mang nghĩa tương tự "nắm, vốc", dùng chỉ *đoạn thực*, diễn tả loại thức ăn thô, được nhai và nuốt thành từng miếng (e: food in lumps). Thường được sử dụng để chỉ loại thực phẩm vật chất mà chúng sinh trong dục giới (*kāmadhātu*) tiêu thụ, trái ngược với những hình thức "thực phẩm" vi tế hơn trong sắc giới (*rūpadhātu*) và vô sắc giới (*arūpadhātu*), nơi mà thức ăn vật chất không còn cần thiết.Đến nay vẫn thấy ít dùng 揣食 như là thuật ngữ Phật học chuẩn trong danh mục các loại *āhāra* (thực) từ bản Phạn hay Tây Tạng.

có mười một yếu tố, bao gồm năm nội căn[118], sắc, thanh, xúc[119] và các thức mà ba yếu tố này là cảnh giới[120] của chúng. Những yếu tố này không tồn tại trong vô sắc hữu, vì vô sắc hữu không có sắc pháp.

(12) *Giác quán có năm loại*
Ba có, còn lại không
Bảy loại có đối tượng (duyên)
Còn lại nương vào pháp
Làm nền tảng sở nhập.

[Có năm loại giác[121] (*tầm*; tư duy điều chỉnh) và quán[122] (*tứ*; tư duy quán sát). Trong ba phương diện, có ba loại có những đặc tính này, trong khi các loại còn lại thì không có. Hãy biết rằng có bảy loại có đối tượng (duyên). Một số loại lấy yếu tố căn bản (pháp) làm nền tảng của chúng.]

Có năm loại thức đi kèm với *giác* (tầm) và quán (tứ), chúng được liên kết với *tầm* và *tứ* do tính thô phù[123] của chúng.

Ba phương diện gồm: ý giới, pháp giới, và thức giới. Những yếu tố này có ba phương diện.

---

[118] Năm nội căn (*adhyātmika*): tức năm căn hoặc năm giác quan, bao gồm từ *cakṣus* (nhãn, mắt) đến *kāya* (thân, thân thể); *rūpa* (sắc); *śabda* (thanh, âm thanh); *spraṣṭavya* (xúc, đối tượng xúc chạm); *cakṣurvijñāna* (nhãn thức), *śrotravijñāna* (nhĩ thức), và *kāyavijñāna* (thân thức).

[119] *spraṣṭavya*; xúc, đối tượng xúc chạm; 細滑; tế hoạt.

[120] *viṣaya*; cảnh giới, phạm vi nhận biết của các giác quan 境界識

[121] *Savitarka*; 有尋: *Sa-*: có, đi kèm với. *Vitarka*; 尋 tầm, sự suy xét thô sơ, khởi niệm ban đầu. Trạng thái thiền định có tầm, tức là có sự suy xét khái quát hoặc phân tích về đối tượng thiền. Đây là trạng thái của sơ thiền trong thiền định; e: with awareness (hữu giác)

[122] *Savicāra*; 有伺: *Sa-*: có, đi kèm với. *Vicāra*; 伺 tứ, quán sát, sự suy xét vi tế, quán sát sâu hơn về đối tượng thiền. Trạng thái thiền định có sự quán sát sâu sắc, chi tiết hơn đối với đối tượng thiền, nhưng vẫn còn suy luận về nó. *e: with contemplation (hữu quán).

[123] *audārikatā*; 麁

Khi ở dục giới và sơ thiền, chúng có cả tầm và tứ[124].

Khi ở trạng thái thiền trung gian[125], chúng không còn tầm, mà chỉ còn tứ[126].

Ở các tầng thiền cao hơn, chúng không còn cả tầm lẫn tứ.[127]

Các yếu tố còn lại không có chúng: tức là các yếu tố khác không đi kèm với tầm (giác) và tư (quán), vì chúng không có sự liên kết với những yếu tố này.

Hãy biết rằng bảy yếu tố có đối tượng[128]: Chúng được gọi là có đối tượng vì chúng nhận biết một cảnh, giống như cách nói về một người có con thì có nghĩa là người đó thực sự có con.

Nhãn thức lấy sắc làm đối tượng.

Nhĩ thức lấy thanh làm đối tượng.

Tị thức lấy hương làm đối tượng.

Thiệt thức lấy vị làm đối tượng.

Thân thức lấy xúc làm đối tượng.

Ý thức lấy các pháp làm đối tượng.[129]

Một số pháp lấy yếu tố căn bản[130] làm nền tảng: các pháp tương ưng với tâm[131] thì có đối tượng. Những pháp khác thì không có đối tượng.

---

[124] 初禪是有覺有觀
[125] *dhyānāntara*; 中間禪
[126] *avitarka*; 無覺 ; *vicāramātra* 少觀
[127] *avitarka*; 無覺; *avicāra* 無觀
[128] *sālambana*; Hán 有緣
[129] Tức là sáu thức (*vijñāna*) và các đối tượng của chúng. Yếu tố thứ bảy là một phần nhỏ của pháp giới (*dharmadhātu*). Xem các chú thích tiếp theo dưới đây.
[130] *dharmayatana*: pháp xứ/pháp nhập 法入
[131] Theo *AH2* 836a và *MAH* 875c, chỉ *có tâm sở pháp* (*caitasikadharma*) là *hữu sở duyên* (*sālambana*). Luận nầy nói cả tâm, tâm sở pháp đều có sở duyên: 心心數法是有緣.

(13) *Chín bất thọ, trừ hai*
Một, hữu vi, vô vi
Chỉ một thuộc hữu vi
Có đủ mười bảy giới.

[Có chín yếu tố bất thọ. Những yếu tố còn lại mang tính bất định. Một yếu tố vừa thuộc về hữu vi vừa thuộc về vô vi. Nên biết chỉ thuộc về hữu vi có mười bảy yếu tố.]

Chín yếu tố là bất nhiễm[132]: Một yếu tố được gọi là hữu nhiễm khi các pháp cấu thành tư tưởng và những pháp tương ưng với tâm và tâm sở [133] khởi lên trong các hữu tình và trong những pháp không tách rời các căn, vì chúng nương trú trong đó.

Trường hợp khác, chúng được gọi là bất nhiễm. Trong số đó, có chín yếu tố bất nhiễm: gồm thanh trần[134], các pháp thuộc về tâm[135], và tâm sở, vì những pháp cấu thành tâm và các tâm sở không nương trú trong đó.

Các yếu tố còn lại mang tính bất định (vô ký): Khi năm yếu tố nội căn hiện hữu[136], chúng thuộc về hữu nhiễm, vì các pháp cấu thành tâm và các pháp tương ưng với tâm an trú trong chúng. Khi chúng thuộc về quá khứ hoặc tương lai, chúng trở thành bất nhiễm.

---

[132] *anupātta*; 不得; 不受; có nghĩa là "chưa đạt được", "chưa sinh khởi", hoặc "không tiếp nhận. Trong ngữ cảnh Phật học, *anupātta* thường được dùng để chỉ các pháp chưa sinh khởi hoặc không bị nhiễm ô bởi sự bám chấp.

[133] *cittacaitasika dharmaḥ*: các pháp thuộc về tâm và tâm sở, bao gồm tâm thức (*citta*) và các tâm sở (*caitasika*), hình thành nên toàn bộ các hoạt động tâm lý trong hệ thống phân loại pháp của Phật giáo. 心心數法止住

[134] *śabda*; 聲: âm thanh, tức là thanh trần, một trong sáu đối tượng của giác quan (*viṣaya*). Nó là đối tượng của *nhĩ thức* (*śrotravijñāna*).

[135] *cittadhātavaḥ*; 心界. Bao gồm sáu thức (*vijñāna*) và mạt-na thức (*manas*).

[136] 五內界: *cakṣus* 眼 (*nhãn*), *srotra* 耳 (*nhĩ*), *ghāṇa* 鼻 (*tị*), *jihva* 舌 (*thiệt*), *kāya* 身 (*thân*)

Không phải tất cả các pháp cấu thành tâm và các pháp tương ưng với tâm đều an trú trong chúng.

Khi không tách rời các căn và khi hiện hữu, thì sắc, hương, vị, và xúc thuộc về hữu nhiễm.

Cũng giống như cách mà các pháp cấu thành tâm và các pháp tương ưng với tâm cư trú trong các căn, [810b] chúng cũng an trú trong các pháp này, vì chúng không tách rời các căn. Những yếu tố còn lại thuộc về bất nhiễm.

Một pháp vừa thuộc về hữu vừa thuộc về vô vi: pháp đơn nhất này vừa là hữu vi pháp[137] vừa là vô vi pháp[138].

Trong đó, ba loại không thể là hữu vi, vì chúng là thường hằng. Do phần còn lại của yếu tố này là vô thường, nên nó thuộc về hữu vi pháp.

Vì hữu vi và vô vi được xác lập dựa trên sự kết hợp[139], nên yếu tố đơn nhất này vừa thuộc về hữu vi, vừa thuộc về vô vi.

Nên biết rằng những yếu tố chỉ thuộc về hữu vi bao gồm mười bảy pháp: tất cả mười bảy yếu tố này đều thuộc về hữu vi pháp, vì chúng là vô thường. Do đó, chúng chỉ thuộc về hữu vi.

Hỏi: Như vậy, đã xác lập rõ ràng đặc tính của các pháp. Vậy còn vấn đề các pháp được cấu thành[140] thì sao? Được bao hàm trong chính tự tính của chúng hay trong tự tính khác?

Đáp: Trong chính tự tính của chúng.

Hỏi: Vì sao?

Đáp: **(14)**

---

[137] *saṃskṛta*; 有為法. *Kośa: sametya sambhūya pratyayaiḥ kṛtā iti saṃskṛtāḥ*: dịch Việt: Do cùng hội tụ với các duyên mà thành, nên gọi là hữu vi (*saṃskṛta*)

[138] *asaṃskṛta*; 無為法

[139] 合施設

[140] 攝

Các pháp lìa tha tính.
Chính an trụ tự tính
Nên nói tất cả pháp
Hàm nhiếp trong tự tính.

[Các pháp đều biệt lập với những pháp có tự tính khác. Các pháp tự an trụ trong chính tự tính của nó. Vì vậy, có thể nói rằng tất cả các pháp đều hàm nhiếp trong chính tự tính của nó.]

Các pháp đều biệt lập với những pháp có tự tính khác: ví dụ như mắt khác biệt với tai, các pháp khác cũng như vậy. Không nên nói rằng các pháp được bao hàm khi chúng vốn dĩ biệt lập. Do đó, không thể cho rằng chúng hàm nhiếp trong một tự tính khác.

Các pháp tự an trụ trong chính tự tính của nó: mắt tự an trụ trong tự tính của mắt, và tất cả các pháp cũng như vậy. Khi một pháp an trụ trong tự tính của nó, có thể nói rằng pháp đó hàm nhiếp trong chính tự tính ấy.

Vì vậy, có thể nói rằng tất cả các pháp đều hàm nhiếp trong chính tự tính của nó: chúng ta đã xác lập rằng mỗi pháp được bao hàm trong chính tự tính của nó. Ở đây, một pháp có thể thấy được hàm nhiếp trong giới, uẩn và xứ. Các pháp cũng đều như vậy. Ý nghĩa này sẽ được giải thích đầy đủ hơn trong phẩm Khế kinh.[141]

---

[141] *Sūtravarga*; 契經品, Kệ 210.

PHẨM THỨ HAI
HÀNH[142]

Đã giải thích về những đặc tính riêng biệt của tất cả các pháp. Bây giờ sẽ giải thích về cách các pháp phát sinh.

Hỏi: Khi tất cả các pháp đều hàm nhiếp trong chính tự tính của chúng, liệu chúng có thể tự phát sinh bằng năng lực riêng không?

Đáp: **(15ab)**

Cứu cánh, không tự sanh
Vì lìa duyên bạn lữ.

[Rốt ráo, không pháp nào có thể tự sinh, vì không tương duyên[143].]

Không pháp nào có thể tự sinh. Vì sao? Bởi vì tất cả các hành vốn dĩ yếu nhược, không có tự lực, giống như người bệnh không thể tự đứng dậy bằng chính sức lực của mình.

Hỏi: Khi người không thể tự đứng dậy bằng chính sức lực của mình, vậy làm thế nào để người ấy có thể đứng dậy?

Đáp: **(15cd)**

Do tất cả lực duyên
Nên các pháp sinh khởi.

[Nhờ vào năng lực các duyên[144], các pháp mới có thể sinh khởi.]

---

[142] *saṃskāravarga*; 行品
[143] *sahāya*; 等侶
[144] *pratyaya*; 緣

Cũng như người bệnh yếu có thể đứng dậy khi có sự hỗ trợ từ người khác, các pháp cũng vậy. Giờ đây, sẽ giải thích cách tâm sinh khởi dựa vào tương duyên.

(16) *Nếu tâm đã sinh khởi*
Tất có pháp tương ưng
Tâm sở pháp hội đủ
Cùng (tâm) bất tương ưng hành.

[Khi tư tưởng (tâm) sinh khởi, tất yếu phải có các pháp tương ưng làm duyên: đó là tập hợp các pháp sinh khởi cùng tâm[145] và các hành không tương ưng[146].]

Tư tưởng chính là tâm, và tâm chính là thức; thực chất chúng là một, chỉ được gọi bằng những danh xưng khác nhau[147]. Khi tư tưởng nương tựa vào một điều gì đó, khi nó chấp nhận một đối tượng và khi nó sinh khởi trong một sát-na nhất định[148], thì tập hợp các pháp sinh khởi cùng tư tưởng cũng đồng thời sinh khởi với nó.

Hỏi: [810c] Tập hợp các pháp sinh khởi cùng tư tưởng (tâm) gồm những gì?

Đáp: **(17)**

Tưởng, dục, cánh lạc, tuệ
Niệm, tư và giải thoát
Tác ý trong cảnh giới
Tam-ma-đề và thọ.

---

[145] *caitasika dharma*; 心數法
[146] (*citta*) *viprayuktasaṃskāra*; (心)不相應行
[147] Tuệ Sỹ, *Câu-xá luận* I. "...tư (*cetanā*) là một yếu tố chức năng của ý. Các từ đồng nghĩa là tâm (*citta*), ý (*manas*) và thức (*vijnāna*). Hoạt động với đối tượng hiện tại, gọi nó là *thức*; với đối tượng quá khứ, gọi nó là *ý*; lưu trữ mọi hoạt động của ý và thức; đồng thời dự phóng cho hoạt động với đối tương vị lai, gọi nó là *tâm*. Tâm như vậy là kho tích lũy các kinh nghiệm của các hoạt động tư duy và nhận thức".
[148] *nương tựa* nghĩa là có một y cứ hay sở y (*āśraya*; *indriya*); *chấp nhận một đối tượng* nghĩa là có một sở duyên (*ālambana*; *viṣaya*); *sát-na* (*kṣaṇa*) là thời điểm sinh khởi của tâm.

[(17) Tưởng, dục, xúc, tuệ, niệm, tác ý, định, và thọ.]

Tưởng[149]: khi một pháp được xác lập, nó được trải nghiệm theo tướng trạng[150] của nó.

Dục[151]: mong muốn trải nghiệm khi đang tiếp xúc với một đối tượng.

Xúc[152]: khi tư tưởng (tâm), sở y và đối tượng của nó kết hợp, không tách rời nhau.

Tuệ[153]: khi có sự xác quyết và chắc chắn[154] về một đối tượng.

Niệm[155]: khi ghi nhớ về một đối tượng, không quên mất nó.

Tư[156]: khi hành vi thiện hay bất thiện, hoặc hành vi không thuộc cả hai loại này, được khởi lên liên hệ với tư tưởng (tâm).

Giải thoát[157]: Khi một người kinh nghiệm một tư tưởng liên hệ đến một đối tượng, thì tư tưởng ấy chắc chắn gắn liền với đối tượng đó.

Tác ý[158]: khi hướng tâm một cách kiên định đến một đối tượng.

---

[149] *saṃjñā*; 想

[150] nimita; 相

[151] *chanda*; 欲

[152] *sparśa*; 更樂 canh lạc. *AH2* ghi 觸 xúc.

[153] *prajñā*; 慧, nhận thức nhìn thẳng vào yếu tính của tồn tại, hoạt tính của huệ là giản trạch (*pravicaya*), *Kośa* I: *tatra prajñā dharmapravicayaḥ*: khả năng phân tích và lựa chọn, thâm nhập yếu tính tồn tại. Thấy rõ bản chất yếu tính tồn tại, đó là mục đích cứu cánh của nhận thức, là nhu cầu hiểu hiểu biết.

[154] *dharma-pravicaya*; 擇法; tư duy giản trạch hay tuyển trạch, sự khảo sát, khảo nghiệm về pháp. *Câu-xá luận* I.

[155] *smṛti*; 念

[156] *cetanā*; 思

[157] *adhimokṣa*; 解脫, thắng giải. Tương ứng khi đọc trong *AH2, 836c*: 解脫者，於緣中心轉不障礙故. Giải thoát là, khi tư tưởng (tâm) vận hành trong một đối tượng (duyên), mà không bị chướng ngại.

[158] *manaskāra*; 作意

Định[159]: khi tư tưởng (tâm) không bị tán loạn trong quá trình trải nghiệm một đối tượng.

Thọ[160]: Khi một đối tượng dễ chịu, khó chịu, hoặc không thuộc cả hai loại ấy được trải nghiệm.

(18) *Pháp sinh khởi từ tâm*
Chư Thánh từng tuyên thuyết
Cùng vận hành trong duyên
Và cũng thường tương ưng.

[Bậc Thánh dạy rằng các pháp này sinh khởi đồng thời với tư tưởng (tâm), cùng vận hành trong một đối tượng (duyên) và luôn tương ưng.]

Bậc Thánh dạy rằng các pháp này sinh khởi đồng thời với tư tưởng (tâm): mỗi khi tư tưởng (tâm) sinh khởi, mười pháp nói trên đồng thời sinh khởi cùng. Do đó, gọi là có *phạm vi rộng lớn*[161].

Chúng cùng vận hành trong một đối tượng: mỗi tư tưởng đều đi cùng với các pháp này trong cùng một đối tượng, không tách rời.

Chúng luôn tương ưng một cách nhất quán: Cùng sinh khởi và duyên với tư tưởng (tâm), chúng vận hành đồng thời, luôn tương hợp. Vì không có sự tăng giảm riêng lẻ, chúng được gọi là tương ưng[162].

Trong các pháp đồng khởi cùng tâm, đã giải thích những pháp luôn tương ưng với tâm.

Bây giờ, sẽ giải thích những pháp không phải lúc nào cũng tương ưng.

(19) *Các căn và giác, quán*

---

[159] *Samādhi*; 三摩提, định

[160] *Vedanā*; 痛; thống, đồng nghĩa 受. *AH2, 836c* ghi 受者，於樂不樂俱相違緣中受也.

[161] *mahābhūmika*: 大地法, *Câu-xá luận* I. các pháp có mặt trên mọi lĩnh vực; các pháp phổ quát. Những tâm sở này có mặt trong mọi trạng thái tâm.

[162] *samatā*

Tín, khinh an, bất phóng (dật)
Tinh tấn, xả, phiền não
Có khi không tương ưng.

[Các căn: tầm (giác), tư (quán), tín, khinh an, bất phóng dật, tinh tấn, xả, và tất cả các phiền não có khi không tương ưng với tư tưởng (tâm).]

Các căn[163]: ba thiện căn: vô tham, vô sân, và vô si.

Tầm[164]: chuỗi tư tưởng thô.

Tứ[165]: chuỗi tư tưởng vi tế.

Tín[166]: thành tín và thanh tịnh chân thật.

Khinh an[167]: niềm hoan hỷ trong những sát-na thiện, do đã từ bỏ điều ác cả về thân và ý.

Bất phóng dật[168]: sự tinh cần, không buông lung trong lúc thực hành điều thiện.

Tinh tấn[169] : nỗ lực đặc biệt trong hành động.

Xả[170]: khi hành động, thực hiện mà không chấp trước vào hành động, tìm kiếm mà không dính mắc vào sự tìm kiếm, tự giữ gìn nhưng không tạo tác điều gì.

Tất cả phiền não: Như giải thích trong phẩm Sử[171].

Những pháp này thường không có trong tâm. Có khi tương ưng, có khi không tương ưng.

---

[163] *nūla*; 根
[164] *vitarka*: 覺, 尋, xem chú thích trên.
[165] *vicāra*; 觀; 伺, xem chú thích trên.
[166] *Śraddhā*; 信
[167] Hán: 猗 y. *AH2* cũng chép 猗; nghĩa tương đương 輕安; *praśrabdhi*
[168] *apramāda*; 不放逸
[169] *vīrya*; 進
[170] Hán 護; *AH2* 837a. chép *xả* (捨 *upekṣā*): *AH2* 837a và *MAH* 881b giải thích: 捨者, 心平等(*cittasamatā*)
[171] *Anuśayavarga* 4: 使品

Hỏi: Vì sao chúng được gọi là các pháp sinh khởi cùng tư tưởng (tâm)[172]?

Đáp: Tâm được gọi là tư tưởng[173]. Vì các pháp này liên quan đến tâm, nên chúng được gọi là các pháp sinh khởi cùng tư tưởng (*tâm sở pháp*).

Đã giải thích đặc tính của các tâm sở pháp. Giờ đây sẽ giải thích cách sinh khởi của tâm sở pháp.

(20) *Trong tư tưởng bất thiện*
Có hai mốt tâm sở
Trừ hai pháp ô nhiễm
Trong bất thiện dục giới.

[Đối với nhóm tư tưởng bất thiện, tâm sở pháp gồm hai mươi mốt loại.

[811a] Đối với các pháp nhiễm ô nhưng không thuộc nhóm bất thiện trong Dục giới, trừ đi hai tâm sở pháp.]

Đối với nhóm tư tưởng bất thiện[174], tâm sở pháp gồm hai mươi mốt loại: nghĩa *bất thiện* được dùng khi tư tưởng dẫn đến phiền não trong Dục giới, ngoại trừ[175] ngã kiến[176] và biên kiến[177] trong Dục giới. Do chúng dẫn đến quả báo đáng chê trách, nên được gọi là bất thiện.

---

[172] *caitasika*. 心數, *Câu-xá luận* I; 心所法 *caitasika/ caittadhara*.
[173] 意謂之心. Ý (*manas*); tâm (*citta*). Xem chú thích trên về tâm, ý, thức.
[174] *akuśala*.
[175] *satkāyadṛṣṭi* (ngã kiến 我見) và *antagrāhadṛṣṭi* (biên kiến 邊見) là hai loại tà kiến thuộc về nhóm *kiến hoặc* (*dṛṣṭi*; 見惑) – tức là các loại mê lầm liên quan đến quan điểm sai lầm. Chúng có thể khởi lên cả trong trạng thái bất thiện lẫn trạng thái phi bất thiện (không nhất thiết chỉ xuất hiện trong một loại tâm bất thiện nhất định. Mặc dù chúng là phiền não, nhưng chúng thường không cùng sinh khởi với mọi tâm bất thiện, do đó không nằm trong danh mục 21 tâm sở pháp. *Câu-xá luận* II.
[176] *satkāyadṛṣṭi*; 我見, hữu thân kiến 有身見; tát-ca-da kiến 薩迦耶見
[177] *antagrāhadṛṣṭi*; 邊見

Nên biết, trong nhóm tư tưởng này có hai mươi mốt tâm sở pháp, gồm:

Mười đại địa pháp[178]: xúc, tác ý, thọ, tưởng, tư, dục, thắng giải, niệm, định, tuệ. (10)

Tầm (giác). (1)

Tứ (quán). (1)

Hai phiền não: sân và si. (2)

Vô tàm[179]. (1)

Vô quý[180]. (1)

Hôn trầm[181]. (1)

Trạo cử[182]. (1)

Bất tín.[183] (1)

Phóng dật[184]. (1)

Giải đãi[185]. (1)

Đối với các pháp nhiễm ô nhưng không phải bất thiện trong Dục giới, hai pháp được trừ đi: Một nhóm tâm sở pháp, chẳng hạn như tâm sở pháp tương ưng với tà kiến về tự ngã và biên kiến, được gọi là các pháp nhiễm ô trong Dục giới. Tuy nhiên, chúng không phải là bất thiện.

Nên biết, đối với nhóm này, có mười chín tâm sở pháp, do trừ đi vô

---

[178] *mahābhūmika*; 大地法
[179] *ahrīkya*; 無慚
[180] *anapatrāpya*; 無愧
[181] *Styāna*; Chánh văn: 睡眠: *thuỳ miên.*
[182] *auddhatya*; 掉擧; chánh văn: 調: điệu.
[183] *āśraddhya*; 不信
[184] *pramāda*; 放逸
[185] *kausīdya*; 懈怠

tàm[186] và vô quý[187], vì hai pháp này chỉ thuộc về bất thiện.

(21) *Thiện, bất cộng hai mươi*
Vô ký gồm mười hai
Tâm hối và thuỳ miên
Có xu hướng gia tăng.

[Các pháp thiện và các pháp bất cộng (đặc biệt) có hai mươi. Có mười hai pháp vô ký. Trạo hối và thuỳ miên (hôn trầm) có thể được xem là những pháp có xu hướng gia tăng.]

Các pháp thiện và các pháp bất cộng (đặc biệt) có hai mươi. Các pháp *bất cộng (đặc biệt)* là những pháp chỉ do vô minh làm nhân sinh khởi trong tâm. Chúng bao gồm hai mươi pháp đồng khởi cùng tư tưởng, trừ đi một phiền não. Các pháp còn lại giống như đã giải thích trước[188].

Thuật ngữ *thiện* được dùng khi các tư tưởng thanh tịnh dẫn đến quả báo đáng khen ngợi. Hãy biết rằng, các pháp đồng khởi cùng những tư tưởng này gồm hai mươi pháp, bao gồm:

Mười đại địa pháp: xúc, tác ý, thọ, tưởng, tư, dục, thắng giải, niệm, định, tuệ. (10)

Tầm (giác 尋). (1)

Tứ (quán). (1)

Tín. (1)

Tinh tấn. (1)

Khinh an[189]. (1)

Bất phóng dật. (1)

Ba thiện căn: vô tham, vô sân, vô si. (3)

---

[186] *ahirīkya*; 無慚
[187] *anapatrāpya*; 無愧
[188] Kệ 20ab
[189] *praśrabdhi*; 輕安, chánh văn: 猗

*Xả*¹⁹⁰. (1)

Tàm (*hrī*; 慚). (1)

*Quý*¹⁹¹. (1)

Có mười hai pháp bất định (*vô ký*)¹⁹²: liên quan đến loại tâm niệm vô cấu¹⁹³, có mười hai yếu tố cấu thành các tâm sở pháp : mười đại địa pháp, tầm (giác) và tư (quán)¹⁹⁴.

Trạo hối và thùy miên (*hôn trầm*) *có thể được xem là những pháp có xu hướng gia tăng.*

Đối với thuật ngữ *hối*¹⁹⁵, đó là sự thất vọng khi một sự việc chưa được hoàn thành. Nó có thể là thiện hoặc bất thiện. Những loại tâm sở liên quan có thể bao gồm cả hối tiếc. Các yếu tố khác cấu thành các tâm sở pháp đã được giải thích trước đó.

Về thuật ngữ *miên*¹⁹⁶, đó là trạng thái trầm lắng với những suy nghĩ tĩnh lặng, không có yếu tố chủ động chi phối. Nó có thể xuất hiện trong cả năm loại tâm¹⁹⁷ và tất cả các yếu tố này đều gia tăng cùng

---

[190] *upekṣā*; 捨, chánh văn: 護 hộ

[191] Có ba căn thiện (xem chú thích 26) được tính là một. Ngay cả khi căn vô si (*amoha*) đã được bao gồm trong tuệ (*prajñā*) của các pháp đại địa (*mahā-bhūmika*), thì vẫn tính tổng cộng là 21. Bản dịch Nhật ngữ (Quốc dịch 国訳; *kokuyaku*), *Bidonbu* XXI, trang 146, đã lược bỏ tinh tấn (*vīrya*), do đó số lượng giảm còn 20. *AH2* 837b và *MAH* 882a tính là 22: gồm 10 pháp đại địa (*mahā-bhūmika*), 10 pháp đại địa thiện (*kuśala-mahā-bhūmika*), cùng với tầm (*vitarka*) và tứ (*vicāra*). Xem thêm *Câu-xá luận* II, 166.

[192] *avyākrta*; 無記

[193] *akliṣṭa*; 不穢污心

[194] 10 *mahābhumikas, vitarka, vicāra.*

[195] *Kaukrtya*; 悔

[196] *Middha*; 眠. Cách giải thích về *middha* (hôn trầm) ở đây là quan điểm được duy trì bởi phái Nhất thiết hữu bộ (*Sarvāstivādin*) tại vùng Gandhāra. Xem *Câu-xá luận* VII, 18 và 20-21.

[197] 1. *kusala* (thiện 善; e: wholesome); 2. *akuśala* (bất thiện 不善; e: unwholesome); 3. *kliṣṭa* (nhiễm ô 染污; e: afflicted, defiled) –4.

với nó. Các yếu tố khác cấu thành các tâm sở đồng hành đã được giải thích trước đó.[198]

Khi *hối* và *miên* xuất hiện[199] trong ba loại tâm[200], chúng gia tăng cùng với hai yếu tố khác. Các yếu tố khác cấu thành các tâm sở pháp đã được giải thích trước đó[201].

Hỏi: Đây là giải thích về tâm tương tục[202] thuộc dục giới[203] Vậy còn sắc giới[204] thì sao?

Đáp: **(22)**

> *Sơ thiền lìa bất thiện*
> *Còn lại như dục giới*
> *Trung gian thiền trừ giác*
> *Tầng cao hơn trừ quán.*

[Sơ thiền lìa các pháp bất thiện. Các thiền còn lại tương tự như trong dục giới. Thiền trung gian đã đoạn trừ tầm (giác), và ở tầng thiền cao hơn, đoạn trừ tứ (quán).]

Sơ thiền[205] lìa các pháp bất thiện. Các thiền còn lại được biết là tương tự như trong dục giới[206]. Trong sơ thiền có bốn loại tâm: thiện, nhiễm ô, bất cộng, và vô ký.

āveṇika (bất cộng 不共; e: uncommon, unique) –5. avyākṛta (vô ký 無記; e: indeterminate, neutral)

[198] *Kuśala*: thiện, kệ 21a; *akuśala*: bất thiện, kệ 20ab.
[199] Chánh văn chép 不行, điều này rõ ràng là không thể. Có khả năng 不 đại diện cho 俱, *AH2* 837c ghi 俱轉, còn *MAH* 882a ghi 俱 生.
[200] Trong *AH2* 837c và *MAH* 882a, ba loại tâm được đề cập là: *kusala* (thiện; 善), *akuśala* (bất thiện; 不善) và *nivṛtavyākṛta* (nhiễm ô; 染污).
[201] Kệ 20-21a
[202] 心相續
[203] *kāmadhātu*; 欲界
[204] *rūpadhātu*; 色界
[205] *prathama-dhyāna*; 初禪
[206] *Kāmabhava*; 欲有

Chúng được giải thích tương tự như trong dục giới: tâm thiện có hai mươi pháp, tâm vô ký có mười hai pháp, và tâm nhiễm ô có mười chín pháp. Vì sơ thiền thoát khỏi các pháp bất thiện, nên cũng không có vô tàm[207] và vô quý[208], vì chúng chỉ thuộc về pháp bất thiện. Có mười tám pháp bất cộng.

[811b] *Thiền trung gian*[209] đã đoạn trừ tầm (giác). Hoàn toàn loại trừ tầm (giác). Các yếu tố còn lại được giải thích giống như trong sơ thiền.

Ở tầng thiền cao hơn, điều này cũng áp dụng cho *tứ/quán*. Trong nhị thiền[210], tam thiền[211], và tứ thiền[212], *tứ/quán* cũng không còn.

Trong vô sắc giới,[213] *tứ* (*quán*) cũng hoàn toàn bị đoạn trừ. *Tầm (giác)* đã bị loại bỏ từ trước đó.

Đã giải thích các yếu tố cấu thành tâm sở pháp được sinh khởi dựa trên tương ưng[214]. Bây giờ sẽ giải thích về sắc pháp.

(23) *Cực vi tại bốn căn*
Nên biết có mười loại
Thân căn gồm chín loại
Tám chủng tử vị, hương.

[Đối với các vi trần trong bốn căn, nên hiểu có mười chủng tử. Trong thân căn có chín chủng tử. Trong các căn còn lại, có tám chủng tử, cụ thể là trong tị căn.]

---

[207] *ahirīka*; 無慚
[208] *anapatrāpya*; 無愧
[209] *dhyānāntara*; 中間禪
[210] *dvitīya-dhyāna*; 第二禪
[211] *tṛtīya-dhyāna*; 第三禪
[212] *caturtha-dhyāna*; 第四禪
[213] *ārūpyadhātu*; 無色界
[214] *sahabhū*; 相應

Đối với các vi trần[215] *trong bốn căn*[216], *nên hiểu có mười chủng tử*[217]. Tức là, trong nhãn căn[218] có mười chủng tử: chủng tử địa[219], chủng tử thủy[220], chủng tử hỏa[221], chủng tử phong[222], chủng tử sắc[223], chủng tử hương[224], chủng tử vị[225], chủng tử xúc[226], chủng tử nhãn căn[227], và chủng tử thân căn.[228] Điều này cũng áp dụng tương tự đối với các vi trần trong nhĩ căn, tị căn, và thiệt căn.

Trong thân căn[229] có chín chủng tử. Tức là, đối với các vi trần của thân căn còn lại, có chín chủng tử. Trong đó, có một chủng tử là căn[230],

---

[215] *paramāṇu*; 極微
[216] *indriya*; 根
[217] *bīja*; 種子
[218] *cakṣurindriya*; 眼根
[219] *pṛthivī-bīja*; 地種
[220] *ap-bīja*; 水種
[221] *tejas-bīja*; 火種
[222] *vāyu-bīja*; 風種
[223] *rūpa-bīja*; 色種
[224] *gandha-bīja*; 香種thường được sử dụng như một ẩn dụ minh họa cho chủng tử (bīja), tức căn nhân của các pháp. minh họa cho hiện tượng: chủng tử tuy không thấy nhưng có tác dụng cảm phát, tương tự như hạt giống hương tuy vi tế nhưng sẽ tỏa ra mùi khi có duyên (như lửa, nhiệt, nghiền nát, v.v.). *Thành Duy thức luận* (T.1585, 31c–32a), Huyền Trang (玄奘) dẫn giải theo thuyết chủng tử của Hộ Pháp (護法):「如香種中，有香體性，雖非現起，能發香氣。」Việt dịch: "Như trong hạt giống hương có tự tính mùi hương, tuy chưa hiển lộ, nhưng có thể phát ra mùi thơm." Nghĩa là, chủng tử tuy không hiển hiện như cảnh hiện hành, nhưng có khả năng phát sinh hiện tượng, chứng tỏ rằng chủng tử có thực thể và năng lực dị thục (*vipākaśakti*; 異熟力)
[225] *rasa-bīja*; 味種
[226] *spraṣṭavya-bīja*; 觸種
[227] *cakṣurindriya-bīja*; 眼根種
[228] *kāyendriya-bīja*; 身根種
[229] *kāyendriya*; 身根
[230] *indriya-bīja*; 根種

và các chủng tử còn lại giống như đã giải thích ở trên.

Trong các phần chủng tử. Trong trường hợp này, vô biểu sắc[231] không thuộc về hữu tình[232], nên các vi trần chứa tám chủng tử.

Hỏi: Những vi trần được đề cập thuộc về giới nào?

Đáp: Cụ thể là chủng tử *hương*: dục giới có *hương*, nhưng sắc giới thì không. Sắc giới đã hoàn toàn loại trừ chủng tử *hương*. Các chủng tử khác được giải thích tương tự như trong dục giới.

Hỏi: Trước đã nói đếm khi một tâm niệm sinh khởi, thì các tâm sở tất yếu cũng được sinh khởi liên quan đến nó, cùng với các hành không tương ưng với tâm[233]. Đã giải thích về các tâm sở tương ưng. Vậy còn các hành không tương ưng với tâm thì sao?

Đáp: **(24ab)**

Tất cả pháp hữu vi
Đều sinh, trụ, dị, hoại.

[Tất cả các pháp hữu vi đều có sinh, trụ, dị, hoại diệt.]

Tất cả các pháp hữu vi[234] đều có bốn đặc tính[235]: sinh[236], trụ[237], dị[238], và hoại diệt[239].

Vì chúng sinh khởi trong thế gian, nên chúng có sự sinh khởi.

Vì sau khi sinh khởi, các pháp tự thân được thiết lập, nên chúng trụ.

Vì khi đang trụ, trạng thái của chúng suy giảm, nên chúng thay đổi.

---

[231] Chánh văn 非根色; *avijñaptirūpa*; 非表色
[232] *sattva*; 有情
[233] *citta-viprayukta-saṃskāra*; 心不相應行; (e: formations which are not associated with thought)
[234] *saṃskṛta-dharma*; 有為法; e: all formed factors
[235] *lakṣaṇa*; 相; e: four characteristics
[236] *utpāda*; 生; e: birth
[237] *sthiti*; 住; e: abiding
[238] *jarā*; 異; e: changing
[239] *nirodha*; 滅; e: passing away.

Vì sau khi thay đổi, chúng diệt tận, nên chúng hoại diệt.

Những đặc tính này được gọi là hành không tương ưng với tâm.

Hỏi: Khi mỗi pháp hữu vi đều có bốn đặc tính, thì các đặc tính đó có phải cũng mang bốn đặc tính không?

Đáp: **(24c)** *Còn có bốn đặc tướng.*

[Chúng cũng có bốn đặc tính[240].] Cùng với bốn đặc tính[241] này, bốn đặc tính khác cũng được sinh khởi. Sinh tạo ra sinh. Trụ tạo ra trụ. Dị tạo ra dị. Diệt tạo ra hoại diệt.

Hỏi: Nếu vậy, thì vô cùng tận?

Đáp: **(24d)** *Triển chuyển nương nhau thành.*

[Trong quá trình triển chuyển, chúng tạo tác lẫn nhau[242].]

Những đặc tính này đều nương nhau mà hình thành. Cũng như sinh này tạo ra sinh khác[243], trụ này tạo ra trụ khác, dị này làm cho dị khác, và diệt làm cho diệt khác. Do đó, tiến trình này không phải là vô cùng tận.

Mỗi bốn đặc tính sau[244] tiến hành trong một pháp[245]. Mỗi bốn đặc tính đầu[246] tiến hành trong tám pháp.[247]

Sinh tạo ra tám pháp: ba pháp đầu, bốn pháp sau, và chính pháp đó[248]. Điều này cũng áp dụng tương tự cho trụ, dị, và diệt.

Đã nói đến tính tương ưng của các hành[249]. Bây giờ, sẽ giải thích

---

[240] *tathāpi catvāri lakṣaṇāni*; 亦有四相; e: these also have four characteristics.
[241] *lakṣaṇa*; 相; e: characteristics
[242] *anyonyotpādaka*; 相互生起
[243] *jāti*; 生; *Jātijāti*; 生生
[244] *uttaralakṣaṇa*; 後相
[245] *eka-dharma*; 一法
[246] *pūrvalakṣaṇa*; 前相
[247] *aṣṭa-dharma*; 八法
[248] *sa eva dharmaḥ*; 彼法
[249] Chính văn: 行伴 hành bạn

cách các hành sinh khởi dựa trên tương ưng[250].

[811c] (25)

Sở tác cùng tự nhiên
Phổ biến, tương ưng, báo (nhân)
Đều từ trong sáu nhân
Chuyển sinh hữu vi pháp.

[Từ sáu loại nhân: sở tác nhân, cộng/ câu hữu nhân, tự nhiên/ đồng loại nhân, phổ biến/ biến hành nhân, tương ưng nhân, và quả báo nhân, mà một pháp hữu vi được sinh khởi.]

Tất cả các nhân đều thuộc trong sáu nhân[251]. Những nhân này tạo thành tất cả các pháp hữu vi.

Trong đó, *sở tác nhân*[252] được gọi là *lý do tồn tại*: khi nó sinh khởi các yếu tố, nó không ngăn cản cũng không giữ lại[253], do đó, nó sản sinh ra các yếu tố không đồng loại, giống như muôn vật được sinh ra từ đất.

Cộng/câu hữu nhân[254]: khi các pháp hữu vi cùng xuất hiện và sinh khởi do nhân này, giống như các yếu tố thuộc về tâm và các pháp tương ưng hành, cũng như tâm sở pháp và tâm bất tương ưng hành, cũng như các vi trần và chủng tử[255].

Tự nhiên/đồng loại nhân[256]: khi một pháp và pháp khác giống nhau, như tu tập thiện pháp thì sinh khởi thiện pháp, tu tập bất thiện pháp thì sinh khởi bất thiện pháp, tu tập pháp vô ký thì sinh khởi pháp vô ký; cũng như sự tác động nhân quả lẫn nhau của các pháp phù hợp với từng loại của chúng.

---

[250] Chính văn: 由伴生 do bạn sinh
[251] *ṣaḍ-hetu*; 六因
[252] *kāraṇa-hetu*; 所作因. Còn gọi năng tác nhân 能作因
[253] 障礙 có thể dịch s: *vighna*; lưu trú; lưu chú, dạng causative của 'sthā' hoặc một từ ghép có 'sthā
[254] *sahabhū-hetu*; 共/ 俱有因
[255] *Paramāṇu* và *bīja*. Xem kệ 23.
[256] *sabhāga-hetu*; 自然因, Còn gọi đồng loại nhân 同類因

*Phổ biến nhân*²⁵⁷: khi các phiền não trong tiến trình sinh khởi tương tục²⁵⁸, như khi thấy có tự ngã, liền khởi ý nghĩ muốn thẩm nhập²⁵⁹ và tác ý chấp thủ²⁶⁰. Do quan kiến này, liền khởi ý muốn đồng nhất và tác ý chấp thủ tính thường hoặc vô thường của tự ngã²⁶¹. Khi phủ nhận đặc tính của các uẩn, liền khởi ý muốn thẩm nhập và tác ý chấp thủ. Khi hoài nghi²⁶² về đặc tính của các uẩn, liền cho đó là thường, lạc, và tịnh²⁶³, thế nên phiền não sinh khởi. Giải thích về tất cả các pháp phổ biến đã được trình bày trong phẩm Sử²⁶⁴.

*Tương ưng nhân*²⁶⁵: khi tâm và tâm sở pháp đều vận hành trong cùng một đối tượng và tại cùng một thời điểm²⁶⁶. Khi tách rời nhau, chúng không thể sinh khởi.

*Quả báo nhân*²⁶⁷ khi một pháp hữu vi tạo ra kết quả trong các đời sống và dẫn đến quả báo. Do nhân này, quả báo tốt đẹp của thiện nghiệp và quả báo không tốt đẹp của bất thiện nghiệp được sinh khởi.

Đã giải thích về các nhân. Giờ đây sẽ giải thích các pháp đều sinh khởi do nhân duyên.

(26) *Tâm sinh do báo nhân*

---

²⁵⁷ *sarvatraga-hetu*; 普遍因. Chính văn 一切遍因. Còn gọi biến hành nhân 遍行因

²⁵⁸ *Saṃtati, saṃtāna.* 相續

²⁵⁹ 審入 thẩm nhập. Không có trong *AH2* 838b. *MAH* 884b.

²⁶⁰ 計著 kế trước. Như trong *MAH* 884b. *AH2* 838b ghi 執著 chấp trước

²⁶¹ *antagrāhadṛṣṭi* (biên chấp kiến 邊執見): gồm thường kiến (*Śāśvatadṛṣṭi* 常見) chấp thế giới và tự ngã là thường hằng; đoạn kiến (*Ucchedadṛṣṭi* 斷見) chấp thế giới và tự ngã hoàn toàn đoạn diệt sau khi chết.

²⁶² *Vicikitsa.* Chính văn: 猶豫 do dự.

²⁶³ *nitya* 常; *sukha* 樂; *śubha* 淨; chấp trước sai lầm, tức kiến thủ (*dṛṣṭiparāmarśa* 見取).

²⁶⁴ Sử phẩm (*Anusayavarga*) 4. Xem kệ 74 về các pháp biến hành (*sarvatraga*).

²⁶⁵ *samprayukta-hetu*; 相應因

²⁶⁶ *Ekālambana; ekakṣaṇa.* Chánh văn 一時

²⁶⁷ *vipāka-hetu*; quả báo nhân 果報; dị thục nhân 異熟因

Tâm sở và phiền não
Đều khởi do năm nhân
Nên biết rõ như vậy.

[Nên biết rằng, khi tâm sinh khởi do quả báo, thì các tâm sở pháp, các phiền não, đều khởi lên do năm nhân.]

Những gì được sinh khởi bởi *quả báo nhân* cũng được sinh khởi bởi *sở tác nhân*. Tại thời điểm chúng sinh khởi, các pháp đồng loại hoặc không đồng loại không ngăn cản chúng, do đó chúng có thể sinh khởi. Chúng được sinh khởi bởi *câu hữu nhân*. Chúng được sinh khởi bởi sức mạnh của sự tương trợ. Mỗi yếu tố trong chúng đều có mối quan hệ tương trợ lẫn nhau, và tập hợp chúng được đi kèm với các pháp tâm bất tương ưng hành.

Chúng được sinh khởi bởi *tự nhiên/đồng loại nhân*, vốn có các pháp vô ký đồng loại từ đời sống trước. Chúng được sinh khởi bởi *nhân tương ưng*, cùng vận hành trong một đối tượng tại cùng một thời điểm. Chúng được sinh khởi bởi *quả báo nhân*. Khi hành vi là thiện hoặc bất thiện, gọi đó là quả báo của chúng.

Đối với các pháp nhiễm ô thuộc về tâm và tâm sở pháp, cần loại bỏ *quả báo nhân*, vì chúng là vô ký; tuy nhiên, chúng được sinh khởi bởi *phổ biến/biến hành nhân*. Chúng phát sinh là do nhân này. Bốn nhân còn lại được giải thích như trên.

(27) *Các pháp không tương ưng*
Và các pháp còn lại
Trừ vô lậu ban đầu
Đều sinh do bốn nhân.

[Các pháp không tương ưng và các yếu tố tương ưng còn lại, trừ những yếu tố thanh tịnh (vô lậu) ban đầu, đều được sinh khởi bởi bốn nhân.]

Các pháp không tương ưng, tức là sắc pháp được sinh khởi do quả báo[268], cùng với các pháp tâm bất tương ưng hành, đều được sinh

---

[268] *vipākaja*: 異熟生; *dị thục sinh*: các pháp được sinh khởi do quả báo (dị thục).

khởi bởi *bốn nhân: sở tác nhân, câu hữu nhân, quả báo nhân,* và *tự nhiên/đồng loại nhân.*

Sắc nhiễm ô và các pháp tâm bất tương ưng hành cũng sinh khởi bởi bốn nhân: *sở tác nhân, câu hữu nhân, tự nhiên/đồng loại nhân* và *phổ biến/biến hành nhân.*

Các yếu tố tương ưng còn lại, trừ những yếu tố thanh tịnh (vô lậu) ban đầu[269], *được sinh khởi bởi bốn nhân.* Các yếu tố còn lại cấu thành tâm và tâm sở pháp, trừ những yếu tố thanh tịnh ban đầu, cũng được sinh khởi bởi bốn nhân: *sở tác nhân, câu hữu nhân, tự nhiên/đồng loại nhân* và *tương ưng nhân.*

(28) *Bất tương ưng (hành) còn lại*
Nhân sinh còn có ba
Cùng pháp tương ưng khác
Vô lậu sinh đầu tiên.

[Nên biết nhân sinh khởi của các pháp tâm bất tương ưng hành còn lại có ba loại, cũng như sự sinh khởi của các pháp tương ưng còn lại, tức là các yếu tố thanh tịnh (vô lậu) sinh khởi lần đầu tiên.]

Các pháp không tương ưng đã được đề cập trước đó. Khi các pháp còn lại trong số đó, trừ những pháp thanh tịnh được sinh khởi lần đầu tiên, có *tự nhiên/đồng loại nhân*, thì chúng được sinh khởi bởi ba nhân: *sở tác nhân, tự nhiên/đồng loại nhân,* và *câu hữu/cộng nhân.*

Các pháp tương ưng, vốn thanh tịnh khi được sinh khởi lần đầu tiên, cũng được sinh khởi bởi ba nhân: *sở tác nhân, câu hữu/cộng nhân,* và *tương ưng nhân.* Trước đó, chúng không đồng loại (tự nhiên).

(29) *Trong pháp bất tương ưng*
Sinh khởi từ hai nhân
Nếu sinh từ một nhân
Sự sinh không tồn tại.

---

[269] *duḥkhe dharmakṣānti*: 於苦法忍. Việt dịch: *nhẫn đối với pháp khổ,* an nhẫn đối với chân lý về khổ, là sát-na đầu tiên của *kiến đạo* (*darśanamārga*), là sát-na đầu tiên thuộc về *vô lậu* (*vnāsrava*), thanh tịnh. (Xem thêm kệ 104)

[Trong đây, các pháp không tương ưng phải được sinh khởi bởi hai nhân. Một pháp chỉ được sinh khởi bởi một nhân thì hoàn toàn không tồn tại.]

Trong đây, các pháp không tương ưng phải được sinh khởi bởi hai nhân. Trong nhóm các pháp thanh tịnh được sinh khởi lần đầu tiên, sắc pháp và các pháp hữu vi không tương ưng với tâm được sinh khởi bởi hai nhân: *sở tác nhân, câu hữu/cộng nhân*

Đã giải thích tất cả các pháp hữu vi. Trong số đó, một pháp chỉ được sinh khởi bởi một nhân thì hoàn toàn không tồn tại.

Đã giải thích tất cả các nhân. Những nhân này được Đức Như Lai giảng giải nhằm dẫn dắt chúng sinh chuyển hóa, bằng trí tuệ giác ngộ của Ngài, với sự nhận biết chắc chắn về đặc tính của tất cả các pháp. Nay sẽ nói về duyên.

(30) *Thứ đệ duyên, sở duyên*
Tăng thượng duyên, nhân duyên
Pháp do bốn duyên sinh
Bậc Trí nói như vậy.

[Bậc Trí đã giảng rằng các pháp được sinh khởi bởi bốn duyên: thứ đệ duyên (đẳng vô gián duyên), duyên làm đối tượng (sở duyên duyên), duyên làm tăng thượng (tăng thượng duyên), và duyên làm nhân (nhân duyên).]

Thứ đệ duyên[270] (đẳng vô gián duyên): khi mỗi niệm sinh khởi liên tục theo một chuỗi, không gián đoạn.

Sở duyên duyên[271]: duyên làm đối tượng, là cảnh sở duyên của các pháp cấu thành tâm và các pháp tâm tương ưng hành. Các pháp này sinh khởi vì chúng lấy các cảnh đó làm đối tượng.

Tăng thượng duyên[272]: duyên làm tăng thượng – đây là nhân được gọi là 'lý do tồn tại' của muôn pháp. Khi muôn pháp sinh khởi, chúng

---

[270] *samanantarapratyaya* 等無間緣
[271] *ālambanapratyaya*. 所緣緣
[272] *adhipatipratyaya*. 增上緣

không gây trở ngại. Cái chỉ quan tâm đến điều mà nó cần dẫn đến như một yếu tố thiết yếu được gọi là duyên làm tăng thượng.

Nhân duyên[273]: duyên làm nhân: gồm câu hữu nhân, tương ưng nhân, đồng loại nhân, quả báo nhân, và nhân biến hành nhân.

Đã giải thích tất cả các duyên. Giờ đây, sẽ giải thích sự sinh khởi các pháp theo các duyên ấy.

(31) *Tâm và tâm sở pháp*
Là từ bốn duyên sanh
Hai định (sinh) từ ba duyên
Còn lại do hai duyên.

[Tâm và tâm sở pháp sinh khởi bởi bốn duyên, hai chánh thọ sinh khởi bởi ba duyên. Các pháp còn lại phải được giải thích dựa trên hai duyên.]

Tâm và tâm sở pháp sinh khởi bởi bốn duyên [812b]: chúng sinh khởi vì được dẫn dắt bởi pháp ngay trước, điều này biểu thị cho Thứ đệ duyên (đẳng vô gián duyên). Cảnh sở duyên của chúng là duyên làm đối tượng (sở duyên duyên). Tất cả các pháp, ngoại trừ pháp đặc thù tự thân, đều là tăng thượng duyên[274].

Hai chánh thọ[275]: diệt thọ tưởng định[276] và diệt tận định[277] đều được sinh khởi bởi ba duyên. Trong đó, tâm khi nhập định là đẳng vô gián duyên. Những phẩm chất đã sinh khởi trước đó trong giai đoạn đặc thù của chúng là nhân duyên, và sinh, trụ, dị, diệt cùng sinh khởi cũng là nhân duyên. Tăng thượng duyên được giải thích như trên.

---

[273] *Kāraṇahetu.* 因緣 Xem kệ 25a.
[274] AH giải thích ba duyên (*pratyaya*): đẳng vô gián duyên (*anantara-pratyaya*), sở duyên duyên (*ālambana-pratyaya*), và tăng thượng duyên (*adhipati-pratyaya*). AH2 bổ sung thêm nhân duyên (*hetu-pratyaya*), gồm câu sinh nhân (*sahabhū-hetu*), đồng loại nhân (*sabhāga-hetu*), và tương ưng nhân (*saṃprayuktaka-hetu*).
[275] *samāpatti* 正受
[276] *asaṃjnisamāpatti* 無想定
[277] *nirodhasamāpatti.* 滅盡定

Các pháp còn lại phải được giải thích dựa trên hai duyên; các pháp hữu vi tâm bất tương ưng hành, ngoại trừ những pháp đã đề cập trước đó, cùng với sắc pháp, đều được sinh khởi bởi hai duyên: nhân duyên và tăng thượng duyên.

Hỏi: Tại sao các pháp này gọi là hành?

Đáp: **(32)**

> *Nhiều pháp sinh một pháp*
> *Một pháp cũng sinh nhiều*
> *Hành tạo tác do duyên*
> *Nên liễu tri như thị.*

[Nhiều pháp có thể sinh một pháp, một pháp có thể sinh nhiều pháp. Vì các pháp hữu vi được tạo thành bởi các duyên và do các duyên làm nên, nên phải hiểu theo cách này.]

Nhiều pháp có thể sinh một pháp, một pháp có thể sinh nhiều pháp: không một pháp nào có thể tự sinh khởi bằng năng lực riêng của nó, mà một pháp phải do nhiều pháp khác sinh khởi. Tuy nhiên, một pháp cũng có thể làm nhân để sinh khởi nhiều pháp khác. Do đó, các pháp hữu vi được tạo thành bởi các duyên và do các duyên làm nên, nên phải được hiểu theo cách này.

PHẨM THỨ BA
NGHIỆP[278]

Đã giải thích về bản chất đặc thù của các pháp hữu vi, cũng như việc chúng được sinh khởi bởi các nhân và các duyên. Giờ đây, sẽ giải thích rằng khi các pháp này, vốn có nhân[279] đã được đề cập trước đó, chiêu cảm quả báo, thì có thể dẫn đến các loại tái sinh khác nhau.

(33) *Nghiệp tạo nên thế giới*
Đường đi và lối về
Thế nên quán chiếu nghiệp
Cầu giải thoát thế gian.

[Nghiệp tạo thành các thế giới cùng với mọi hành trình trong đó. Do đó, hãy quán chiếu về nghiệp và tìm phương thức giải thoát khỏi thế gian.]

Nghiệp tạo thành các thế giới cùng với mọi hành trình[280] trong đó: ba cõi[281] được hình thành với các loại thân khác nhau trong năm đường[282]. Chính nghiệp là nhân tố tạo thành các thế giới. Do đó, hãy quán chiếu về nghiệp và tìm phương thức giải thoát khỏi thế gian.

---

[278] *Karmavarga* III. 業品第三
[279] *Sahetuka* 有因
[280] *Gati*: 趣. Chính văn: 趣趣在處處 thú thú tại xứ xứ.
[281] Hán: 三世 *tam thế*: quá khứ (*atīta*; 過去), hiện tại (*pratyutpanna*; 現在), vị lai (*anāgata*; 未來).
[282] Hán: 五趣; *pañca gati*: ngũ thú: địa ngục (*naraka*; 地獄), ngạ quỷ (*preta*; 餓鬼), súc sinh (*tiryak*; 畜生), nhân (*manuṣya*; 人), thiên (*deva*; 天).

(34) *Thân nghiệp và khẩu nghiệp*
Do hữu tình tạo tác
Từ đó sinh các hành
Chiêu cảm các loại thân.

[Các hành vi của thân, khẩu và ý được thực hiện bởi chúng sinh hiện hữu. Chính do những hành vi này mà các pháp hữu vi (hành) sinh khởi, chiêu cảm các loại thân khác nhau.]

Các hành vi của thân, khẩu và ý được thực hiện bởi chúng sinh hiện hữu, tức là những hành vi này do những chúng sinh được sinh ra thực hiện. Chính do những việc làm này mà các pháp hữu vi (hành) sinh khởi, chiêu cảm các loại thân khác nhau như là quả báo.

Bây giờ sẽ giải thích ngắn gọn đặc tính những nghiệp[283] này.

(35) *Thân nghiệp: biểu, vô biểu*
Nên biết có cả hai
Khẩu nghiệp cũng như vậy
Ý nghiệp chỉ vô biểu.

[Nên biết thân nghiệp có cả biểu nghiệp và vô biểu nghiệp. Khẩu nghiệp cũng vậy. Ý nghiệp chỉ có vô biểu nghiệp.]

Nên biết thân nghiệp có cả biểu nghiệp[284] *và vô biểu nghiệp*[285]: bản chất của thân nghiệp có hai loại. biểu nghiệp hoặc vô biểu nghiệp. Trong trường hợp này, biểu nghiệp là sự vận động của thân, có thể là thiện, bất thiện, hoặc vô ký. Việc thiện được sinh khởi bởi tư tưởng thiện, việc bất thiện được sinh khởi bởi tư tưởng bất thiện, việc vô ký được sinh khởi bởi tư tưởng vô ký.

Vô biểu nghiệp: khi các hành động được thực hiện trở nên kiên cố. Yếu tố này vẫn sinh khởi ngay cả khi nó diễn ra giữa những tâm thức khác nhau, ví dụ như ngay cả giữa các tư tưởng bất thiện và vô ký, người thọ giới đầy đủ vẫn hành trì giới luật. Ngược lại, người có hành

---

[283] Chính văn: 業相 nghiệp tướng.
[284] Chính văn: 教: giáo; *vijñapti:* 表業 biểu nghiệp.
[285] Chính văn: 無教: vô giáo; *avijñapti* 無表業; vô biểu nghiệp có thể được hiểu là một năng lực tiềm ẩn của tập khí.

vi ác vẫn tiếp tục theo sự kiềm chế xấu của mình.

Khẩu nghiệp cũng vậy: bản chất hành động của khẩu cũng có hai loại.

Ý nghiệp chỉ có vô biểu nghiệp: bản chất hành động của ý chỉ là vô biểu nghiệp. Tại sao? Vì nó không thể hiển lộ ra bên ngoài[286], do nó là một chuỗi vi tế của các tư tâm sở[287].

Hỏi: Trong năm loại nghiệp này, có bao nhiêu nghiệp là thiện, bao nhiêu nghiệp bất thiện, bao nhiêu nghiệp vô ký?

Đáp: **(36)**

Biểu nghiệp có ba loại
Thiện, bất thiện, vô ký
Ý nghiệp, tất vô biểu
Còn lại, chẳng vô ký.

[Nên biết biểu nghiệp có ba loại: thiện, bất thiện và vô ký. Ý nghiệp thuộc về vô biểu nghiệp cũng như vậy. Các loại còn lại không được xem là vô ký.]

Nên biết biểu nghiệp có ba loại: thiện, bất thiện và vô ký. Biểu nghiệp của thân và khẩu cũng được phân thành ba loại: thiện, bất thiện và vô ký.

Trong đó, *biểu nghiệp thân thiện* bao gồm các hành động như bố thí, trì giới, v.v..., là những hành vi của thân được tạo ra bởi các tư tưởng thiện. *Biểu nghiệp thân bất thiện* bao gồm các hành vi như sát sinh, trộm cắp, tà hạnh, là những hành vi thân thể được tạo ra bởi các tư tưởng bất thiện. *Biểu nghiệp thân vô ký* bao gồm các động tác của thân phát ra bởi tư tưởng vô ký, như các hoạt động liên quan đến oai

---

[286] Trong luận này, ý nghiệp (*manaskarman*) được xem là vô biểu nghiệp (*avijñapti*) chỉ vì nó không hiển lộ, không thể thấy được. Luận sư Nhất thiết hữu bộ (*Sarvāstivādin*) về sau chỉ giới hạn vô biểu nghiệp cho thân nghiệp (*kāyakarman*) và khẩu nghiệp (*vākkarman*). Xem *Câu-xá luận* (*Kośa* IV, 3f.) và *MAH* 888bc.

[287] Chính văn: 思微相 tư vi tướng; 思 *cetanā*

nghi, nghề nghiệp và kỹ năng[288].

Tương tự, biểu nghiệp khẩu thiện bao gồm các việc như không nói dối, nói đúng thời, nói lời mang lại nhiều lợi ích, là các hành vi từ miệng được tạo ra bởi tư tưởng thiện. Biểu nghiệp khẩu bất thiện bao gồm các hành vi như nói dối, nói lời ly gián, nói thô ác, nói lời vô nghĩa, là các hành vi từ miệng được tạo ra bởi tư tưởng bất thiện. Biểu nghiệp khẩu vô ký bao gồm các hành vi từ miệng được tạo ra bởi các tâm vô ký.

Điều này cũng áp dụng cho vô biểu nghiệp của ý: Vô biểu nghiệp hành vi của ý cũng có ba loại: thiện, bất thiện và vô ký. Tư[289] đi kèm với các tâm thiện là thiện. Tư đi kèm với các tâm bất thiện là bất thiện. Tư đi kèm với các tâm vô ký là vô ký.

Những loại còn lại không được xem là vô ký: chỉ còn hai loại, đó là thân vô biểu nghiệp và ngữ vô biểu nghiệp. Hai loại này có hai hình thái: thiện hoặc bất thiện, không bao giờ là vô ký. Vì sao? Một tâm vô ký yếu ớt và không thể tạo ra một nghiệp mạnh mẽ[290]—tức là một hành động, dù xuất hiện giữa các tâm sai biệt, vẫn tiếp tục theo cách thức tự thân của nó. Do đó, không có thân vô biểu nghiệp hoặc ngữ vô biểu nghiệp thuộc loại vô ký.

Hỏi: Nghiệp vô ký có bản chất như thế nào, được liên kết với những nơi nào?

Đáp: **(37)**

> *Sắc giới, vô ký hai*
> *Ẩn một, không ẩn một*
> *Ẩn một liên kết sắc*
> *Khác, liên kết hai cõi.*

[Trong hữu sắc (sắc giới), những gì thuộc vô ký có hai loại: ẩn một và không ẩn một. Những gì ẩn một thì liên kết với sắc, còn những gì còn lại thì liên kết với hai cõi.]

---

[288] *śailpasthānika*; 伎術 kỹ thuật.
[289] *cetana*; 思.
[290] *balavat*; 強力業 cường lực nghiệp.

*Trong hữu sắc (sắc giới)*²⁹¹, *những gì thuộc vô ký có hai loại: ẩn một* ²⁹² *và không ẩn một* ²⁹³. Thân vô biểu nghiệp và ngữ vô biểu nghiệp, do mang tính chất vật chất vì hành động vốn là vật chất, cũng có hai loại: *ẩn một* và *không ẩn một*. *Không ẩn một* là bị phiền não che lấp [813a] và do phiền não tạo ra. Những gì không thuộc loại này thì được xem là *ẩn một*.

Những gì thuộc *ẩn một* thì liên kết với sắc: nếu là *ẩn một*, nó chỉ liên kết với sắc giới. Vì sao? Các phiền não cần được đoạn trừ bằng tu tập²⁹⁴ làm phát sinh thân nghiệp và ngữ nghiệp. Trong dục giới, các phiền não cần đoạn trừ bằng tu tập chỉ thuộc về bất thiện, và với phiền não bất thiện, không thể làm phát sinh nghiệp vô ký.

Phần còn lại (được liên kết) với hai cõi²⁹⁵: nghiệp vô ký không *ẩn một* đều được liên kết với cõi dục và cõi sắc. Ý nghiệp được giải thích là các tâm. Chúng đã được giải thích rõ ràng ở nơi khác²⁹⁶, do đó sẽ không được giải thích ở đây.

(38) *Vô biểu của thân, khẩu*
Có thể thiện, bất thiện
Đặc trưng bởi ba tướng
Vô lậu giới định huệ.

Nên biết vô biểu nghiệp của thân nghiệp và khẩu nghiệp có thể là thiện hoặc bất thiện, được đặc trưng bởi ba yếu tố: thiền định vô lậu, điều phục oai nghi thanh tịnh, và chế ngự theo giới luật.

---

²⁹¹ *Rūpabhava*: 色有, 色, sắc giới

²⁹² *nivṛta*; 隱沒 ẩn một: chỉ sự hoại diệt, tiêu biến của các pháp hữu vi (*saṃskṛta*; 有為法); chỉ đến sự lắng xuống của phiền não, vô minh, sự ẩn tàng của các pháp do duyên sinh diệt.

²⁹³ *anivṛta*; 不隱沒 bất ẩn một, chưa được giải thoát khỏi chướng ngại, còn bị ngăn che.

²⁹⁴ *bhāvanāheya*; 修所斷: tu sở soạn. Phiền não cần đoạn trừ bằng tu tập (nghĩa là những phiền não được đoạn trừ thông qua sự phát triển thiền định và tu tập).

²⁹⁵ 欲界 dục giới và 色界 sắc giới.

²⁹⁶ Kệ 20-22. Tham khảo *AH2840b*.

Nên biết vô biểu nghiệp của thân nghiệp và khẩu nghiệp có thể là thiện hoặc bất thiện; khi nghiệp mang sắc tính²⁹⁷, và hơn nữa khi nó mang bản chất của vô biểu nghiệp, thì nó có thể là thiện hoặc bất thiện.

Nó được đặc trưng bởi ba yếu tố²⁹⁸: (điều phục) nhờ định, *điều phục oai nghi thanh tịnh*, và chế ngự theo giới luật²⁹⁹. Vô biểu nghiệp, tức sự điều phục, có ba đặc tính: thanh tịnh, phát sinh từ thiền định, và thuộc về giới luật.

Thanh tịnh: khi sự điều phục đi cùng với chánh đạo³⁰⁰, bao gồm chánh ngữ, chánh nghiệp và chánh mạng³⁰¹.

Phát sinh từ thiền định: khi xuất hiện trong trạng thái thiền định, từ bỏ điều ác.

Sự điều phục theo giới luật: sự chế ngự trong cõi dục.

(39) *Vô biểu trong dục giới*
Biểu nghiệp tùy nhị hữu
Không tùy chuyển theo tâm
Loại khác, chuyển theo tâm.

[Nên biết vô biểu nghiệp trong cõi dục và biểu nghiệp tùy thuộc hai cõi hữu không tùy chuyển theo tâm. Có nghĩa là, các loại khác tùy chuyển theo tâm.]

Nói cách khác, *vô biểu nghiệp trong cõi dục không tùy chuyển theo tâm*³⁰². Vì sao? Các tâm thiện, tâm bất thiện, và tâm vô ký vẫn diễn

---

²⁹⁷ Chính văn 業若色性 nghiệp nhược sắc tánh: khi nghiệp là vật chất.
²⁹⁸ lakṣaṇa; 相
²⁹⁹ Ba loại luật nghi: thiền định (*dhyāna*), vô lậu (*anāsrava*), và chế ngự theo giới luật (*prātimokṣa*).
³⁰⁰ *Aryamarga*: 聖道 Thánh đạo, theo *MAH* 889b Giải thích: hữu học (有學 *saiksamarga*); vô học đạo (*asaiksamarga*; 無學道
³⁰¹ *samyagvāc* 正語: chánh ngữ; *samyakkarmānta* 正業: chánh nghiệp; *samyagājīva* 正命: chánh mạng.
³⁰² *cittānuparivartin* 隨心轉: tùy chuyển theo tâm

ra trong sự chế ngự sau khi thọ giới[303], nhưng chúng không phải tùy chuyển theo tâm thiện, bất thiện hay vô ký.

Biểu nghiệp trong cả cõi dục và cõi sắc cũng không phải là tùy chuyển theo tâm. Vì sao? Vì nó tùy thuộc vào thân.

Vô biểu nghiệp trong cõi sắc và vô biểu nghiệp thanh tịnh[304] là tùy chuyển theo tâm. Vì sao? Vì chúng phụ thuộc vào những tâm đó. Không phải trường hợp chúng xảy ra cùng với những tâm khác nhau.

Đã xác lập rõ ràng tất cả các nghiệp. Cách một người thành tựu nghiệp sẽ được giải thích ngay sau đây.

(40) *Giới vô lậu luật nghi*
Thành tựu trong kiến đế
Đắc thiền thì thành tựu
Trì giới trong cõi dục.

[Vô lậu giới luật nghi thành tựu khi đạt được kiến đế, sự điều phục phát sinh từ thiền định thành tựu khi đắc thiền. Sự chế ngự do trì giới được hình thành trong cõi dục.]

Vô lậu giới luật nghi thành tựu khi đạt được kiến đế: tức là khi tuệ giác thanh tịnh quán chiếu các Thánh đế, thấy rõ chân lý. Khi lần đầu tiên phát khởi tuệ giác thanh tịnh, hành giả quán chiếu về khổ đế[305] trong cõi dục. Do đó, tất cả bậc Thánh đều thành tựu sự chế ngự thanh tịnh.

Sự điều phục phát sinh từ thiền định thành tựu khi đắc thiền, tức là người chứng đắc thiền định thì thành tựu sự chế ngự nhờ thiền định.

Sự chế ngự do trì giới được hình thành trong cõi dục: khi thọ giới, sẽ thành tựu sự chế ngự trong cõi dục.

Chúng ta đã được giải thích một cách khái quát về sự thành tựu

---

[303] *upasampanna* 受具足戒: thọ cụ túc giới, thọ giới tỉ-khưu. Đề cập đến giới luật nghi (*prātimokṣasaṃvara*).

[304] Tức là sự phòng hộ (*saṃvara*) phát sinh từ thiền định (*dhyānaja saṃvara*) và sự chế ngự từ vô lậu (*anāsrava saṃvara*).

[305] *duḥkhadarśana*; 觀苦 quán khổ. Xem thêm kệ 104.

điều phục đạt được trong quá khứ, hiện tại và tương lai [813b], nay sẽ giải thích ngay sau đây.

(41) *An trụ oai nghi giới.*
Vô biểu nghiệp đời nầy
Nên biết thường thành tựu
Nếu tận, thuộc quá khứ.

[Nên biết vô biểu nghiệp của người an trụ trong điều phục theo giới luật, nếu hiện hữu trong hiện tại, thì được thành tựu thường hằng. Hoặc ngược lại, nếu đã chấm dứt, thì thuộc về quá khứ.]

Nên biết vô biểu nghiệp của người an trụ trong điều phục theo giới luật, nếu hiện hữu trong hiện tại, thì được thành tựu thường hằng: khi an trụ trong sự chế ngự theo giới luật, hành giả thành tựu sự điều phục dưới dạng vô biểu nghiệp trong từng sát-na. Nó không bao giờ bị từ bỏ và được duy trì cho đến khi chấm dứt cuộc đời.

Hoặc ngược lại, nếu đã chấm dứt, thì nó thuộc về quá khứ: hoặc sự chế ngự trong quá khứ đã được thành tựu dưới dạng vô biểu nghiệp, khi chấm dứt, nó không bị mất đi. Tức là, khi giai đoạn khởi đầu đã kết thúc, người ta thành tựu những gì đã qua. Nói cách khác, cái đã qua chính là những gì đã chấm dứt[306].

(42) *Nếu người tạo biểu nghiệp*
Đời nầy ở trung gian
Thành tựu từ quá khứ
Khi không bị xả bỏ.

[Khi một người tạo ra biểu nghiệp, họ ngay lập tức thiết lập giai đoạn trung gian. Nên biết rằng người ấy thành tựu những gì đã qua khi biểu nghiệp chấm dứt mà không bị từ bỏ.]

Khi một người tạo ra biểu nghiệp[307], *họ ngay lập tức thiết lập giai đoạn trung gian:* khi một người thực hiện biểu nghiệp của thân hoặc khẩu, ngay tại thời điểm đó, họ thành tựu biểu nghiệp trong hiện tại.

---

[306] Chánh văn: 過去者假名為盡 quá khứ giả giả danh vi tận.
[307] An trụ trong điều phục theo giới luật
(prātimokṣasaṃvara; 波羅提木叉).

Hiện tại là cách gọi khác của giai đoạn trung gian³⁰⁸.

Nên biết rằng một người thành tựu những gì đã qua khi biểu nghiệp chấm dứt mà không xả bỏ: khi biểu nghiệp đã chấm dứt nhưng không bị mất đi (xả), ngay tại thời điểm đó, người ấy thành tựu những gì thuộc về quá khứ.

(43) *Đắc thiền vô biểu nghiệp.*
Thành tựu diệt, vị chí
Khi an trụ chánh thọ
Biểu nghiệp như trước nói.

[Người đã đạt được vô biểu nghiệp nhờ thiền định, tức là thành tựu những gì đã diệt và những gì chưa đạt đến, và khi an trụ trong chánh thọ, người ấy thành tựu giai đoạn trung gian. Biểu nghiệp được giải thích như trước.]

*Nói rằng: Người đạt được vô biểu nghiệp thông qua định*³⁰⁹ *sẽ thành tựu những gì đã diệt và những gì chưa đạt được*³¹⁰; khi một người đạt được biểu nghiệp thông qua định, người ấy thành tựu những gì đã qua và những gì chưa đến. Vì sao vậy? Thành tựu định cũng giống như thành tựu giới nhiếp phục.

*Khi an trú trong chánh thọ*³¹¹, *người ấy thành tựu trạng thái trung gian*; một thuật ngữ khác để chỉ hiện tại chính là trạng thái trung gian. Khi một người an trú trong định, vào thời điểm đó, người ấy thành tựu hiện tại vô biểu nghiệp. Vì sao? Bởi đồng hành với định.

---

[308] Chánh văn: 現在者假名中世 hiện tại giả giả danh trung thế.

[309] Định luật nghi (*dhyānajasaṃvara*; 定律儀), là pháp *tùy tâm chuyển* (*cittānuparivartin*; 隨心轉).

[310] *anāgamya-samādhi*; vị chí định (未至定), là trạng thái định chưa đạt đến sơ thiền, nhưng đã có sự ổn định và kiểm soát tâm nhất định. Là giai đoạn trung gian giữa tâm tán loạn và sơ thiền.
Còn tồn tại một số yếu tố của dục giới nhưng đã giảm nhẹ. Theo truyền thống A-tì-đạt-ma, vị chí định là một trong các trạng thái tiền thiền, có thể xem là giai đoạn chuẩn bị (*parikarmaka*) trước khi đắc định.

[311] *Samādhi*正受

Biểu nghiệp được giải thích như trước[312]: cũng như khi an trú trong giới nhiếp phục[313], nếu tạo ra biểu nghiệp, vào thời điểm đó, người ấy thành tựu hiện tại biểu nghiệp; nhưng nếu không tạo ra biểu nghiệp, vào thời điểm đó, người ấy không thành tựu hiện tại biểu nghiệp.

Khi biểu nghiệp đã chấm dứt nhưng chưa mất đi, vào thời điểm đó, người ấy thành tựu quá khứ biểu nghiệp; nhưng nếu nó chưa chấm dứt, hoặc dù đã chấm dứt nhưng bị mất đi, vào thời điểm đó, người ấy không thành tựu quá khứ biểu nghiệp.

Điều này cũng tương tự khi một người an trú trong giới nhiếp phục thông qua định.

(44) *Nên biết người đắc đạo*
Thành tựu dù chưa sinh
Trung gian tại đạo tâm
Nếu tận mà chưa xả
Thì thuộc về quá khứ.

[Nên biết bất kỳ ai đắc đạo đều thành tựu điều này nếu nó chưa được sinh khởi.

Trạng thái trung gian tồn tại trong tâm hành giả trên đạo lộ. Khi chấm dứt nhưng chưa bị xả bỏ, thuộc về quá khứ.]

Nên biết những ai đã chứng đắc đạo đều thành tựu vô biểu nghiệp thanh tịnh[314] trong tương lai, nếu nó chưa được sinh khởi.

Vì sao? Vì sự thành tựu của nhiếp phục cũng giống như sự thành tựu của tâm thanh tịnh.

Trạng thái trung gian tồn tại trong tâm của đạo[315]: khi một người hòa hợp với đạo và an trú trong định[316] **[813c]**, vào thời điểm đó,

---

[312] Xem Kệ 42

[313] (pratimoksa) samvara. Biệt giải thoát (giới) luật nghi 別解脫 (戒)律儀

[314] Vô lậu luật nghi (anasrava-saṃvara; 無漏律儀) là pháp tùy tâm chuyển (cittānuparivartin; 隨心轉).

[315] Chánh văn 中間在道心者 trung gian tại đạo tâm giả.

[316] samāhita: 三昧耶 (tam-ma-da); 正受 (chánh thọ), 定心 (định tâm), 寂靜 (tịch tĩnh), tâm đã được điều phục và an trú trong định

người ấy thành tựu hiện tại.

Khi nó chấm dứt nhưng chưa bị xả bỏ, thì nó thuộc về giai đoạn trước, và giai đoạn trước chính là quá khứ. Khi vô biểu nghiệp này chấm dứt nhưng chưa bị mất đi, người ấy thành tựu quá khứ vô biểu nghiệp, giống như một người đã chứng thánh quả nhưng sau đó thối chuyển.[317]

(45) *Nếu đã an trụ giới*
 Mà làm ác, bất thiện
 Thành tựu hai loại nghiệp
  Bị ràng buộc kiết sử
 Chấm dứt khi đoạn diệt.

[Khi một người đã an lập giới nhiếp phục nhưng vẫn tạo ác nghiệp và bất thiện nghiệp, người ấy thành tựu cả hai loại nghiệp, chừng nào vẫn còn bị ràng buộc bởi kiết sử[318]. Hãy biết rằng chúng chấm dứt sau khi đã bị đoạn diệt.]

Khi một người đã an lập giới nhiếp phục nhưng vẫn tạo ác nghiệp và bất thiện nghiệp, người ấy thành tựu cả hai loại nghiệp. Người an trú trong giới nhiếp phục[319], hoặc an trú trong định nhiếp phục[320], hoặc an trú trong thanh tịnh nhiếp phục[321], hoặc tạo ra sự nặng nề bất thiện và ô nhiễm[322].

(*samādhi*), tâm chuyên nhất, không tán loạn.

[317] *parihāṇi*: 退轉 thối chuyển. Như vị A-na-hàm (*anāgāmin*) đã chứng đắc A-la-hán quả (*arhattvaphala*) nhưng sau đó thoái chuyển trở thành Nhất lai (*sakṛdāgāmin*). Đối chiếu Pháp Cú (*Dhammapada*), kệ 110 trở đi và kệ 185.

[318] *saṃyojana*; 結縛. Chánh văn 纏所纏 triền sở triền.

[319] *pratimokṣa-saṃvara*: biệt giải thoát (giới) luật nghi 別解脫 (戒)律儀.

[320] *dhyānaja-saṃvara*; định luật nghi (定律儀)

[321] *anāsrava-saṃvara*; vô lậu luật nghi (無漏律儀)

[322] Dù một người giữ giới luật, đạt định, hay thậm chí đã đạt thanh tịnh vô lậu, nếu còn kiết sử (*saṃyojana*; 結縛), họ vẫn có thể tạo ra bất thiện nghiệp. Kiết sử là những trói buộc tâm thức khiến người tu hành còn dính mắc vào luân hồi. Nếu chưa hoàn toàn đoạn trừ kiết

Vào thời điểm đó, người ấy khởi sinh vô biểu nghiệp liên quan đến bất thiện nghiệp, người ấy thành tựu cả biểu nghiệp và vô biểu nghiệp. Nếu không phải là sử nặng nề và ô nhiễm, thì người ấy không khởi sinh vô biểu nghiệp[323].

Hỏi: Người ấy thành tựu chúng trong bao lâu?

Đáp: Chừng nào người ấy còn bị ràng buộc bởi kiết sử, thì người ấy còn thành tựu những gì có thể đạt được theo đó. Nên biết rằng chúng chấm dứt sau khi sử bị đoạn diệt: khi các sử này bị tiêu diệt, thì biểu nghiệp và vô biểu nghiệp cũng chấm dứt.

(46) *Không trụ oai nghi giới*
Vô biểu thành tựu trung gian.
Ác, quả báo không mong cầu.
Thành tựu quá khứ tận.

[Khi không an trú trong giới nhiếp phục, vô biểu nghiệp được thành tựu trong trạng thái trung gian – do là bất thiện nên đưa đến quả báo không mong cầu, cũng được thành tựu như quá khứ khi nó đã chấm dứt.]

Khi không an trú trong giới nhiếp phục[324], vô biểu nghiệp được thành tựu trong trạng thái trung gian – do bất thiện, nó đưa đến quả báo xấu.

Khi an trú trong giới bất nhiếp phục, vào thời điểm đó, người ấy thành tựu vô biểu nghiệp bất thiện. Bất thiện có nghĩa là đưa đến quả

---

sử, dù có đạt đến trạng thái nhiếp phục, họ vẫn có thể sinh khởi tâm tham, sân, si, dẫn đến tạo nghiệp bất thiện. Chẳng hạn vị A-na-hàm (*Anāgāmin*) đã đoạn trừ tham sân ở dục giới nhưng vẫn còn vi tế chấp thủ vào sắc giới và vô sắc giới. Dù đạt đến thanh tịnh nhiếp phục (vô lậu luật nghi), vị ấy vẫn chưa phải A-la-hán, nên có thể tạo ra kiết sử vi tế khiến bản thân còn sinh tử trong các cõi cao hơn. Chỉ khi đoạn trừ hoàn toàn kiết sử, chứng đắc A-la-hán quả, hành giả mới thực sự thoát khỏi mọi bất thiện nghiệp.

[323] vô biểu nghiệp (*avijnapti*) là 'nặng', Tham khảo kệ 35 và chú thích; kệ 36 và chú thích.

[324] Chánh văn 住不威儀; *asaṃvara*: trụ bất oai nghi.

báo không mong cầu.

Nó cũng trở thành quá khứ khi đã chấm dứt, nhưng chỉ khi nó đã diệt, không phải khi chưa diệt.

(47) *Khi biểu nghiệp hiện khởi*
Thành tựu ở trung gian
Đoạn tận thành quá khứ
Thiện, đối lập điều trên.

[Khi biểu nghiệp hiện khởi trong khoảnh khắc, nó được gọi là thành tựu trong trạng thái trung gian, và khi chấm dứt, nó trở thành quá khứ. Khi là thiện nghiệp, nó đối lập với điều trên.]

Khi biểu nghiệp hiện khởi trong khoảnh khắc, nó[325] được gọi là thành tựu trong trạng thái trung gian, và khi chấm dứt, nó trở thành quá khứ. Biểu nghiệp được hiểu như đã giải thích trước đó[326].

Khi là thiện nghiệp, nó đối lập với điều trên. Cũng như an trú trong giới nhiếp phục được xem là bất thiện[327], thì an trú trong giới bất nhiếp phục được xem là thiện, chừng nào tâm thiện còn tồn tại[328].

(48) *An trụ ở trung gian*
Thành tựu ở trung gian
Đoạn tận thành quá khứ
Hoặc hai, hoặc là một

---

[325] *asaṃvara*; 不威儀: bất oai nghi
[326] Xem kệ 42
[327] Chẳng hạn tỉ-khưu nghiêm trì giới luật nhưng khởi tâm kiêu mạn, xem thường những người khác, cho rằng chỉ có mình là thanh tịnh, còn người khác đều thấp kém. Mặc dù vị ấy đang an trú trong giới nhiếp phục, nhưng vì tâm kiêu mạn sinh khởi, hành vi này trở thành bất thiện.
[328] Chẳng hạn hành giả đạt định luật nghi nhưng vì chấp thủ vào các tầng thiền, không chịu tiến lên tuệ quán, sinh tâm ngã mạn với người chưa đạt định, đó là bất thiện. Trái lại, hành giả tuy chưa nhập định nhưng có tâm hoan hỷ, bố thí, giúp đỡ người khác, dù không ở trong trạng thái định luật nghi, vẫn tạo thiện nghiệp.

[Những gì được thực hành bởi người an trụ ở trung gian, thành tựu trong giai đoạn trung gian, và cũng hoàn tất như quá khứ khi đã diệt tận. Nó hoặc là hai, hoặc là một³²⁹.]

*Người an trụ ở khoảng giữa*³³⁰ là kẻ không trụ nơi điều phục cũng không trụ nơi không điều phục, mà an trụ trong pháp trung gian. Khi an trụ nơi thiện, người ta nói rằng thiện ấy hoặc có hai loại, cả biểu nghiệp và vô biểu nghiệp, hoặc chỉ là biểu nghiệp. Nó hoặc vừa là thiện vừa là bất thiện, hoặc chỉ là một³³¹.

Hỏi: Làm thế nào để đạt được sự điều phục trong cõi sắc, làm thế nào để xả bỏ? Nó được đạt được thông qua các thiền căn bản³³² hay qua các pháp tu khác³³³?

Đáp: Không chỉ thông qua các thiền căn bản.

(49) *Thiện tâm trong sắc giới*
Điều phục thông qua định
Tâm diệt, điều phục không
Vô lậu có sáu tâm.

[Các tâm thiện trong cõi sắc được điều phục thông qua định. Khi các tâm ấy diệt mất, sự điều phục cũng mất theo. Đối với bậc thanh tịnh, có sáu loại tâm.]

[814a] *Các tâm thiện trong cõi sắc được điều phục thông qua định.* Người đạt được các tâm thiện của cõi sắc, dù đã xả ly dục hay chưa

---

[329] 2: Hiện tại và quá khứ biểu nghiệp (*vijñapti*) và vô biểu nghiệp (*avijñapti*), đối chiếu *AH*2 841b; so sánh *MAH* 890ab.
   1: Hiện tại vô biểu nghiệp (*avijñapti*), đối chiếu *AH*2 841b; so sánh *MAH* 890ab.
[330] *Madhyastha*: an trụ trung gian, nghĩa là trong trạng thái *naiva-saṃvara-nāsaṃvara* (không phải điều phục cũng không phải không điều phục).
[331] *naiva-saṃvara-nāsaṃvara*; 非律儀亦非非律儀: phi luật nghi phi phi luật nghi.
[332] *mauladhyāna*; 根本禪 căn bản thiền.
[333] Ngoài bốn thiền căn bản, còn có *anāgamyadhyāna* (中間定, 未至定, 靜慮未至) và *dhyānāntara* (中間禪、中間定、中間三昧、靜慮中間).

xả ly dục, thì tất cả đều đạt được sự điều phục của cõi sắc. Vì sao? Vì trong tất cả các tâm thiện của cõi sắc, sự điều phục luôn luôn đồng hành.

Hỏi: Sự điều phục ấy bị mất như thế nào?

Đáp: Khi các tâm trước mất, sự điều phục ấy cũng mất theo.

Hỏi: Còn đối với bậc thanh tịnh[334] (vô lậu) thì sao?

Đáp: Đối với bậc thanh tịnh, có sáu loại tâm. Sự điều phục thanh tịnh được đạt được cùng với các tâm thanh tịnh trong sáu giai đoạn[335].

Hỏi: Sự điều phục ấy bị mất như thế nào?

Đáp: Khi các tâm trước mất, sự điều phục ấy cũng mất theo.

Sáu giai đoạn: vị chí định[336], trung gian định[337], và bốn thiền căn bản[338].

Hỏi: Có bao nhiêu sát-na mà trong đó các sự điều phục này được xả bỏ?

(50) *Điều phục oai nghi giới*
Xả trong năm sát-na
Thiền sinh và vô lậu
Xả trong hai sát-na

[Sự chế ngự thuộc giới luật được xả bỏ trong năm sát-na, còn sự điều phục do thiền định sinh khởi và sự điều phục của bậc thanh tịnh được xả bỏ trong hai sát-na.]

Sự chế ngự thuộc giới luật được xả bỏ trong năm sát-na: sự chế ngự (giới luật) bị xả bỏ trong năm trường hợp: khi từ chối các học xứ[339],

---

[334] *anāsrava (saṃvara)*; 無漏

[335] *bhūmi*; 地

[336] *anāgamyadhyāna*; 未至定.

[337] *dhyānāntara*; 中間定.

[338] Sơ thiền đến Tứ thiền.

[339] *śikṣāpratyākhyāna*: từ bỏ học xứ (*śikṣāpada*), các điều giới đạo đức.
AH2 841c: khi xả bỏ giới, gọi là *śikṣānikṣepana*.

khi phá giới³⁴⁰, vào sát-na lâm chung³⁴¹, khi ác pháp tăng trưởng³⁴², và khi chánh pháp diệt mất³⁴³.

Sự điều phục do thiền định xả bỏ trong hai trường hợp: khi xuất thiền³⁴⁴ và khi tái sinh vào cảnh giới cao hơn.

---

³⁴⁰ Có nghĩa là trong trường hợp *pātanīya* 堕罪; đọa tội, tội đáng bị tấn xuất, tức 1 trong 4 tội trọng (*āpatti*). Theo *Câu-xá luận* (*Kośa* IV 95), quan điểm này được chấp nhận bởi phái *Kinh lượng bộ* (*Sautrāntika*), nhưng không được phái *Tỳ-bà-sa* (*Vaibhāṣika*) ở Ca-thấp-di-la (*Kaśmīra*) thừa nhận. Xem thêm *MAH* 892b.

³⁴¹ *cyuti*: sự đọa, sự rơi rớt. *AH2* 841c: Khi xả bỏ *nikāyasabhāga* (類分; chủng loại tương ứng, phần tương ứng).

³⁴² Điều này phù hợp với *ubhayavyañjanotpatti*, tức là trong trường hợp lưỡng tính (*hermaphrodite*). Theo *AH2* 841c: 二根生時, khi cả hai bộ phận được hình thành. *MAH* 892b: 斷善二根生; khi cả hai hình tướng được xuất hiện. Nghĩa khác: trong trường hợp *mūlaccheda* (斷善根, đoạn thiện căn).

³⁴³ *Saddharmāntardhāna*: sự diệt tận của chánh pháp. 473 *AH2* 841c liệt kê sát-na này, đồng thời bổ sung rằng các luận sư *Tỳ-bà-sa* (*Vibhaṣā*) tại Ca-thấp-di-la (*Kaśmīra*) không liệt kê. *MAH* 892b không liệt kê sát-na này, nhưng cho biết rằng nó được liệt kê bởi các *Luật sư* (*Vinayadhara*), chứ không phải bởi các *A-tì-đạt-ma sư* (*Abhidharmika*). *Câu-xá luận* (*Kośa* IV 95) nói rằng phái *Đàm-vô-đức bộ* (*Dharmaguptaka*) có liệt kê sát-na này. Năm sát-na được liệt kê trong *AH2* 841c gồm: 1. *Nikāyasabhāgatyāga* (Xả bỏ chủng loại tương ứng). 2. *Śikṣāniṣkṣepana* (Từ bỏ giới luật). 3. *Mūlaccheda* (Chặt đứt các căn lành). 4. *Ubhayavyañjanotpatti* (Xuất hiện hai tướng – trường hợp lưỡng tính). 5. *Saddharmāntardhāna* (Sự diệt tận của chánh pháp). Trong khi đó, *MAH* 892b liệt kê bốn sát-na: 1. *Śikṣāniṣkṣepana* (Từ bỏ học xứ). 2. *Nikāyasabhāgatyāga* (Xả bỏ chủng loại tương ứng). 3. *Mūlaccheda* (đoạn thiện căn). 4. *Ubhayavyañjanotpatti* (Xuất hiện hai tướng – trường hợp lưỡng tính).

³⁴⁴ *Parihāṇi*; 退減 thoái giảm hoặc 衰退 suy thoái. *AH2* 841c nói rằng một số vị bổ sung sát-na thứ ba, tức là *Indriyasaṃcāra* (viên mãn các căn). *MAH* 892b cũng đề cập đến ba sát-na này. *Câu-xá luận* (*Kośa* IV

Sự điều phục thanh tịnh cũng xả bỏ trong hai trường hợp: khi xuất thiền và khi chứng đắc quả vị[345].

Hỏi: Các hành vi khác được xả bỏ như thế nào?

Đáp: **(51)**

Bất thiện, hai sát-na
Thiện vô sắc cũng vậy
Nhiễm ô một sát-na
Khi nghiệp trụ trong tâm.

[Điều phục bất thiện, có hai sát-na. Điều này cũng áp dụng cho điều phục về thiện trong vô sắc giới. Điều phục nhiễm ô có một sát-na, là khi nghiệp sinh khởi trong tâm.]

Đối với điều phục thuộc về bất thiện, có hai sát-na: khi thất bại trong việc đạt đến sự ứng dụng[346], và vào sát-na lâm chung.

Điều này cũng áp dụng cho hành vi thiện trong cõi vô sắc: hành vi thiện thuộc cõi vô sắc cũng bị xả bỏ trong hai sát-na: khi các căn lành bị chặt đứt và khi tái sinh vào cảnh giới cao hơn.

Đối với sự chế ngự nhiễm ô, có một sát-na, đó là khi hành vi khởi lên trong tâm: ý nhiễm ô bị xả bỏ trong một sát-na, đó là sát-na xả ly dục[347].

Đã giải thích về bản chất của tất cả các hành vi, cũng như cách chúng được thành tựu. Giờ đây, chúng ta sẽ giải thích cách Đức Thế Tôn minh định các loại hành vi khác nhau.

---

100) thuyết minh tương tự.

[345] Tu-đà-hoàn quả (*Srotāpattiphala* 須陀洹果) cho đến A-la-hán quả (*Arhattvaphala* 阿羅漢果). Xem *MAH* 892b.

[346] Chính văn: 不作方便 bất tác phương tiện, có nghĩa là khi thất bại trong việc thực hiện điều mà một người dự định làm; 方便 có thể hiểu là hành vi thực hiện (*kriyākāra*).

[347] Chính văn 離欲時 ly dục thời, *MAH* 893a nói rằng hành vi nhiễm ô thuộc cõi vô sắc (*arūpa*) bị xả bỏ khi xả ly dục (*vairāgya*), và khi đối trị pháp (*pratipakṣotpāda*) khởi lên.

(52) *Nghiệp dẫn đến khổ quả*
  Nên biết, là ác hạnh
  Ưu thế trong ác hạnh
  Tham, sân khuể, tà kiến.

[Nên biết, khi hành vi đưa đến quả báo khổ, đó là ác hạnh. Những gì chiếm ưu thế trong ác hạnh thuộc ý nghiệp là tham, sân khuể, tà kiến.]

Nên biết, khi hành vi đưa đến quả báo khổ, đó là ác hạnh[348]; nghĩa là, khi hành vi là bất thiện, tất cả đều được gọi là ác hạnh. Những gì thuộc về bất thiện đều đưa đến quả báo đau khổ.

Những gì chiếm ưu thế trong ác hạnh thuộc ý nghiệp là tham, sân và tà kiến; tư duy bất thiện chính là ác hạnh thuộc ý nghiệp. Nay, ác hạnh thuộc ý nghiệp được nói đến với ba loại: tham, sân khuể và tà kiến[349].

(53) *Đối ác là diệu hạnh*
  Đấng Tối thắng đã dạy
  Cao quý nhất trong đó
  Chính là mười nghiệp đạo.

[Đức Tối thắng dạy rằng đối lập với ác hạnh chính là thiện hạnh. Tối thượng trong đó gọi là 10 nghiệp đạo.]

Đức Tối thắng dạy rằng đối lập với ác hạnh chính là thiện hạnh: nghĩa là, tất cả các hành vi thiện đều là đối lập với ác hạnh [814b], đồng thời bao gồm vô tham, vô sân và chánh kiến[350].

Nay, những gì tối thượng trong thiện hạnh được gọi là mười đạo. Trong đó, các hành vi tối thượng trong các hành vi bất thiện được gọi là nghiệp đạo[351], bao gồm: sát sinh, trộm cắp, tà hạnh, vọng ngữ,

---

[348] *duścarita*. 惡行
[349] *abhidyā* (貪欲, tham dục), *vyāpāda* (瞋恚, sân khuể), *mithyādṛṣṭi* (邪見, tà kiến).
[350] *unabhidhyā* (無貪, Vô tham), *Avyāpāda* (無瞋, Vô sân), *Samyagdṛṣṭi* (正見, Chánh kiến),
[351] *karmapatha*; 業道

lưỡng thiệt, ác khẩu, ỷ ngữ, tham dục, sân hận, và tà kiến.

Sát sinh[352]: khi nhận thức rằng đó là một chúng sinh, với ý định đoạn diệt sinh mạng của chúng sinh ấy, kết liễu mạng sống của loài khác, hoàn tất hành động với sự cố ý.

Trộm cắp[353]: khi tài vật thuộc sở hữu của người khác chưa được cho mà bị chiếm đoạt một cách đột ngột, trong khi người đó ý thức rằng vật ấy thuộc về người khác.

Tà hạnh[354]: khi xâm phạm phụ nữ thuộc sở hữu của người khác liên quan đến hành vi dâm dục, hoặc khi xâm phạm chính vợ mình theo cách bất chính từ thời gian này đến thời gian khác.

Vọng ngữ[355]: khi nói dối, ý thức rằng đó là lời giả dối và có ý định lừa dối người khác.

Lưỡng thiệt[356]: khi vì sân hận đối với người khác mà cố tình nói để gây chia rẽ họ với người khác.

Ác khẩu[357]: khi dùng lời lẽ độc ác để gây tổn thương, xuất phát từ tâm sân hận.

Ỷ ngữ[358]: những lời nói vô nghĩa xuất phát từ tư tưởng bất thiện.

Tham dục[359]: sự ham muốn trong cõi dục giới.

Sân khuể[360]: cơn giận dữ.

Tà kiến[361]: khi phủ nhận nhân quả và duyên khởi.

Những điều này được gọi là nghiệp đạo. Những hành vi còn lại

---

[352] *prāṇātipāta*; 殺生
[353] *adattādāna*; 偷盜: thâu đạo.
[354] *mithyācāra*; 邪行
[355] *mṛṣāvāda*; 妄語
[356] *paiśunya*; 雙舌
[357] *pāruṣya*; 惡口
[358] *samphappalāpa*; 綺語
[359] *abhidhyā*; 貪欲
[360] *vyāpāda*; 瞋恚
[361] *mithyādṛṣṭi*; 邪見

không được xem là nghiệp đạo, chẳng hạn như khi chỉ thực hiện sự chuẩn bị cho các hành vi trên, hoặc khi uống rượu và các hành vi tương tự.

Ý nghiệp³⁶² trong một hành vi bất chính chính là hành vi căn bản. Nó lấy mười hành vi này làm con đường dẫn khởi.

(54) *Nghiệp báo trong hiện đời*
Sẽ thọ khi tái sinh
Hậu báo cũng như vậy
Ngoài ra, không cố định.

[Những hành vi như vậy dẫn đến quả báo trong hiện tại, sẽ được trải nghiệm như quả báo sau khi tái sinh. Quả báo về sau cũng như vậy. Những quả báo còn lại thì không cố định.]

Tức là, một hành vi có thể thành tựu quả báo trong hiện tại, nhưng đôi khi quả báo ấy không cố định³⁶³.

Hỏi: Thế Tôn nói ba loại nghiệp: nghiệp đưa đến quả báo an lạc, nghiệp đưa đến quả báo khổ đau, và nghiệp đưa đến quả báo không khổ không lạc như thế nào?

Đáp: **(55)**

Nghiệp thiện trong dục giới
Ba địa của sắc giới
Có quả báo an lạc
Cố định hoặc không cố định.

[Những nghiệp thiện trong dục giới và ba địa của sắc giới nhất định đưa đến quả báo an lạc. Quả báo ấy là cố định hoặc không cố định.]

---

[362] (*cetanā*): Chánh văn 思願 tư nguyện.

[363] Nghiệp (*karman*) có thể là *niyata* (定業; cố định), bao gồm: *dṛṣṭadharmavedanīya* (hiện pháp thọ nghiệp; 現法受業; được thọ nhận trong đời hiện tại), *upapadyavedanīya* (sinh thọ nghiệp; 生受業; được thọ nhận sau khi tái sinh), *apāraparyavedanīya* (hậu thọ nghiệp; 後受業; được thọ nhận vào thời gian sau); hoặc *aniyata* (bất định nghiệp; 不定業; không cố định). Xem *AH2* 842b.

Những nghiệp thiện trong dục giới và ba địa của sắc giới nhất định đưa đến quả báo an lạc: các nghiệp thiện trong cõi dục tạo ra quả báo kèm theo hạnh phúc; tương tự, sơ thiền, nhị thiền, tam thiền trong sắc giới cũng tạo ra quả báo kèm theo hạnh phúc. Những điều này đều được gọi là quả báo an lạc.[364]

Hỏi: Chúng có phải là cố định không?

Đáp: Những gì được thọ nhận có thể là cố định hoặc không cố định. Dù là cố định hay không, các nghiệp thiện trong bốn giai đoạn này đều có quả báo an lạc.

(56) *Sinh không khổ không lạc.*
Thiện nghiệp cảnh giới cao
Nếu quả không an lạc
Gọi là bất thiện nghiệp.

[Điều không tạo ra khổ đau cũng không tạo ra hạnh phúc chính là những nghiệp thiện ở cảnh giới cao hơn. Khi dẫn đến quả báo không an lạc, gọi là nghiệp bất thiện.]

Điều không tạo ra khổ đau cũng không tạo ra hạnh phúc[365] *chính là những nghiệp thiện ở cảnh giới cao hơn*: các nghiệp thiện trong tứ thiền và các tầng vô sắc có quả báo không khổ cũng không lạc. Chúng tạo ra quả báo không kèm theo khổ đau cũng không kèm theo hạnh phúc. Trong đó, không có cảm thọ an lạc.[366]

Khi dẫn đến quả báo không an lạc, chúng được gọi là nghiệp bất thiện: nghiệp bất thiện luôn dẫn đến quả báo không an lạc. Chúng chắc chắn đi kèm với cảm thọ khổ.[367] Quả báo được thọ nhận cũng có thể là cố định [814c] hoặc không cố định, như đã giải thích trước đó.[368]

Hỏi: Thế Tôn từng nói về bốn loại nghiệp: nghiệp đen với quả báo đen, nghiệp trắng với quả báo trắng, nghiệp đen-trắng với quả báo

---

[364] *Sukhavipāka*; 樂報 lạc báo.
[365] *Aduḥkhāsukha*; 不苦不樂 bất khổ bất lạc.
[366] *Sukhavedanā*; 無樂痛 vô lạc thống.
[367] *Duḥkhavedanā*; 苦痛 khổ thống.
[368] Kệ 55d

đen-trắng, và nghiệp không đen không trắng không có quả báo³⁶⁹. Những nghiệp này như thế nào?

Đáp: **(57)**

Nghiệp thiện trong cõi sắc
Nghiệp trắng quả báo trắng
Đen-trắng thuộc dục giới
Bất tịnh, quả báo đen

Khi có nghiệp thiện trong cõi sắc, đó là trắng và dẫn đến quả báo trắng. Đen-trắng thuộc dục giới. Những gì không thanh tịnh dẫn đến quả báo đen.

Khi có nghiệp thiện trong cõi sắc, đó là trắng và dẫn đến quả báo trắng; các nghiệp thiện trong cõi sắc có quả báo trắng, vì chúng hoàn toàn không liên quan đến tranh chấp³⁷⁰ và không bị nhiễm ô bởi nghiệp bất thiện. Khi chúng chỉ dẫn đến quả báo hoàn toàn tốt, được gọi là trắng với quả báo trắng.

Đen-trắng thuộc về cõi dục: Các nghiệp thiện trong cõi dục là đen-trắng, với quả báo đen-trắng. Vì sao? Chúng bị nhiễm ô bởi những điều bất thiện, bởi vì chúng yếu kém. Do đó, chúng được gọi là đen-trắng. Vì chúng dẫn đến quả báo hỗn hợp, vừa tốt đẹp vừa không tốt đẹp, nên chúng được gọi là dẫn đến quả báo đen-trắng.

---

³⁶⁹ *kṛṣṇakṛṣṇavipāka* 黑黑異熟 nghiệp đen với quả báo đen; *śuklaśuklavipāka* 白白異熟 nghiệp trắng với quả báo trắng; *kṛṣṇaśuklakṛṣṇaśuklavipāka* 黑白黑白異熟 nghiệp đen-trắng với quả báo đen-trắng; *akṛṣṇaśuklavipāka* 非黑非白異熟 nghiệp không đen không trắng với quả báo không đen không trắng. Tham khảo *Aṅguttara Nikāya* (Tăng chi bộ kinh) 4.232; *Catuviṃśatisāhasrikā Prajñāpāramitā Sūtra* (Đại phẩm Bát-nhã Ba-la-mật-đa kinh; 大品般若波羅蜜多經) và *Abhidharmakośabhāṣya* (A-tì-đạt-ma Câu-xá luận; 阿毘達磨俱舍論) IV.

³⁷⁰ Cả ba ấn bản đều ghi: 不爭bất tránh (āniñya). Xem *Câu-xá luận* IV 125. Từ 爭tương đương Phạn ngữ *rana*. AH2 842c dịch là 無惱, vô não. MAH 896b dịch là 無嗔恚, vô sân khuể.

Những gì không thanh tịnh[371] *dẫn đến quả báo đen*: Những gì là bất thiện, tức là không thanh tịnh, được gọi là đen, vì làm tăng trưởng điều ác. Gọi là dẫn đến quả báo đen vì tính chất ô uế.

(58) *Khi tư niệm xả ly*
Không lưu lại tàn dư
Vì ở trong vô ngại đạo
Được gọi nghiệp thứ tư.

[Khi các tư niệm[372] từ bỏ[373] chúng, chúng[374] hoàn toàn không để lại

---

[371] *aśubha*; 不淨
[372] *cetana* (思; tư) liên kết với các đạo lộ vô gián (*anantaryamārga*) của thánh đạo (*āryamārga*), bao gồm kiến đạo (*darśanamārga*) và tu đạo (*bhāvanāmārga*), được gọi là nghiệp thứ tư (*karman*). Trong kiến đạo (*darśanamārga*), có tám đạo lộ vô gián (tức tám nhẫn, *kṣānti*; xem kệ 104 trở đi). Trong tu đạo (*bhāvanāmārga*), có 81 đạo lộ vô gián (bao gồm dục giới [*kāmadhātu*], tứ thiền [*dhyāna*], tứ vô sắc [*ārūpya*], với chín đạo lộ vô gián trong mỗi địa, tổng cộng 9; xem giải thích đi kèm các kệ tụng 107 trở đi).
Tư (*cetana*) được đề cập ở đây liên kết với bốn nhẫn (*kṣānti*) của kiến đạo (*darśanamārga*) và với 13 đạo lộ vô gián (*anantaryamārga*) của tu đạo (*bhāvanāmārga*), tức là chín đạo lộ vô gián thuộc dục giới (*kāmadhātu*) và đạo lộ vô gián thứ chín của tứ thiền (*dhyāna*). Tổng cộng là 17.
AH2 842c giải thích: Bốn nhẫn (*kṣānti*) của kiến đạo (*darśanamārga*) cùng với tám đạo lộ vô gián thuộc dục giới (*kāmadhātu*) của tu đạo (*bhāvanāmārga*) đoạn trừ các nghiệp đen (ác nghiệp, *akusalakarman*). Đạo lộ vô gián thứ chín của tứ thiền (*bhāvanāmārga*) đoạn trừ các nghiệp trắng (thiện nghiệp, *kusalakarman*) của sắc giới (*rūpadhātu*). Đạo lộ vô gián thứ chín của dục giới (*bhāvanāmārga*) đoạn trừ cả nghiệp đen và nghiệp trắng (thiện nghiệp, *kusalakarman*) của dục giới (*kāmadhātu*).
[373] Xả ly 捨離. *AH2* 842c; phá hoại 破壞. *MAH*. 896b: 破破
[374] Ba loại nghiệp được đề cập trong kệ tụng trước: 1. nghiệp đen với quả báo đen. 2. nghiệp với quả báo trắng. 3. nghiệp vừa đen vừa trắng với quả báo vừa đen vừa trắng. (Xem chú thích trên)

tàn dư nào. Vì ở trong vô ngại đạo³⁷⁵, chúng được gọi là nghiệp thứ tư³⁷⁶.]

Nói cách khác, đạo lộ có thể đoạn diệt ba loại nghiệp³⁷⁷ này chính là đạo lộ vô gián³⁷⁸. Các tư (cetana) thuộc về đạo lộ này được gọi là nghiệp thứ tư. Theo nghĩa này, có bốn tư niệm —trong tu đạo chúng đoạn diệt nghiệp thứ hai³⁷⁹, và mười ba tư niệm³⁸⁰, thuộc hai đạo lộ: bốn trong kiến đạo³⁸¹ và chín trong tu đạo³⁸², là những tư niệm thanh tịnh³⁸³. Vì chúng không làm tăng trưởng điều ác nên không phải là đen, vì chúng không phải là lạc thọ³⁸⁴ nên cũng không phải là trắng. Vì chúng đối lập với cái vô biên³⁸⁵ nên không dẫn đến quả báo³⁸⁶.

---

375 無礙道; ānantaryamārga; đạo lộ vô gián; e: immediate path.

376 Các tư liên kết với 17 vô gián đạo (anantaryamārga) đề cập trong chú thích trên là nghiệp thứ tư.

377 Đen, trắng, đen-trắng

378 無礙道; ānantaryamārga; vô ngại đạo.

379 Tức là, vô gián đạo (anantaryamārga) thứ chín của bốn tầng thiền, đoạn diệt trong đạo lộ tu. Tập (bhāvanāmārga) các nghiệp trắng, tức các nghiệp thiện thuộc sắc giới.

380 Xem chú thích trên, cụ thể là 1 (12 tư niệm) và 3 (1 tư niệm).

381 4 nhẫn (kṣānti) của kiến đạo (darśanamārga). Xem chú thích trên.

382 9 vô gián đạo (anantaryamārga) của tu đạo (bhāvanāmārga) thuộc dục giới (kāmadhātu)."

383 anāsrava; 無漏

384 amanojña; 樂

385 AH2 842c: 流轉 (pravṛtti; lưu chuyển), tiến trình (của sự tồn tại); MAH 896b: 墮界 (dhātuputita; đoạ giới), rơi vào các phạm trù (của sự tồn tại)."

386 vô biên trong ngữ cảnh này có thể hiểu là sự vận hành vô tận của nghiệp báo trong luân hồi. Các tư (cetana) tác thuộc nghiệp thứ tư đối lập với cái vô biên vì chúng hướng đến giải thoát, không còn tạo ra các nhân mới dẫn đến quả báo trong tương lai. Vì vậy, chúng không thuộc phạm trù hữu lậu nghiệp (saṃskṛta-karman) mà là vô lậu nghiệp (asaṃskṛta-karman), không còn duy trì sinh tử. Tóm lại, các tư (cetana) trong nghiệp thứ tư thuộc về vô gián đạo, có tính chất đoạn diệt, chứ không phải tạo tác, nên không dẫn đến quả báo

Hỏi: Thế Tôn đã nói về sự cong vẹo, ô uế và bất tịnh của thân, khẩu và ý[387]. Vậy những điều này như thế nào?

Đáp: **(59)**

> *Khúc sinh từ dối trá*
> *Ô uế khởi từ sân*
> *Sinh từ dục: bất tịnh*
> *Thế Tôn thường răn dạy.*

[Sự cong vẹo sinh khởi từ dối trá[388], ô uế sinh khởi từ sân hận. Đức Thế Tôn đã dạy rằng những gì sinh khởi từ tham dục là bất tịnh.]

Sự cong vạy phát sinh từ sự dua nịnh và giả dối; nếu hành nghiệp được tạo từ điều giả trá, thì đó là sự cong vạy, bởi do tính chất lừa dối và dối trá vậy.

Ô uế sinh khởi từ sân hận[389]: khi nghiệp được tạo ra bởi sân hận, nó là ô uế, vì nó dẫn đến sự tranh chấp.

Thế Tôn đã dạy rằng những gì sinh khởi từ tham dục[390] được gọi là bất tịnh: khi một nghiệp được tạo ra bởi tham dục, nó là bất tịnh, vì nó hoàn toàn ô uế[391].

Hỏi: Ba sự thanh tịnh của thân, khẩu và ý, như Đức Thế Tôn đã dạy, chúng như thế nào?

Đáp: **(60)**

> *Thanh tịnh là diệu hạnh*
> *Mãn thuộc thân và khẩu*
> *Ý mãn của vô học*
> *Bậc vô học tư duy.*

---

theo quy luật nhân quả thông thường.

[387] *kauṭlya* (曲偽 khúc ngụy): sự cong vẹo. *doṣa* (瞋恚): sân khuể. *kaṣāya* (垢染): cấu nhiễm.
[388] *śāñhya*; 諂偽 siểm ngụy.
[389] *dveṣa*; 瞋恚
[390] *Rāga*; 欲
[391] *Rajas*; 塵垢 trần cấu.

[Các điều thanh tịnh đều là diệu hạnh[392]. Mãn[393] thuộc về thân và khẩu. Được biết *mãn* của ý nơi bậc vô học chính là tư duy của bậc vô học.]

Các điều thanh tịnh đều là diệu hạnh: tất cả thiện hạnh đều là sự thanh tịnh, vì chúng đoạn trừ sự bất tịnh[394] của phiền não.

Hỏi: Vậy *mãn* nghĩa như thế nào?

Đáp: *Mãn* thuộc về thân và khẩu. Thiện hạnh của thân và khẩu trong tâm của bậc vô học[395] [815a] được gọi là *mãn*, vì người ấy đã thực sự đoạn trừ mọi chướng ngại.

Nói rằng *mãn* của ý nơi bậc vô học chính là tư duy của bậc vô học; thực vậy, *mãn* của ý nơi bậc vô học chính là tư duy của bậc vô học. Vì sao? Vì tư duy của bậc vô học đã đạt được đặc tính của một *Muni* (bậc thánh).

Đã giải thích các thuật ngữ khác nhau liên quan đến nghiệp. Giờ đây, sẽ giải thích về quả báo[396] của chúng.

(61) *Nghiệp thiện, ác, bất thiện*
  Đều có hai quả báo
  Nghiệp thiện hoặc có ba
  Còn lại chỉ có một.

[Các nghiệp thiện, ác và bất thiện đều có hai loại quả báo. Nghiệp thiện có thể đưa đến ba loại quả báo. Các nghiệp còn lại chỉ có một loại quả báo.]

Các nghiệp thiện, ác[397] *và bất thiện đều có hai loại quả báo.*

---

[392] *Sucarita*; 妙行, gồm cả thân khẩu ý.
[393] Mãn (滿) là một phiên âm của *mauneya*, có nghĩa là bậc thánh (sage, muni-hood). *Mauneya* có nghĩa tịch tĩnh (寂靜) theo *AH2* 843a. Trong kệ tụng của *AH2*, ta đọc thấy tịnh (淨), nhưng cả ba bản đều chép tĩnh (靜).
[394] *aśuci*; 不淨
[395] *aśaikṣa*; 無學; e: no more training to do.
[396] *phala*; 果
[397] Trong A-tì-đạt-ma, khái niệm "ác" (*pāpa*; 惡) và "bất thiện" (*akuśala*; 不

Nghiệp thiện[398] có hai loại quả báo: quả báo tự nhiên[399] và quả báo báo ứng[400].

Vô lậu nghiệp[401] cũng có hai loại quả báo: quả báo tự nhiên và quả báo lìa nhiễm[402].

Nghiệp bất thiện cũng có hai loại quả báo: quả báo tự nhiên và quả báo báo ứng[403].

善) tuy thường được dùng thay thế nhau trong văn cảnh phổ thông, nhưng về mặt kỹ thuật có sự phân biệt rõ rệt. "Ác" (pāpa) chỉ những hành vi hữu biểu mang tính gây tổn hại nghiêm trọng, bị xã hội và giới luật quở trách—tiêu biểu như sát sanh, trộm cắp, tà dâm— thuộc về mười nghiệp ác (十惡業; daśa pāpakāni karmāṇi). Trong khi đó, "bất thiện" (akuśala) là thuật ngữ chuyên biệt trong tâm lý học A-tì-đạt-ma, chỉ các hành vi thân, khẩu, ý phát khởi từ tham, sân, si, bao gồm cả các tâm hành vi tế như hôn trầm, phóng dật, nghi v.v..., dù không cấu thành "ác hạnh" về mặt xã hội. Do đó, mọi hành vi ác đều là bất thiện, nhưng không phải mọi hành vi bất thiện đều bị xem là ác. Ví dụ, việc nuôi dưỡng tâm sân giận trong thiền định dù không biểu hiện bằng hành động vẫn được liệt vào hành vi bất thiện. Xem *Abhidharmakośabhāṣya* (A-tì-đạt-ma Câu-xá luận; T.1558), quyển III, phẩm *Nghiệp phẩm* (Karman-nirdeśa); *Mahāvibhāṣā* (Đại Tì-bà-sa luận; T.1545), quyển 83, tr. 423a21–b5. Đối chiếu thêm *Tăng chi bộ kinh* (Aṅguttara Nikāya; AN 10.176) về mười nghiệp ác, và Long Thọ trong *Ratnāvalī*, kệ 131–136, bản Sanskrit phục hồi của Heinz Bechert (ed.).

[398] Tức là *thiện hữu lậu* (sāsrava-kuśala). Các nghiệp *vô lậu* (anāsrava) sẽ được giải thích ở phần sau.

[399] niṣyandaphala (等流果; đẳng lưu quả); trong tiếng Hán, còn dịch là 所依果 sở y quả. Các thuật ngữ Sanskrit tương đương: niṣṭhāya và niśraya có ý nghĩa tương tự.

[400] vipākaphala; 異熟果 dị thục quả.

[401] anāsrava (無漏): vô lậu

[402] niṣyandaphala (等流果; đẳng lưu quả), viśamyogaphala (離繫果; ly hệ quả)

[403] niṣyandaphala (等流果; đẳng lưu quả), Vipākaphala (異熟果; dị

Nghiệp thiện có thể đưa đến ba loại quả báo, tức là khi các nghiệp thiện hữu lậu[404] có khả năng đoạn trừ phiền não, chúng đem lại ba loại quả báo: quả báo tự nhiên, quả báo báo ứng, và quả báo lìa nhiễm.[405]

Các nghiệp còn lại được cho là chỉ có một loại quả báo, tức là các nghiệp vô ký[406] chỉ đem lại một loại quả báo: quả báo tự nhiên, và không có quả báo nào khác.

Hỏi: Nghiệp thuộc về thân và khẩu có đặc tính là sắc pháp sở sinh[407]. Vậy chúng được tạo thành từ bốn đại chủng nào?

---

thục quả)

[404] *sāsrava-kusala*; 善有漏 *thiện hữu lậu*

[405] *niṣyandaphala* (等流果; đẳng lưu quả), *vipākaphala* (異熟果; dị thục quả); *viśamyogaphala* (離繋果; ly hệ quả)

[406] Nghiệp vô ký (*avyākṛta-karma*; 無記業) là loại nghiệp không được phân loại là thiện (*kusala*; 善) hay bất thiện (*akusala*; 不善). Nó không tạo ra quả báo theo cơ chế nhân quả luân hồi của nghiệp thiện hay nghiệp bất thiện, mà chỉ mang lại quả báo tự nhiên (*niṣyandaphala*; 等流果; đẳng lưu quả), tức là kết quả trực tiếp từ hành động đó mà không có tính chất dẫn đến thiện báo hay ác báo trong tương lai. Chẳng hạn, hành động sinh lý tự nhiên: Việc hít thở, chớp mắt, tiêu hóa thức ăn... là các hành động không mang tính thiện hay bất thiện. Quả báo của những hành động này là duy trì sự sống của cơ thể (quả báo tự nhiên), nhưng không tích lũy nghiệp để dẫn đến các đời sau. Hoặc các hành động trong thiền định sơ khởi: Trong một số trạng thái thiền định sơ khởi, khi tâm ở trạng thái trung lập, không bị chi phối bởi tham, sân hay từ bi, các tư niệm (*cetana*) trong giai đoạn này có thể được xem là vô ký và chỉ tạo ra quả báo tự nhiên, như sự tĩnh lặng của tâm, nhưng không dẫn đến sự tái sinh tốt hay xấu.

[407] *bhautikarūpa* (素成色; tố thành sắc; sắc do bốn đại sinh): Là sắc pháp được tạo trực tiếp bởi tứ đại (bốn đại chủng: địa, thủy, hỏa, phong). *Upādāyarūpa* (所依色; sở y sắc; sắc do bốn đại sở duyên sinh): Là sắc pháp được sinh khởi dựa vào *bhautikarūpa*, tức là các sắc pháp phụ thuộc, không do bốn đại trực tiếp tạo ra mà hình thành nhờ sự duy trì và ảnh hưởng của chúng.

Đáp: **(62)**

> *Hữu tình thành tựu đại chủng*
> *Sở y thân khẩu nghiệp*
> *Thanh tịnh tùy lực đắc*
> *Quả báo giai đoạn ấy.*

[Khi một hữu tình đã thành tựu các đại chủng tương ứng với một giai đoạn nhất định, thì những đại chủng ấy trở thành nền tảng cho thân nghiệp và khẩu nghiệp của giai đoạn đó. Các đại chủng thanh tịnh được chứng đắc tùy theo năng lực của mỗi hữu tình, chính đó là quả của giai đoạn ấy.]

Khi một hữu tình đã thành tựu các đại chủng tương ứng với một giai đoạn nhất định[408], *thì những đại chủng ấy trở thành nền tảng cho thân nghiệp và khẩu nghiệp của giai đoạn đó.* Trong cõi Dục, các nghiệp phát sinh tùy thuộc vào các đại chủng thuộc cõi Dục, vì chúng được hình thành từ đó. Điều này tương tự đối với các nghiệp thuộc cõi Sắc.

Hỏi: Thế còn các nghiệp thanh tịnh thì sao?

Đáp: Các nghiệp thanh tịnh được chứng đắc tùy theo năng lực của mỗi hữu tình, và chính chúng là quả của giai đoạn ấy. Khi sắc tướng của các nghiệp thanh tịnh được thành tựu trên nền tảng bốn đại chủng, thì chúng tùy thuộc vào giai đoạn của hữu tình ấy. Khi một hữu tình đắc đạo an trụ trong cõi Dục, thân nghiệp và khẩu nghiệp của vị ấy phát sinh từ bốn đại chủng cõi Dục. Điều này tương tự đối với mọi giai đoạn khác, nghĩa là khi mạng chung và tái sinh trong cõi Vô sắc, sau khi năng lực của vị ấy đã đoạn trừ dục ở cõi Sắc và dục ở cõi Vô sắc, và khi vị ấy chứng đắc các thân nghiệp và khẩu nghiệp chưa từng có trước đó, thì những thân nghiệp và khẩu nghiệp ấy phát sinh từ bốn đại chủng của giai đoạn đó[409].

---

[408] *svabhūmika*; 自地: tự địa.
[409] Giai đoạn của năng lực 力. Khi bậc Thánh (*ārya*) đắc đạo, tái sinh trong cõi Vô sắc, đồng thời thành tựu vô lậu sử (*anāsrava saṃvara*) vốn thuộc về tương lai, chưa từng đạt được trước đó, thì thân nghiệp và khẩu nghiệp của vị ấy (xem các kệ tụng 38, 40 và đặc biệt là 44) phát

Hỏi: Thế nào là đặc tính của ba chướng ngại như Đức Thế Tôn đã dạy: nghiệp chướng, phiền não chướng và báo chướng[410]?

Đáp: **(63)**

> *Vô gián, vô cứu nghiệp*
> *Phiền não sinh rộng lớn*
> *Ác nghiệp trong đường ác*
> *Nên biết là chướng ngại.*

[Nên biết vô gián, vô cứu nghiệp[411], các phiền não được sinh khởi rộng lớn, và các ác nghiệp phải thọ nhận trong đường ác[412] đều là chướng ngại.]

Với ba yếu tố này, được gọi là chướng ngại, hữu tình chắc chắn sẽ không thể chứng đắc pháp của bậc Thánh[413]. Thế nên gọi là chướng ngại.

Hỏi: Trong những nghiệp này, nghiệp nào là nặng nhất?

Đáp: **(64ab)**

> *Nghiệp phá hoại tăng-già*
> *Được xem là nặng nhất.*

[Hành vi làm tổn hại tăng-già[414] được xem là nặng nhất.]

[815b] Nghiệp làm tổn hại tăng-già[415] là nghiệp nặng nhất trong các nghiệp. Hữu tình ấy sẽ đọa vào địa ngục a-tỳ[416] và trụ ở đó suốt

---

      sinh từ bốn đại chủng của giai đoạn mà vị ấy đắc đạo.

[410] *karmāvaraṇa* 業障: nghiệp chướng; *kleśāvaraṇa* 煩惱障: phiền não chướng; *vipākāvaraṇa* 報障: báo chướng.

[411] *Ānantarya*; 無間: vô gián. Đi thẳng vào địa ngục. Xem *AH2* 843c.
     Atrāṇa; 無救: vô cứu.

[412] *durgati*; 惡道: ác đạo, ác thú.

[413] *āryadharma*; 聖者法: thánh giả pháp. *AH2* 843b và *MAH* 898a ghi 聖道 (*āryamārga*: thánh đạo).

[414] *saṃgha*; 僧伽.

[415] *saṃghabheda*; 破和合僧: phá hòa hợp Tăng.

[416] *avīci*; 阿鼻地獄, còn gọi vô gián địa ngục.

một kiếp[417].

Hỏi: Nghiệp nào vi diệu nhất[418]?

Đáp: **(64cd)**

> *Tư nghiệp*[419] *trong hữu đảnh*[420]
> *Nên biết vi diệu nhất.*

Phi tưởng phi phi tưởng xứ là cảnh giới cao nhất trong các cõi hữu. Tư nghiệp trong cõi đó thuộc loại vi diệu, đưa đến quả báo thù thắng nhất. Quả báo là đời sống kéo dài tám vạn kiếp (*kalpa*).

HẾT QUYỂN I BẢN TIẾNG HÁN

---

[417] *kalpa*; 劫

[418] Chánh văn 最大妙 tối đại diệu.

[419] *cetana*; 意業 ý nghiệp.

[420] *bhavāgra*; 有頂; e: summit of existence. Hữu đảnh là tầng cao nhất trong cõi Hữu (*bhava*; 有), tức là Phi tưởng phi phi tưởng xứ (*nevasaṃjñānāsaṃjñāyatana*; 非想非非想處), đỉnh cao của cõi Vô sắc giới. Đây là trạng thái tồn tại vi tế nhất trong ba cõi (Dục giới, Sắc giới, Vô sắc giới). Vi diệu nhất, vì tư nghiệp trong cõi Hữu đảnh được xem là loại vi tế nhất, không còn thô trọng như tư nghiệp trong cõi Dục hay cõi Sắc. Trong cõi này, sự hiện hữu đã đạt đến trạng thái gần như phi tưởng, nhưng vẫn chưa hoàn toàn thoát khỏi luân hồi. Vì vậy, so với các loại tư nghiệp khác, tư nghiệp trong Hữu đảnh được xem là cao vi tế nhất trong phạm vi sinh tử luân hồi.

QUYỂN II
PHẨM THỨ TƯ
SỬ[1]

Đã giải thích về các nghiệp. Giờ đây giảng giải về phiền não.

(65) *Căn bản của tồn tại*
Trợ bạn nghiệp bách khổ
Là chín tám tùy miên
Mâu-ni hằng tuyên thuyết.

[Các căn bản của mọi sự tồn tại[2], những trợ bạn của các nghiệp dẫn đến trăm loại khổ đau, chính là chín mươi tám món sử (tùy miên) mà

---

[1] *anuśayavarga*; *Câu-xá luận* V. 隨眠: tùy miên. Khi được dịch là *sử* (使), *anuśaya* mang nghĩa là những phiền não chi phối và sai khiến chúng sinh trôi lăn trong luân hồi. *Sử* ở đây có nghĩa là những phiền não khiến tâm chúng sinh bị sai khiến, dẫn dắt tạo nghiệp, tiếp tục trôi trong sinh tử. Ví dụ: thập sử (十使), tức mười loại phiền não sai sử chúng sinh, *anuśaya* được hiểu theo nghĩa này. Trong *Tâm luận*, Tôn giả Pháp Thắng muốn nhấn mạnh nghĩa nầy. Khi dịch "tùy miên", *anuśaya* mang nghĩa là những phiền não tiềm phục trong tâm thức, chưa phát khởi nhưng vẫn ngấm ngầm tồn tại. Những phiền não này nằm sâu trong tâm, không dễ nhận biết, nhưng khi gặp duyên thì sẽ trỗi dậy và tác động đến hành vi, tư tưởng. Ví dụ: lục tùy miên (六隨眠), tức sáu loại phiền não tiềm ẩn (tham, sân, mạn, vô minh, kiến, nghi), là những chủng tử phiền não chưa hiện khởi nhưng vẫn còn trong tâm thức chúng sinh. *Câu-xá luận* trình bày nghĩa nầy trong phẩm *Phân biệt tùy miên* thứ V (*anuśayanirdeśaḥ*)

[2] *bhava*; 有 hữu

bậc Thánh³ đã tuyên thuyết. Hãy quán chiếu về chúng.]

Ví dụ, nếu một người không nhận biết được sân hận⁴, thì tổn hại sẽ xảy ra. Nhưng nếu người ấy nhận biết được, thì có thể đoạn trừ nó. Điều này cũng áp dụng cho tất cả các phiền não. Chúng phải được nhận thức như kẻ thù.

Hỏi: Làm thế nào để nhận biết các phiền não?

Đáp: **(66)**

> *Trong tất cả các tùy miên*
> *Hai loại được xác lập*
> *Một trừ bằng kiến đạo⁵*
> *Một trừ bằng tu đạo⁶.*

[Nên biết rằng trong tất cả các tùy miên, có hai loại được xác lập: một loại cần được đoạn trừ bằng kiến đạo⁷ và một loại cần được đoạn trừ bằng tu đạo⁸.]

Tất cả các tùy miên đều được đoạn trừ bằng kiến đạo, hoặc được đoạn trừ bằng tu đạo. Nghĩa là, khi hành giả tu tập theo kiến đạo, thì

---

³ Chánh văn: Văn ni 文尼; Phạn: *Muni*; 牟尼

⁴ *pratigha*; 瞋

⁵ Hán: 見諦所斷種.見諦 kiến đế: chỉ trí tuệ trực nhận Tứ Thánh Đế, đặc biệt trong giai đoạn kiến đạo (*darśanamārga*), khi hành giả trực tiếp thấy rõ chân lý. Đây là trí tuệ đoạn trừ các kiến hoặc (見惑).

⁶ Hán: 亦思惟所斷; 思惟 (tư duy): chỉ trí tu trong giai đoạn tu đạo (*bhāvanāmārga*), đoạn trừ các tu hoặc (修惑). Hai câu này phản ánh lập trường đặc thù của *Câu-xá* về tiến trình đoạn hoặc tuần tự, khác với Du-già hành tông (Yogācāra) vốn nhấn mạnh chủng tử lưu giữ trong *A-lại-da thức* và đoạn trừ bằng vô lậu trí sâu xa hơn trong giai đoạn tu đạo hậu đắc trí. Tham khảo *Abhidharmakośa* VI, phân tích về "kiến đạo" và "tu đạo" trong hệ thống Ngũ đạo (*pañcamārga*). Xem thêm: *Abhidharmakośabhāṣya* của *Vasubandhu*, ed. Pradhan (1950), pp. 318–323; bản Hán dịch: 《阿毘達磨俱舍論》卷二十 (CBETA, T29, no. 1558, p. 107a–b).

⁷ *darśanamārga*; 見道 kiến đạo.

⁸ *bhāvanāmārga*; 修道 tu đạo.

các phiền não được đoạn trừ bằng kiến đạo; và khi hành giả tu tập theo tu đạo, thì các phiền não được đoạn trừ bằng tu đạo.

> **(67)** *Nói hai mươi tám sử*
> *Hệ thuộc kiến khổ đế*
> *Nhận ra chân lý khổ*
> *Chúng đoạn diệt hoàn toàn.*

[Có thuyết nói rằng[9] hai mươi tám sử hệ thuộc kiến khổ đế[10]. Nghĩa là khi thấy được khổ đế thì chúng bị đoạn diệt hoàn toàn, không còn sót lại.]

> **(68)** *Đoạn trừ qua kiến tập*
> *Có mười chín tùy miên*
> *Kiến diệt cũng như vậy.*
> *Thêm ba khi kiến đạo*
> *Mười pháp qua tu đạo.*

[Nên biết rằng những pháp cần đoạn trừ qua kiến tập[11] là mười chín; diệt[12] cũng như vậy.

Thêm ba pháp nữa là những pháp đoạn trừ qua kiến đạo. Mười pháp được nói là dừng lại qua tu đạo[13].]

Đó chính là chín mươi tám kết sử (tùy miên). Đã giải thích các loại. Bây giờ sẽ giải thích các cảnh giới[14] của chúng.

> **(69)** *Mười đệ nhất phiền não*
> *Lưu hành trong dục giới*
> *Bảy phiền não thuộc hai*
> *Tám, trừ qua kiến đạo.*

[Nên biết có mười phiền não loại thứ nhất trong dục giới. **[815c]**

---

[9] *Xá-lợi-phất A-tì-đạt-ma*, Quyển 24, Phiền não sử và Sử kiến. *Abhidharma-kośa-bhāṣya*, phẩm Phiền não sử 49.
[10] *duḥkhadarśana*; 見苦: kiến khổ.
[11] 見習斷; *samudaya* 習 tập.
[12] *Nirodha* 滅
[13] *bhāvana*. Chánh văn 思惟止 tư duy chỉ.
[14] *Dhātu*; 界

Có bảy phiền não thuộc hai loại. Tám phiền não khác được đoạn trừ qua kiến đạo.]

(70) *Nên biết trong dục giới*
Bốn, trừ qua tu đạo
Phân biệt trong hai giới
Là các pháp còn lại.

[Nên biết trong dục giới có bốn pháp cần đoạn trừ qua tu đạo. Nghĩa là, cũng cần xác lập rõ ràng rằng các pháp còn lại thuộc hai giới.]

Nên biết trong dục giới có bốn pháp cần đoạn trừ qua tu đạo. Ba mươi sáu[15] kết sử này đều thuộc về dục giới.

Nghĩa là, cũng cần xác lập rõ ràng rằng các pháp còn lại thuộc hai giới (sắc giới và vô sắc giới). Đối với sáu mươi hai kết sử còn lại, ba mươi mốt kết sử thuộc sắc giới, ba mươi mốt kết sử thuộc vô sắc giới.

Đã giải thích về các giới. Bây giờ sẽ giải thích tất cả các kết sử (tùy miên).

(71) *Biên kiến và tà kiến.*
Ngã kiến, nhị ác kiến
Kết thành năm phiền não
Gọi là năm kiến hoặc.

[Nên biết biên kiến[16], tà kiến[17], ngã kiến[18], và hai ác thủ kiến[19] là những phiền não được gọi là kiến hoặc[20].]

Do không nhận biết bản chất của các pháp bởi sự tương tục của nhân duyên, chúng sinh hoặc có quan niệm về thường hằng[21] hoặc

---

[15] I. *kiến đoạn* (*dṛṣṭiheya*; *darsanaheya*): kiến khổ 10, kiến tập 7, kiến diệt 7, kiến đạo 8. II. *tu đoạn* (*bhāvanāheya*; *bhavandheya*) 4.

[16] *antagrāhādṛṣṭi*; 邊見

[17] *mithyādṛṣṭi*; 邪見

[18] *ātmadṛṣṭi*; 我見; *satkāyadṛṣṭi* (薩迦耶見; hữu thân kiến)

[19] *paramarśa*; 取. 二惡取見: 1. Kiến thủ; *dṛṣṭiparamarśa* (見取); 2. Giới cấm thủ (*śīlavrataparāmarśa*; 戒禁取)

[20] *dṛṣṭi*; 見惑.

[21] *śāśvata*; 常

có quan niệm về đoạn diệt[22]. Đoạn diệt và thường hằng là hai cực đoan được Đức Thế Tôn giảng dạy. Khi một kiến chấp này bám víu vào cực đoan, nó được gọi là biên kiến. Khi nó phủ nhận ý nghĩa chân thật, kiến chấp này gọi là tà kiến.

Khi loài hữu tình mê lầm về thức, chấp vào tự ngã[23], đây gọi là thân kiến[24]. Khi các pháp bất tịnh được kinh nghiệm như là tối thắng[25], gọi là tà chấp kiến thủ[26]. Khi xem điều không phải nhân là nhân[27], kiến chấp này là giới cấm thủ[28]. Năm phiền não này có bản chất của trí[29], nên gọi là kiến hoặc[30].

(72) *Dục, do dự, sân nhuế*
Mạn, si là phi kiến
Do sai biệt theo giới
Nên có nhiều danh xưng

[Dục, do dự, sân nhuế, mạn và si được gọi là phi kiến. Vì có sự sai biệt theo giới, nên sự vận hành của chúng có nhiều tên gọi khác nhau.]

Tham dục, nghi, sân hận, ngã mạn và si mê được gọi là phi kiến: tham dục[31] được gọi là sự tìm cầu hoan lạc[32], khát ái và chấp trước vào dục lạc đối với các hành. Nghi[33] được dùng khi một người suy xét với tâm trạng do dự về điều đã thấy trước đó. Sân[34] được gọi là

---

[22] *uccheda*; 斷
[23] *ātmagrāha*; 我執 ngã chấp.
[24] *satkāyadṛṣṭi*; còn gọi hữu thân kiến 有身見, tát-ca-da-kiến 薩迦耶見
[25] *parama*; 最勝
[26] *dṛṣṭiparāmarśa*; 見取
[27] *ahetu-dṛṣṭi*; 非因計因
[28] *śīlavrataparāmarśa*; 戒禁取
[29] *prajñā*; 慧性
[30] *dṛṣṭipāramarśa*; 見惑
[31] *Rāga*: 欲
[32] Cả ba ấn bản đều ghi; 愛念 ái niệm
[33] Chánh văn: 猶豫 do dự; *vicikitsā*
[34] *pratigha* 瞋恚 sân khuể

phẫn nộ khi hành vi của một người gặp phải sự đối kháng. Ngã mạn[35] được gọi là sự tự đề cao bản thân. Si mê[36] được dùng để chỉ tất cả các trạng thái vô minh. Năm phiền não này[37] được gọi là phi kiến[38]. Chúng bao gồm tất cả các phiền não.

Vì được phân biệt theo phạm vi[39] của chúng, nên có nhiều tên gọi

---

[35] *manā* 慢

[36] *moha, avidyā* 癡

[37] Năm kiến (*dṛṣṭi*) cùng với năm phiền não được đề cập trong bài kệ này tạo thành mười loại chướng ngại. Chúng liên quan đến cảnh giới (*viṣaya*) mà chúng chi phối.

[38] *Phi kiến* (非見) không đơn thuần có nghĩa là "không phải là kiến giải" hay "không có tri kiến", mà có nghĩa đối lập với chánh kiến, chỉ cho những tâm hành không dựa trên một nhận thức đúng đắn về thực tại. Lại nữa, Phi kiến là các phiền não mang tính vô minh. Tham dục (*rāga*), nghi (*vicikitsā*), sân hận (*dveṣa*), ngã mạn (*māna*), và si mê (*moha*) đều là những phiền não căn bản (根本煩惱, *mūla-kleśa*). Chúng làm nhiễu loạn tâm thức, che mờ sự nhận thức chân thực, nhưng không phải là một dạng "tri kiến" (*dṛṣṭi*) có hệ thống như ngũ kiến (五見). Vì vậy, chúng được gọi là *phi kiến*, tức là những trạng thái tâm lý bị sai lệch nhưng không phải là một quan điểm cố định hay hệ tư tưởng. Trong đoạn văn trên, phi kiến (非見) phân biệt với "ngũ kiến" (五見): 1 Thân kiến (*satkāya-dṛṣṭi*, 有身見) – chấp trước vào "cái tôi" hay "bản ngã". 2. Biên kiến (*antagrāha-dṛṣṭi*, 邊見) – chấp vào cực đoan thường kiến hoặc đoạn kiến. 3. Tà kiến (*mithyā-dṛṣṭi*, 邪見) – phủ nhận nhân quả, luân hồi, nghiệp báo. 4. Kiến thủ kiến (*dṛṣṭi-parāmarśa*, 見取見) – chấp chặt vào một quan điểm sai lầm. 5. Giới cấm thủ kiến (*śīla-vrata-parāmarśa*, 戒禁取見) – chấp vào giới luật sai lạc, tà hạnh. Năm loại này được gọi là "kiến" vì chúng là những quan niệm sai lầm có hệ thống, gắn liền với quan điểm và nhận thức lý luận. Ngược lại, năm phiền não trong đoạn văn trên (tham dục, nghi, sân hận, ngã mạn, si mê) không nhất thiết phải dựa vào một hệ tư tưởng cố định mà chỉ là những trạng thái tâm lý mê mờ, khiến người ta hành động sai trái. Do đó, chúng được gọi là *"phi kiến"*, tức là *không phải tri kiến, mà là sự nhiễu loạn nhận thức.*

[39] *Viṣaya*; 界

khác nhau để chỉ quá trình của chúng: trong mười loại phiền não này, một số vận hành trong khổ (*duḥkha*), một số trong tập (*samudaya*), một số trong diệt (*nirodha*), và một số trong đạo (*mārga*). Những phiền não vận hành trong khổ được đoạn trừ thông qua quán chiếu về khổ, tương tự cho đến tu đạo. Phần còn lại được đoạn trừ thông qua tu đạo[40].

(73) *Trong khổ của bậc dưới.*
Ngoài ba kiến, vận hành hai.
Tu đạo trừ hai kiến
Thượng giới không có sân.

[Tất cả vận hành trong khổ của bậc dưới. Ngoài ba kiến, chúng vận hành trong hai. Đạo trừ hai kiến. Sân hận không vận hành trong cảnh giới cao hơn.]

Tất cả vận hành trong khổ của bậc dưới: khổ của bậc dưới là khổ thuộc dục giới, trong đó cả mười loại phiền não đều vận hành. Đối với khổ trong dục giới, kẻ phàm phu[41] không hiểu nhân duyên[42], chấp đoạn diệt[43]; không hiểu quả báo, chấp thường kiến[44]. Phủ nhận quả và phủ nhận khổ chính là tà kiến[45]. Khi khổ được xem là tối thượng, đó là sự chấp thủ sai lầm vào tà kiến. Xem pháp này như là nhân của một pháp khác một cách sai lầm, hoặc xem điều không phải là nhân như là nhân, chính là chấp giới cấm thủ[46]. Chấp thủ quan điểm của chính mình là tham dục[47], còn chấp thủ quan điểm của người khác là sân hận[48]. Do dự về quan điểm của mình chính là nghi[49]. Tự

---

[40] *bhāvanā*
[41] *pṛthagjana*; 異生
[42] *hetu-pratyaya*; 因緣
[43] *uccheda*; 斷滅
[44] *śāśvata-dṛṣṭi*; 常見
[45] *mithyā-dṛṣṭi*; 邪見
[46] *śīla-vrata-parāmarśa*; 戒禁取見
[47] *rāga*; 貪
[48] *dveṣa*; 瞋
[49] *vicikitsā*; 疑

đề cao quan điểm của mình là ngã mạn[50]. Không hiểu rõ chân lý là vô minh[51].

Ngoài ba kiến, chúng vận hành trong hai: bảy loại còn lại mỗi loại vận hành trong tập[52] và diệt[53]. Thân kiến vận hành trong năm uẩn[54] thuộc cảnh giới hữu hình. Tập là vi tế, không hữu hình, do đó nó không vận hành trong đó. Điều này cũng áp dụng cho diệt. Biên kiến[55] cũng vận hành trong cảnh giới hữu hình. Khi chấp giới cấm thủ và vận hành trong phạm vi của nó, điều này không thuộc về tập hay diệt.

Đối với tu đạo, hai kiến được loại trừ: thân kiến và biên kiến không vận hành trong tu đạo, vì chúng vốn bất tịnh. Do có con đường tương tự, giới cấm thủ kiến vẫn vận hành trong tu đạo, nhưng nó không bao giờ hiểu được điều tối thượng, cũng không thấy được con đường chân chính.

Sân hận không vận hành trong cảnh giới cao hơn: sắc giới và vô sắc giới được phân biệt giống như dục giới, nhưng không có sân hận. Trong các cõi này, sân hận không tồn tại vì tâm đã được điều phục và trở nên nhu hòa.

Năm kiến và nghi không được đoạn trừ bằng tu đạo[56], nhưng bốn

---

[50] *māna*; 慢
[51] *avidyā*; 無明
[52] *samudaya*; 集
[53] *nirodha*; 滅
[54] *pañcaskandha*; 五蘊
[55] *antagrāha-dṛṣṭi*; 邊見
[56] Mà được đoạn trừ bằng kiến đạo (*darśana-mārga*; 見道), là giai đoạn hành giả trực nhận chân lý về tứ thánh đế (*catvāri-ārya-satyāni*; 四聖諦) qua tuệ giác trực quán, nhờ đó đoạn trừ các kiến chấp sai lầm và nghi hoặc. do đó, năm loại tà kiến (thân kiến *satkāya-dṛṣṭi*; 有身見, biên kiến *antagrāha-dṛṣṭi*; 邊見, tà kiến *mithyā-dṛṣṭi*; 邪見, kiến thủ kiến *dṛṣṭi-parāmarśa*; 見取見, giới cấm thủ kiến *śīla-vrata-parāmarśa*; 戒禁取見) cùng với nghi (*vicikitsā*; 疑) được đoạn trừ ngay khi hành giả đạt đến kiến đạo. Trong khi đó, *tu đạo* (*bhāvanā-mārga*; 修道) là giai đoạn hành giả tiếp tục tu tập để đoạn trừ các phiền não vi tế hơn, chủ yếu là tham (*rāga*; 貪), sân (*dveṣa*; 瞋), si

khác nhau để chỉ quá trình của chúng: trong mười loại phiền não này, một số vận hành trong khổ (*duḥkha*), một số trong tập (*samudaya*), một số trong diệt (*nirodha*), và một số trong đạo (*mārga*). Những phiền não vận hành trong khổ được đoạn trừ thông qua quán chiếu về khổ, tương tự cho đến tu đạo. Phần còn lại được đoạn trừ thông qua tu đạo[40].

(73) *Trong khổ của bậc dưới.*
Ngoài ba kiến, vận hành hai.
Tu đạo trừ hai kiến
Thượng giới không có sân.

[Tất cả vận hành trong khổ của bậc dưới. Ngoài ba kiến, chúng vận hành trong hai. Đạo trừ hai kiến. Sân hận không vận hành trong cảnh giới cao hơn.]

Tất cả vận hành trong khổ của bậc dưới: khổ của bậc dưới là khổ thuộc dục giới, trong đó cả mười loại phiền não đều vận hành. Đối với khổ trong dục giới, kẻ phàm phu[41] không hiểu nhân duyên[42], chấp đoạn diệt[43]; không hiểu quả báo, chấp thường kiến[44]. Phủ nhận quả và phủ nhận khổ chính là tà kiến[45]. Khi khổ được xem là tối thượng, đó là sự chấp thủ sai lầm vào tà kiến. Xem pháp này như là nhân của một pháp khác một cách sai lầm, hoặc xem điều không phải là nhân như là nhân, chính là chấp giới cấm thủ[46]. Chấp thủ quan điểm của chính mình là tham dục[47], còn chấp thủ quan điểm của người khác là sân hận[48]. Do dự về quan điểm của mình chính là nghi[49]. Tự

---

[40] *bhāvanā*

[41] *pṛthagjana*; 異生

[42] *hetu-pratyaya*; 因緣

[43] *uccheda*; 斷滅

[44] *śāśvata-dṛṣṭi*; 常見

[45] *mithyā-dṛṣṭi*; 邪見

[46] *śīla-vrata-parāmarśa*; 戒禁取見

[47] *rāga*; 貪

[48] *dveṣa*; 瞋

[49] *vicikitsā*; 疑

đề cao quan điểm của mình là ngã mạn⁵⁰. Không hiểu rõ chân lý là vô minh⁵¹.

Ngoài ba kiến, chúng vận hành trong hai: bảy loại còn lại mỗi loại vận hành trong tập⁵² và diệt⁵³. Thân kiến vận hành trong năm uẩn⁵⁴ thuộc cảnh giới hữu hình. Tập là vi tế, không hữu hình, do đó nó không vận hành trong đó. Điều này cũng áp dụng cho diệt. Biên kiến⁵⁵ cũng vận hành trong cảnh giới hữu hình. Khi chấp giới cấm thủ và vận hành trong phạm vi của nó, điều này không thuộc về tập hay diệt.

Đối với tu đạo, hai kiến được loại trừ: thân kiến và biên kiến không vận hành trong tu đạo, vì chúng vốn bất tịnh. Do có con đường tương tự, giới cấm thủ kiến vẫn vận hành trong tu đạo, nhưng nó không bao giờ hiểu được điều tối thượng, cũng không thấy được con đường chân chính.

Sân hận không vận hành trong cảnh giới cao hơn: sắc giới và vô sắc giới được phân biệt giống như dục giới, nhưng không có sân hận. Trong các cõi này, sân hận không tồn tại vì tâm đã được điều phục và trở nên nhu hòa.

Năm kiến và nghi không được đoạn trừ bằng tu đạo⁵⁶, nhưng bốn

---

[50] *māna*; 慢
[51] *avidyā*; 無明
[52] *samudaya*; 集
[53] *nirodha*; 滅
[54] *pañcaskandha*; 五蘊
[55] *antagrāha-dṛṣṭi*; 邊見
[56] Mà được đoạn trừ bằng kiến đạo (*darśana-mārga*; 見道), là giai đoạn hành giả trực nhận chân lý về tứ thánh đế (*catvāri-ārya-satyāni*; 四聖諦) qua tuệ giác trực quán, nhờ đó đoạn trừ các kiến chấp sai lầm và nghi hoặc. do đó, năm loại tà kiến (thân kiến *satkāya-dṛṣṭi*; 有身見, biên kiến *antagrāha-dṛṣṭi*; 邊見, tà kiến *mithyā-dṛṣṭi*; 邪見, kiến thủ kiến *dṛṣṭi-parāmarśa*; 見取見, giới cấm thủ kiến *śīla-vrata-parāmarśa*; 戒禁取見) cùng với nghi (*vicikitsā*; 疑) được đoạn trừ ngay khi hành giả đạt đến kiến đạo. Trong khi đó, *tu đạo* (*bhāvanā-mārga*; 修道) là giai đoạn hành giả tiếp tục tu tập để đoạn trừ các phiền não vi tế hơn, chủ yếu là tham (*rāga*; 貪), sân (*dveṣa*; 瞋), si

phiền não còn lại trong dục giới) được đoạn trừ bằng tu đạo, cũng như ba phiền não trong sắc giới và ba phiền não trong vô sắc giới.

Hỏi: Chúng lấy cảnh giới của mình làm đối tượng như thế nào?

Đáp: **(74)**

Phổ biến tại khổ nhân
Kiến nghi và vô minh
Là tất cả loại sử
Chúng sinh cầu hoan lạc.

[Vì phổ biến và liên quan đến khổ cùng với nhân của nó là tập, nên nghi, các kiến và vô minh được tăng trưởng bởi mọi loại chúng sinh[57], tìm cầu hoan lạc trong một giai đoạn.]

Nghi, các kiến và vô minh thuộc về loại phiền não cần được đoạn trừ qua quán chiếu về khổ[58] và quán chiếu về tập[59], những phiền não này là phổ biến. Trong giai đoạn đặc thù của chúng, cả năm loại đều vận hành[60]. Tại sao? Vì tất cả các pháp bất tịnh đều mang bản chất là khổ và tập[61].

Hỏi: Tại sao chúng vận hành trong giai đoạn đặc thù của mình, mà không vận hành trong giai đoạn khác?

Đáp: Vì không thuộc cảnh giới của chúng, nên không vận hành trong giai đoạn cao hơn; vì đã xả ly dục nhiễm của giai đoạn dưới,

---

(*moha*; 癡). Do đó, bốn phiền não còn lại trong dục giới (*kāmadhātu*; 欲界) cùng với ba phiền não trong sắc giới (*rūpadhātu*; 色界) và vô sắc giới (*ārūpyadhātu*; 無色界) được đoạn trừ qua tu đạo.

[57] Sở duyên 所緣 (*ālambana*) là chỗ nương tựa, do duyên với đối tượng mà chúng vận hành (*ālambanataḥ ‹nuvsarate*), được phát triển (thúc đẩy) bởi chính đối tượng của chúng. Đối tượng (*ālambana*) này bao gồm cả năm loại (*pañca-prakāra*): bốn thuộc về kiến đoạn (*darśana-heya*) và một thuộc về tu đoạn (*bhāvanā-heya*).

[58] *duḥkha-darśana-heya*; 苦見斷: khổ kiến đoạn

[59] *samudaya-darśana-heya*; 集見斷; tập kiến đoạn

[60] *Sarvatraga*; 遍行: biến hành

[61] Chánh văn: 苦習性 khổ tập tánh

nên chúng cũng không vận hành trong giai đoạn thấp hơn. Cụ thể, chúng chính là mười một[62] biến hành phiền não[63] trong dục giới, điều này cũng áp dụng tương tự đối với sắc giới và vô sắc giới. Các phiền não còn lại không phải là phổ biến, vì phạm vi của chúng chỉ giới hạn trong loại đặc thù của chúng.

(75) *Năm phiền não đầu tiên*
Thứ đến bốn phiền não
Phạm vi cõi cao hơn
Chẳng lìa tuệ tuyên thuyết.

[Năm loại phiền não đầu tiên[64] và bốn loại phiền não thứ hai[65] có phạm vi trong các cõi cao hơn, điều này được bậc chẳng lìa trí tuệ[66] tuyên thuyết.]

Tà kiến cần được đoạn trừ qua quán chiếu về khổ[67] trong dục giới, phủ nhận sự tồn tại của khổ trong sắc giới và vô sắc giới. Sự chấp thủ

---

[62] *duḥkha-darśana-heya* (苦見斷 khổ kiến đoạn): loại cần đoạn trừ qua quán chiếu về khổ: gồm năm kiến (*dṛṣṭi*; 見), nghi (*vicikitsā*; 疑), vô minh (*avidyā*; 無明); *samudaya-darśana-heya* (集見斷; tập kiến đoạn: loại cần đoạn trừ qua quán chiếu về tập, gồm: nghi (*vicikitsā*; 疑), vô minh (*avidyā*; 無明), hai kiến (*dṛṣṭi*; 見), tức tà kiến (*mithyā-dṛṣṭi*; 邪見) và kiến thủ kiến (*dṛṣṭi-parāmarśa*; 見取見) (Tham khảo kệ 73).

[63] Chánh văn: 遍煩惱 biến phiền não.

[64] *duḥkha-darśana-heya* (苦見斷): loại cần đoạn trừ qua quán chiếu về khổ: 1. tà kiến (*mithyā-dṛṣṭi*; 邪見), 2. kiến thủ kiến (*dṛṣṭi-parāmarśa*; 見取見), 3. giới cấm thủ kiến (*śīla-vrata-parāmarśa*; 戒禁取見), 4. nghi (*vicikitsā*; 疑), 5. vô minh (*avidyā*; 無明).

[65] *samudaya-darśana-heya* (集見斷): loại cần đoạn trừ qua quán chiếu về tập: 1. tà kiến (*mithyā-dṛṣṭi*; 邪見), 2. kiến thủ kiến (*dṛṣṭi-parāmarśa*; 見取見), 3. nghi (*vicikitsā*; 疑), 4. vô minh (*avidyā*; 無明).

[66] Chánh văn: 未離慧 vị ly tuệ: chẳng lìa tuệ. Chính là Thế Tôn (*bhagavat*; 世尊). *AH2* 845b ghi 普遍智: phổ biến trí, tức bậc nhất thiết trí (*sarvajña*; 一切智者).

[67] *duḥkha-darśana-heya*; 苦見斷

tà kiến⁶⁸ xem đó là điều tối thượng, còn giới cấm thủ ⁶⁹ xem đó là sự chuẩn bị cho giải thoát. Nghi thì do dự về điều này, còn vô minh thì không hiểu được nó.

Tà kiến cần được đoạn trừ qua quán chiếu về tập⁷⁰ phủ nhận nguyên nhân của nó trong sắc giới và vô sắc giới. Sự chấp thủ tà kiến xem nguyên nhân đó là điều tối thượng. Nghi thì do dự về điều này, còn vô minh thì không hiểu được nó. Điều này áp dụng cho tất cả các tầng bậc của sắc giới và vô sắc giới, cho đến cả vô sở hữu xứ⁷¹.

(76) *Tà kiến, nghi câu sanh*
Cùng vô minh bất cộng
Tịch tĩnh, đạo đoạn trừ
Do sở duyên vô lậu.

[Tà kiến và nghi là những pháp cùng sinh, cùng với bất cộng vô minh. Được đoạn trừ bởi hai pháp: tịch tĩnh và đạo, đều có đối tượng vô lậu.]

Tà kiến cần được đoạn trừ nhờ tuệ quán về diệt đế⁷², chê bai sự diệt tận, vì nó lấy diệt tận làm duyên, nên là vô lậu duyên. Cũng vậy [816b], nghi hoặc đối với diệt tận, cùng với vô minh tương ưng với nó, cũng là vô lậu duyên. Cũng vậy, bất cộng vô minh⁷³ cần được đoạn trừ nhờ tuệ quán về diệt đế, tức là không mong cầu niết-bàn, nhưng

---

⁶⁸ *dṛṣṭi-parāmarśa*; 見取見
⁶⁹ *śīla-vrata-parāmarśa*; 戒禁取見
⁷⁰ *samudaya-darśana-heya*; 集見斷
⁷¹ *ākiñcanyāyatana*; 無所有處
⁷² *Nirodha-darśana-heya*; 滅見斷
⁷³ *āveṇika*; 不共: bất cộng, độc nhất, chỉ những đặc tính hoặc phẩm chất riêng biệt, không chung với các yếu tố khác. Bất cộng vô minh (*āveṇika-avidyā*; 不共無明) là loại vô minh đặc thù, chỉ xuất hiện trong một trường hợp riêng biệt, không phải vô minh chung mà tất cả chúng sinh đều có. Trong *Tâm luận*, thuật ngữ này được dùng để chỉ vô minh đặc biệt cần đoạn trừ qua tuệ quán về diệt đế (見滅斷不共無明), tức là loại vô minh không mong cầu niết-bàn, nhưng cũng có đối tượng thanh tịnh (無漏緣).

nó cũng là vô lậu duyên.

Việc đoạn trừ bằng kiến đạo cũng lại như vậy. Đây chính là mười tám sử[74] có vô lậu duyên.[75]

Hỏi: Các chủng tử hữu lậu bị dính mắc[76] bởi các tùy miên như thế nào[77]?

---

[74] *aṣṭādaśānusaya*; 十八隨眠: mười tám tùy miên, là những phiền não tiềm tàng, bám rễ sâu trong tâm thức, dẫn dắt chúng sinh vào luân hồi sinh tử. Các tùy miên này thuộc về ba cõi: dục giới (*kāmadhātu*; 欲界), sắc giới (*rūpadhātu*; 色界) và vô sắc giới (*arūpyadhātu*; 無色界). Theo *Câu-xá luận* (*Abhidharmakośa*), mười tám tùy miên được phân thành ba nhóm theo ba cõi như sau: I. Dục giới (*kāmadhātu*; 欲界, có 9 tùy miên: (1) Tham (*rāga*; 貪) – Sự chấp thủ vào dục lạc. (2) Sân (*dveṣa*; 瞋) – Sự tức giận, thù hận. (3) Mạn (*māna*; 慢) – Ngã mạn, tự cao. (4) Vô minh (*avidyā*; 無明) – Không nhận thức đúng về tứ diệu đế. (5) Kiến thủ (*dṛṣṭiparāmarśa*; 見取) – Chấp vào tà kiến. (6) Giới cấm thủ (*śīlavrataparāmarśa*; 戒禁取) – Chấp vào giới cấm sai lầm. (7) Nghi (*vicikitsā*; 疑) – Hoài nghi chân lý. (8) Phẫn (*krodha*; 瞋怒) – Cơn giận mạnh mẽ. (9) Tật (*īrṣyā*; 嫉) – Lòng đố kỵ, ganh ghét. II. Sắc giới (*rūpadhātu*; 色界), có 5 tùy miên: (10) Tham (*rāga*; 貪) – Chấp trước vào thiền định sắc giới. (11) Mạn (*māna*; 慢) – Ngã mạn vi tế trong thiền định. (12) Vô minh (*avidyā*; 無明) – Không nhận thức đúng về tứ diệu đế. (13) Kiến thủ (*dṛṣṭiparāmarśa*; 見取) – Chấp trước vào tà kiến. (14) Giới cấm thủ (*śīlavrataparāmarśa*; 戒禁取) – Chấp trước vào giới luật sai lầm. III. Vô sắc giới (*arūpyadhātu*; 無色界, có 4 tùy miên: (15) Tham (*rāga*; 貪) – Chấp trước vào thiền định vô sắc giới. (16) Mạn (*māna*; 慢) – Ngã mạn vi tế trong thiền định vô sắc giới. (17) Vô minh (*avidyā*; 無明) – Không nhận thức đúng về tứ diệu đế. (18) Kiến thủ (*dṛṣṭiparāmarśa*; 見取) – Chấp trước vào tà kiến. *Kośa, V*.

[75] Đoạn trừ phiền não bằng kiến đạo (見道) tức là nhờ tuệ quán diệt đế, khiến các tùy miên này không còn chỗ bám víu, từ đó chuyển hóa thành vô lậu duyên (無漏緣)—nghĩa là duyên dẫn đến giải thoát, không còn bị trói buộc trong luân hồi.

[76] Chính văn 縛; phược: ràng buộc, trói buộc.

[77] Đặt vấn đề các tùy miên (*anusayas*) bị nhiễm trước (*anuśayan*) như thế

Đáp: **(77)**

> *Tâm khởi trong dục giới*
> *Các tùy miên phổ biến*
> *Lấy tâm làm duyên phược*
> *Thượng giới cũng như vậy.*

[Khi các loại tâm hiện khởi trong dục giới, tất cả các tuỳ miên phổ biến đều lấy chúng làm đối tượng tương ứng theo từng cảnh giới. Trong các cõi cao hơn cũng như vậy.]

Tất cả các tùy miên phổ biến[78] đều lấy tất cả các loại tâm trong từng cảnh giới của chúng làm đối tượng, và chúng được phát triển bởi các loại tâm ấy[79].

(78) *Còn các tùy miên khác*
Phát triển cùng loại duyên
Trong chính cảnh giới đó
Tương ưng cùng phẩm loại.

[Nên biết tất cả các thuỳ miên khác được phát triển bởi một đối tượng cùng loại trong chính cảnh giới của chúng, và tương ưng với cùng phẩm loại.]

Nên biết tất cả các thùy miên khác được phát triển bởi một đối tượng cùng loại trong chính cảnh giới của chúng: tất cả các tùy miên không mang tính phổ quát đều lấy các yếu tố cùng loại làm đối tượng và được phát triển bởi chúng.

Chúng tương ưng với những gì thuộc cùng phẩm loại: các tùy miên phổ quát và không phổ quát đều được phát triển nhờ sự tương ưng[80]

---

nào? Có hai khả năng: 1. *Saṃprayogato 'nuśerate* (相應 使 tương ưng sử): do tương ưng với các pháp khác (phát triển nhờ sự kết hợp, đồng hành với các pháp liên quan); 2. *Ālambanato ‹nuśerate* (緣使 duyên sử): do lấy đối tượng làm duyên (phát triển nhờ duyên theo đối tượng).

[78] *sarvatraga*; 遍行; biến hành
[79] *ālambanato ‹nuśerate*; 緣使; duyên sử
[80] *saṃprayogato 'nuśerate*; 相應 使 tương ưng sử

trong chính phẩm loại của chúng.

(79) *Nếu vô lậu sở hành*
Duyên phiền não giới khác
Là do sử tương ưng
Vì cảnh giới giải thoát.

[Khi các phiền não vận hành trong phạm vi pháp vô lậu, hoặc khi chúng lấy đối tượng thuộc cảnh giới khác làm duyên, thì chúng được phát triển nhờ sự tương ưng, vì cảnh giới của chúng đã được giải thoát.]

Khi các phiền não vận hành trong phạm vi của pháp thanh tịnh và khi chúng lấy một đối tượng thuộc cảnh giới khác làm duyên, thì chúng được phát triển nhờ sự tương ưng. Khi các tuỳ miên có đối tượng thanh tịnh và khi chúng lấy một đối tượng thuộc cảnh giới cao hơn, thì chúng phát triển nhờ sự tương ưng với những gì thuộc cùng phẩm loại. Chúng không phát triển bởi chính đối tượng của chúng[81]. Vì sao?

Vì đã được giải thoát. Những phiền não này không lấy cảnh giới[82] làm duyên, vì tất cả các pháp vô lậu đều giải thoát khỏi mọi phiền não, và các pháp thuộc cảnh giới cao hơn cũng giải thoát khỏi phiền não của cảnh giới thấp hơn.

Hỏi: Những kết sử này nhất thiết gọi là bất thiện, hay vô ký?

Đáp: **(80)**

Thân kiến và biên kiến
Cùng vô minh tương ưng.
Vô ký trong dục giới
Sắc giới, vô sắc giới.

[Thân kiến và biên kiến, cùng vô minh tương ưng, là vô ký trong dục giới. Trong sắc giới và vô sắc giới, tất cả đều là vô ký.]

---

[81] ālambanato ʻnuśerate; 緣使; duyên sử
[82] viṣaya; 境界

Thân kiến và biên kiến, cùng vô minh tương ưng[83]*, là vô ký trong dục giới*: trong dục giới, thân kiến, biên kiến và vô minh tương ưng với chúng đều là vô ký. Vì sao? Thân kiến thường được giả lập. Nếu nó là bất thiện, thì không một chúng sinh nào trong dục giới có thể biết đến hạnh phúc, vì họ sẽ thường xuyên tạo tác bất thiện. Hơn nữa, nếu nó là bất thiện, thì nó sẽ đối lập với phước đức[84]. Tuy nhiên, khi một người tin vào tự ngã mà tạo các nghiệp lành, người ấy khiến chính 'tự ngã' của mình đạt được hạnh phúc. Vì bất thiện đối lập với thiện, nên thân kiến không phải là bất thiện. Biên kiến đoạn diệt là quan kiến về vô thường. Sự chán ghét sinh tử cũng không phải là bất thiện. Do vậy, quan kiến này không phải là bất thiện. Tương tự, biên kiến thường hằng cũng không đối lập với thiện, giống như thân kiến. Vì vậy, nó không phải là bất thiện. Tuy nhiên, các phiền não khác trong dục giới đều thuộc về bất thiện.

Trong sắc giới và vô sắc giới, tất cả đều là vô ký: các kết sử thuộc sắc giới và vô sắc giới đều là vô ký. Vì sao? Vì chúng bị diệt trừ bởi chánh thọ[85]. Những gì là bất thiện sẽ chịu quả báo đau khổ[86], nhưng trong đó không có khổ[87].

---

[83] *saṃprayuktāvidyā* (相應無明; tương ưng vô minh) vô minh đi cùng với các tâm sở khác, khiến nhận thức bị che lấp.

[84] *puṇya*; 福

[85] *samadhi*; 正受

[86] *vipāka* (異熟; dị thục) là *Duḥkhavedanā* (苦受; khổ thọ)

[87] Quả báo đau khổ (*duḥkhavedanā*; 苦受) là một cảm thọ thuộc về dị thục, nhưng nó không mang tính chất của một nghiệp mới. Do dị thục quả (*vipāka*; 異熟) chỉ đơn thuần là kết quả của nghiệp trước, không mang theo yếu tố bất thiện hay thiện mới. Vì vậy, dù quả báo là khổ, nhưng nó không phải là một hành động tạo tác mới để sinh khởi thêm nghiệp bất thiện. Điều này liên quan đến nguyên lý dị thục thọ (*vipākavedanā*; 異熟受) chỉ là kết quả của nhân quá khứ, không mang tính chủ động tạo nghiệp mới. Mặt khác, Khổ thọ (*duḥkhavedanā*; 苦受) là một trải nghiệm, nhưng tâm phản ứng với nó mới quyết định nó có tạo ra khổ mới hay không. Bậc Thánh, dù trải nghiệm quả báo đau khổ do nghiệp quá khứ, nhưng vì họ không còn chấp thủ hay phản ứng với khổ thọ, nên khổ không trói buộc họ

Hỏi: Tất cả phiền não có hoàn toàn dính mắc với chính cảnh giới của chúng không?

Đáp: **(81)**

> *Tham dục, sân khuể, mạn*
> *Dính mắc với quá khứ*
> *Vị lai, thọ tất cả*
> *Thọ tất cả, hai thời.*

[Nên biết tham, sân và mạn dính mắc với quá khứ. Ở vị lai, chúng thọ nhận tất cả. Các phiền não còn lại trong cả hai thời đều thọ nhận tất cả.]

Nên biết tham, sân và mạn*[88] *dính mắc với quá khứ: nghĩa là tham, sân và mạn trong quá khứ không nhất thiết phải khởi lên đối với tất cả các cảnh giới trước đó. Tham không thể khởi lên đối với tất cả các pháp quá khứ, vì nó không sinh khởi từ điều chưa được thấy.

Ở vị lai, chúng thọ nhận tất cả: nghĩa là tham, sân và mạn trong tương lai đều liên kết với mọi pháp nhiễm ô. Vì sao? Vì chúng lấy tất cả các pháp nhiễm ô làm đối tượng.

Các phiền não còn lại trong cả hai thời đều thọ nhận tất cả: tức là tà kiến, nghi và vô minh[89] đều lấy tất cả các pháp làm đối tượng. Do đó, chúng liên kết với quá khứ, tương lai và tất cả các pháp nhiễm ô.[90]

---

nữa. Ngược lại, phàm phu có thể vì đau khổ mà sinh tâm sân hận, oán trách, từ đó tạo nghiệp bất thiện mới. Luận nầy nhấn mạnh sự khác biệt giữa khổ báo (quả) và tâm chấp thủ (nghiệp mới). Khổ báo xảy ra do nhân quá khứ, nhưng nếu tâm không chấp thủ vào nó, thì khổ chỉ là một hiện tượng khách quan, không làm tăng thêm phiền não.

[88] *rāga* (貪; tham), *pratigha* (瞋; sân), *māna* (慢; mạn). *MAH* và *Câu-xá luận* V48 gọi chúng là *svalakṣaṇa-kleśa* (自相煩惱; tự tướng phiền não).

[89] *dṛṣṭi* (見; tà kiến); *vicikitsā* (疑; nghi); *avidyā* (無明; vô minh). *MAH* và *Câu-xá luận* V48 gọi chúng là *sāmānyalakṣaṇa* (共相; cộng tướng)

[90] Tham khảo *MAH* 903a.

Vì các sử hiện tại không mang tính đặc thù[91], nên chúng không được đề cập đến. Tuy nhiên, khi một số trong chúng trải nghiệm điều gì đó mang tính đặc thù[92], thì chúng phải được giải thích như các sử trong quá khứ.

Đã giải thích về phạm vi của sử. Giờ đây, sẽ giải thích về trình tự của chúng.

(82) *Chuyển sinh theo thứ đệ*
Chính ngay trong địa đó
Thượng địa sinh hạ địa
Nên phân biệt điều nầy.

[Chúng dần dần được sinh khởi trong quá trình chuyển biến: các pháp thuộc một địa nhất định thì sinh khởi trong chính địa đó. Cần phải xác định rõ rằng các pháp thuộc địa cao hơn cũng có thể sinh khởi trong địa thấp hơn.]

Chúng dần dần được sinh khởi trong quá trình chuyển biến: các phiền não thuộc một địa nhất định thì sinh khởi trong chính địa đó. Tất cả các phiền não lần lượt duyên theo các phiền não trong chính địa ấy, có thể từng cái một được sinh khởi theo thứ tự.

Cần phải xác định rõ rằng các pháp thuộc địa cao hơn cũng có thể sinh khởi trong địa thấp hơn: khi thọ mạng ở Phạm thiên giới chấm dứt, tất cả sẽ tái sinh vào dục giới. Nếu tại đó[93], thọ mạng của các tâm nhiễm ô chấm dứt, thì ở đây[94] chỉ còn tiếp tục các tâm nhiễm ô. Điều này cũng áp dụng cho tất cả các địa khác.

Đã giải thích các đặc tính riêng biệt của các kiết sử. Đức Thế Tôn đã thuyết giảng nhiều loại phiền não khác nhau nhằm mục đích giáo hóa qua sự chỉ dạy. Giờ đây, chúng sẽ phân biệt rõ ràng.

Hỏi: Đức Thế Tôn đã thuyết giảng về bảy loại kiết sử: dục tham, sân

---

[91] 不定 bất định. Phạn ngữ tương đương: *sāmānyakleśa* (共相煩惱; cộng tướng phiền não)

[92] *svalakṣaṇa-kleśa* (自相煩惱; tự tướng phiền não).

[93] *Rūpadhātu*: sắc giới: *brahmalokaḥ* (Phạm thiên giới).

[94] *Kāmadhātu*: dục giới

hận, dục ái đối với sự tồn tại, ngã mạn, tà kiến, nghi, và vô minh⁹⁵. Chúng được giải thích như thế nào?

Đáp: **(83)**

> *Dục giới có năm loại*
> *Gọi là sử dục ái*
> *Sắc, vô sắc cũng vậy*
> *Phân biệt với hữu ái.*

[Năm loại dục trong dục giới; đây gọi là dục ái. Dục ái đối với sự tồn tại (hữu ái)⁹⁶ cũng phải được phân biệt rõ ràng theo cách tương tự trong sắc giới và vô sắc giới.]

*Năm loại dục trong dục giới; đây gọi là dục ái sử đối với dục lạc*⁹⁷: được đoạn trừ nhờ tuệ quán về khổ đế, tập đế, diệt đế, đạo đế, và đoạn trừ nhờ tu đạo⁹⁸.

Dục ái đối với sự tồn tại (hữu ái) cũng phải được phân biệt rõ ràng theo cách tương tự trong sắc giới và vô sắc giới: dục ái trong sắc giới có năm loại⁹⁹. **[817a]** Trong vô sắc giới cũng như vậy.

---

[95] 1. *kāmarāga* (欲愛; dục ái). 2. *pratigha* (瞋; sân). 3. *bhavarāga* (有愛; hữu ái). 4. *māna* (慢; mạn). 5. *dṛṣṭi* (見; tà kiến). 6. *vicikitsā* (疑; nghi). 7. *avidyā* (無明; vô minh).

[96] *bhavarāga*; 有愛

[97] *kāmarāga*; 欲愛

[98] *mārgadarśana-heya* (道見所斷; đoạn trừ nhờ tuệ quán về đạo đế); *bhāvanā-heya* (修所斷; đoạn trừ nhờ tu đạo)

[99] Năm loại dục ái trong sắc giới được hiểu theo nguyên tắc tương tự như trong dục giới, nhưng tập trung vào sự chấp trước vào các tầng thiền sắc giới. Theo *Câu-xá luận*, dục ái trong sắc giới chủ yếu liên quan đến năm loại thiền sắc giới: 1. Dục ái đối với sơ thiền (*prathamadhyānarāga*; 初禪愛) – Chấp trước vào trạng thái an lạc và định tĩnh của sơ thiền. 2. Dục ái đối với nhị thiền (*dvitīyadhyānarāga*; 二禪愛) – Chấp trước vào hỷ lạc sâu hơn, không còn tầm và tứ. 3. Dục ái đối với tam thiền (*tṛtīyadhyānarāga*; 三禪愛) – Chấp trước vào hỷ thọ vi tế hơn, an tĩnh hơn so với nhị thiền. 4. Dục ái đối với tứ thiền (*caturthadhyānarāga*; 四禪愛) – Chấp trước

(84) *Sân tức sân tùy miên*
Năm loại như đã nói.
Ngã mạn và vô minh
Mười lăm trong ba cõi.

[Sân hận tức là sân tùy miên[100], năm loại của nó như đã nói ở trước, ngã mạn và vô minh, mỗi thứ mười lăm loại ở trong ba cõi.]

Sân hận tức là sân tùy miên, có năm loại như đã giải thích trước[101]; sân hận cũng có năm loại theo cách tương tự.

Ngã mạn và vô minh có mười lăm loại ở trong ba cõi: ngã mạn có năm loại trong dục giới, năm loại trong sắc giới, và năm loại trong vô sắc giới. Điều này cũng áp dụng cho vô minh.

(85) *Ba mươi sáu kiến sử*
Phổ biến trong ba cõi
Nghi sử gồm mười hai
Bảy loại, tên khác nhau.

[(85) Ba mươi sáu loại sử tà kiến phổ biến trong cả ba cõi. Có mười hai loại sử nghi[102]. Đối với bảy loại này, có những tên gọi khác nhau.]

Ba mươi sáu sử tà kiến phổ biến trong cả ba cõi: có mười hai loại tà kiến trong dục giới, gồm năm loại cần đoạn trừ qua tuệ quán về khổ

---

vào xả thọ và sự thanh tịnh tuyệt đối của tâm thức trong tứ thiền.
5. Dục ái đối với sắc thân vi tế (*rūpasāmānyarāga*; 色相愛) – Chấp trước vào sắc thân vi tế trong các tầng trời sắc giới, mong muốn duy trì sự hiện hữu trong trạng thái này. (*Câu-xá luận*, quyển VIII (Phẩm 3: *Phân biệt Thế giới*, phần 1)

[100] *pratighānusaya* (瞋隨眠; sân tùy miên): phiền não sân hận tiềm ẩn, chưa biểu hiện rõ ràng nhưng vẫn tồn tại trong tâm, chờ điều kiện để khởi lên.

[101] 1. Sân trong dục giới (*kāmadhātu-pratighānusaya*; 欲界瞋隨眠). 2. Sân trong sắc giới (*rūpadhātu-pratighānusaya*; 色界瞋隨眠). 3. Sân trong vô sắc giới (*arūpadhātu-pratighānusaya*; 無色界瞋隨眠). 4. Sân đối với hữu tình (*sattva-pratighānusaya*; 有情瞋隨眠). 5. Sân đối với hoàn cảnh (*dhātu-pratighānusaya*; 界瞋隨眠).

[102] *Vicikitsā*. 疑

đế, hai loại qua tuệ quán về tập đế, hai loại qua tuệ quán về diệt đế, và ba loại qua tuệ quán về đạo đế. Điều này cũng áp dụng cho sắc giới và vô sắc giới.

Đối với bảy loại này[103]*, có những tên gọi khác nhau:* các phiền não này được gọi là chấp thủ, thủ uẩn, dòng thác, và cấu nhiễm.[104]

Hỏi: Tại sao?

Đáp: **(86)**

> *Ách phược, thủ, bạo lưu*
> *Khiến nhiễm ô không ngừng*
> *Phược, thủ, bạo lưu ấy*
> *Là phiền não, tức lậu.*

Sự chấp giữ, thủ uẩn, bạo lưu[105] khiến tất cả pháp nhiễm ô không ngừng. Các sự chấp giữ, thủ uẩn, bạo lưu ấy chính là phiền não, nên gọi là lậu.

Đã giải thích các loại sử và đặc tính của từng loại. Giờ đây, sẽ giải thích các căn tương ưng với chúng.

---

[103] 1. Dục ái (*kāmarāga*; 欲愛). 2. Hữu ái (*bhavarāga*; 有愛). 3. Sân (*pratigha*; 瞋) t. 4. Ngã mạn (*māna*; 慢). 5. Tà kiến (*dṛṣṭi*; 見). 6. Nghi hoặc (*vicikitsā*; 疑). 7. Vô minh (*avidyā*; 無明) −.

[104] Chánh văn: 1. 扼 (ách: nắm, giữ) 2.受 (thọ: nhận) 3. 流 (lưu: dòng chảy); 4.漏 (lậu: nhiễm). Tương ứng: 1. Thủ (*upādāna*; 取): Sự bám víu mạnh mẽ vào các đối tượng. 2. Thủ uẩn (*skandha*; 蘊取): Sự duy trì chấp ngã thông qua năm uẩn. 3. Dòng thác, bộc lưu (*ogha*; 漚伽): Dòng chảy của phiền não cuốn chúng sinh vào luân hồi. 4. Cấu nhiễm (*āsrava*; 漏): Những phiền não rỉ ra, làm ô nhiễm tâm thức.

[105] *Thành duy thức luận* (*Cheng weishi lun*; 成唯識論) (T.1585), *Đại Chính tạng*, quyển 31), tổng kết về *A-lại-da thức* (*ālaya-vijñāna*):「阿賴耶識微細難知，習氣如暴流，非人與人，皆為所怖，唯聖能知。」Việt dịch: "A-lại-da thức vi tế khó biết, tập khí như dòng lũ cuồn cuộn, cả người và phi nhân đều kinh sợ, chỉ bậc Thánh mới có thể thấu triệt." Bốn bạo lưu (*cattāro oghā*; 四暴流) là một trong mười nền tảng của cấu uế (*kilesavatthu*; 煩惱依處), mỗi nền tảng bao gồm một tập hợp bốn pháp. Theo *Thiện thuyết luận* (*Nettippakaraṇa*).

(87) *Các sử trong tam giới*
Tương ứng với các căn
Tùy thuộc vào mỗi địa
Tương ứng với sắc thân.

[Các sử trong ba cõi, đều duy trì sự tương ứng với các căn. Các sử của các căn tùy thuộc vào từng cõi, tương ứng với sắc thân.]

Sử trong ba cõi đều duy trì sự tương ứng với các căn, tức là toàn bộ chín mươi tám sử đều duy trì sự tương ứng với các căn. Các phiền não về sau nương vào trạng thái vô cầu mà dừng lại.

Các sử của các căn tùy thuộc vào từng cõi và tương ứng với sắc thân. Cõi Phạm thiên[106] và cõi Quang diệu[107] có hỷ căn, nên các sử thuộc cõi đó tương ứng với hỷ căn và duy trì các căn. Cõi Biến tịnh[108] có lạc căn, nên các sử thuộc cõi đó tương ứng với lạc căn và duy trì các căn.

(88) *Tà kiến và vô minh*
Nhân khổ lạc dục giới
Sân, nghi duy nhân khổ

---

[106] brahmadeva: cõi sơ thiền

[107] Chánh văn 光曜; s: ābhāsvara: Một trong các tầng trời thuộc sắc giới (rūpadhātu; 色界), tầng trời thứ 3 của đệ nhị thiền. Tầng trời này còn gọi là Quang âm thiên (ābhāsvara; 光音天), là nơi cư trú của các chư thiên có ánh sáng tự nhiên phát ra từ thân, tức là họ giao tiếp với nhau bằng ánh sáng thay vì âm thanh. Theo *A-tì-đạt-ma Câu-xá luận*, chúng sinh ở tầng trời này đã đạt đến mức thiền định sâu sắc, vượt xa dục giới, hưởng phước báo của hỷ căn (prīti; 喜根; e: root of joy).

[108] Chánh văn 遍淨; s: śubhakṛtsna (遍淨天): Một trong các tầng trời thuộc sắc giới (rūpadhātu; 色界), nằm trong nhóm tam thiền thiên (dhyāna; 禪). Tầng trời này là nơi cư trú của các chư thiên có tâm thức thanh tịnh và an lạc cao thượng. Theo *A-tì-đạt-ma Câu-xá luận*, chúng sinh ở tầng trời này đã đạt đến mức thiền định sâu sắc, vượt xa dục giới và thậm chí cả những tầng trời thấp hơn của sắc giới. Các chư thiên ở tầng trời Biến tịnh thiên có lạc căn (sukha; 樂根;) làm yếu tố tâm thức chính.

Ngoài ra đưa đến lạc.

[Tà kiến và vô minh là nguyên nhân của khổ và lạc trong dục giới. Sân hận và nghi chỉ dẫn đến khổ. Còn lại đều dẫn đến lạc.]

Tà kiến và vô minh là nguyên nhân của khổ và lạc trong dục giới. Tà kiến và vô minh trong dục giới có thể tương ứng với hỷ căn cũng như với khổ. Tà kiến khiến một người xem hành động ác đã thực hiện là vui, còn hành động thanh tịnh là khổ. Vô minh đi kèm với tà kiến cũng có tác dụng tương tự.

Sân hận và nghi chỉ dẫn đến khổ: Đối với nghi, khổ là căn bản. Vì tính chất bất định của nó, nên không thể dẫn đến lạc. Điều này cũng tương tự đối với sân hận.

Còn lại đều dẫn đến lạc: Các sử còn lại trong dục giới chỉ tương ứng với hỷ, không liên quan đến khổ. Đối với chúng, hỷ là căn bản.

(89) *Hai loại bám chắc thân*
Kiến đoạn tương ưng ý
Các phiền não dục giới
Tương ưng các căn này.

[Hai loại sử pha tạp[109] bám chặt vào thân. Các phiền não cần đoạn trừ bằng kiến đạo chỉ tương ứng với ý căn. Các phiền não trong dục giới tương ứng với các căn này.]

Hai loại sử pha tạp[110] *bám chặt vào thân*[111], tức là các phiền não

---

[109] Chánh văn 勳: huân. (AH2 847b) chép 熏 huân; dịch *kīrṇa* hoặc *vyavakīrṇa* trong *vyavakīrṇa* (染 tạp nhiễm, tức *bhāvanā* – 修 tu tập). Xem thêm bài kệ 170. Như luận giải đã giải thích, các phiền não cần đoạn trừ bằng tu đạo (*bhāvanāheya*) được đề cập đến ở đây. Chúng tương ứng với cả thọ thuộc thân (*kāyikī vedanā*) và thọ thuộc tâm (*caitasikī vedanā*). Thọ thuộc thân 身 (*kāyikī vedanā*) chỉ thuộc về loại cần đoạn trừ bằng tu đạo (*bhāvanāheya*).
[110] *dvi-prakāra-saṃkīrṇāḥ*; 二種雜染
[111] *ātmānam āśritāḥ*; 堅著身

cần đoạn trừ bằng tu đạo¹¹². Chúng tương ứng với thọ thuộc thân¹¹³ và thọ thuộc tâm¹¹⁴.

Trong đó, thọ thuộc thân bao gồm hỷ căn¹¹⁵ và khổ căn¹¹⁶, còn thọ thuộc tâm bao gồm hỷ căn¹¹⁷ và ưu căn¹¹⁸.

Cả hai loại đều có xả căn¹¹⁹. Toàn bộ thọ thuộc thân đều cần đoạn trừ bằng tu đạo, nhưng đối với tâm, vẫn tồn tại hai loại¹²⁰. Các phiền não cần đoạn trừ bằng kiến đạo chỉ tương ứng với ý căn. Các kiết

---

[112] *bhāvanāheya*; 修道所斷
[113] *kāyikī vedanā*; 身受
[114] *caitasikī vedanā*; 心受
[115] *sukha-indriya*; 樂根
[116] *duḥkha-indriya*; 苦根
[117] *saumanasya-indriya*; 喜根
[118] *daurmanasya-indriya*; 憂根
[119] *upekṣā-indriya*; 捨根
[120] Thọ thuộc tâm (*caitasikī vedanā*; 心受) cần được đoạn trừ bằng cả kiến đạo (*darśana*; 見道) và tu đạo (*bhāvanā*; 修道). Tham khảo (*AH2* 847b).

sử¹²¹ cần đoạn trừ bằng kiến đạo trong kiến đế¹²² đều chỉ liên quan đến tâm.

Các phiền não trong dục giới tương ứng với các căn này. Chúng chính là các phiền não của dục giới.

Đã phân biệt các căn tương ứng¹²³. Sau đây sẽ giải thích về các phiền não phụ¹²⁴.

(90) *Vô tàm và vô quý*
Hôn trầm, hối xan tham
Tật đố, trạo cử, miên
Mạnh trên phiền não chính.

---

¹²¹ (*saṃyojana*; 結縛). Phân biệt sử với tùy miên. Cùng 1 thuật ngữ sanskrit (*anuśaya*), tùy miên là trạng thái tiềm ẩn (có 7), chưa khởi lên ngay lập tức. Sử là trạng thái đã khởi lên, thúc đẩy hành động ngay trong hiện tại (có 10). Phân biệt Sử (*anuśaya*), và Kiết sử (*saṃyojana*; 結縛): là trói buộc chúng sinh vào vòng luân hồi sinh tử. Chúng gắn kết chúng sinh với sự chấp thủ vào tự ngã và thế giới, ngăn cản sự giác ngộ. Chẳng hạn người bị thân kiến kiết sử (*satkāya-dṛṣṭi*) sẽ luôn chấp trước vào thân thể này là "tôi" hoặc "của tôi", không thể đạt giải thoát. Theo *Kinh Tăng Nhất A-hàm* và *Câu-xá luận*, có 10 kiết sử: 1. Thân kiến (*satkāya-dṛṣṭi*; 身見結縛) – Chấp trước vào ngã, 2. Hoài nghi (*vicikitsā*; 疑結縛) – Nghi ngờ về chân lý, 3. Giới cấm thủ (*śīla-vrata-parāmarśa*; 戒禁取結縛) – Chấp vào giới cấm sai lầm, 4. Dục tham (*kāmarāga*; 欲貪結縛) – Tham đắm dục lạc, 5. Sân (*pratigha*; 瞋結縛) – Nóng giận, sân hận, 6. Sắc ái (*rūparāga*; 色貪結縛) – Chấp trước vào sắc giới, 7. Vô sắc ái (*arūparāga*; 無色貪結縛) – Chấp trước vào vô sắc giới, 8. Mạn (*māna*; 慢結縛) – Kiêu mạn, 9. Tán loạn (*uddhacca*; 掉舉結縛) – Tâm không yên định, 10. Vô minh (*avidyā*; 無明結縛): Không thấy rõ chân lý.

¹²² *satya-darśana*; 諦見

¹²³ *indriya-samprayukta*; 與根相應

¹²⁴ *upakleśa*; 隨煩惱

[Vô tàm[125], vô quý[126], hôn trầm[127], hối[128], xan tham[129], tật đố[130], trạo cử[131], và miên[132] phát triển mạnh trên nền tảng của các phiền não chính. Vì vậy, chúng được gọi là các phiền não phụ[133].]

Tám loại này được gọi là các phiền não phụ. Tất cả các *sử* đều là phiền não. Trong số đó, các phiền não phụ này khởi lên từ các phiền não chính. Chúng chính là tàn dư[134] của các *sử*, dựa vào các *sử* mà tồn tại.

Hỏi: Thế nào là tàn dư của các sử?

Đáp: **(91)**

> *Đồng hành các phiền não*
> *Hôn trầm và trạo cử*
> *Vô tàm cùng bất thiện*
> *Vô quý cũng như vậy.*

[Hôn trầm và trạo cử được nói là đồng hành với tất cả các phiền não[135]. Vô tàm luôn đi cùng với các pháp bất thiện. Vô quý cũng như vậy.]
Hôn trầm và trạo cử được nói là đồng hành với tất cả các phiền não.

Trạo cử còn được gọi là tâm không an tịnh[136]. Nó luôn đi cùng với tất cả các phiền não, bởi vì phiền não chính là trạng thái bất an[137].

---

[125] *ahrīkya*; 無慚

[126] *anapatrāpya*; 無愧

[127] *middha*; 睡

[128] *kaukritya*; 悔

[129] *mātsarya*; 慳

[130] *īrṣyā*; 嫉

[131] *auddhatya*; 掉

[132] *styāna*; 眠

[133] Chánh văn: 上煩惱; s: *upakleśa*; 隨煩惱: tuỳ phiền não.

[134] *mala*; 垢: cấu

[135] *sarva-kleśa-sahāya*; 一切煩惱俱 nhất thiết phiền não câu.

[136] *citta-asāntatā*; 心不寂靜 tâm bất tịch tĩnh.

[137] *asānti*; 不安

Mặc dù hôn trầm được gọi là trầm trệ tâm[138], nhưng nó vẫn liên kết với tất cả các phiền não, vì sự trầm trệ tạo điều kiện cho phiền não sinh khởi.

Vô tàm luôn đi cùng với các pháp bất thiện. Vô quý cũng như vậy.

Vô tàm được dùng khi một người không cảm thấy hổ thẹn trước người khác khi họ làm điều ác.

Vô quý được dùng khi một người không cảm thấy ghê tởm và không tự hổ thẹn với chính hành vi ác của mình.

Hai phiền não phụ này chỉ liên kết với các pháp bất thiện, không liên quan đến các pháp vô ký[139].

(92) *Hối là khổ trong tâm*
Đoạn trừ bằng tu đạo
Miên, ý căn dục giới
Còn lại, kiến lập riêng.

[Hối[140] tức là khổ trong tâm[141], cần được đoạn trừ bằng tu đạo. Miên[142] chỉ tồn tại trong ý căn thuộc dục giới[143]. Các phiền não còn lại đều tự hình thành theo bản chất riêng[144].]

Hối tức là khổ trong tâm, cần được đoạn trừ bằng tu đạo.

Hối được dùng khi một người làm điều thiện hay điều ác nhưng không hoàn thành được, rồi sinh tâm hối tiếc. Vì không thể gọi đó là hỷ lạc, nên nó chỉ tương ứng với khổ. Nó liên kết với ưu căn[145] trong tâm. Do hối được sinh khởi từ hành vi bất thiện, nên nó cần được đoạn trừ bằng tu đạo. Vì nó gắn liền với khổ, nên có thể biết rằng nó thuộc về dục giới.

---

[138] *guru-manas*; 沈心. Xem thêm *Kośa* II 161.
[139] *avyākṛta*; 無記
[140] *kaukritya*; 悔
[141] *duḥkha-citta*; 苦在於意
[142] *styāna*; 眠
[143] *kāma-manas*; 欲意
[144] *svabhāva-samudgata*; 各自建立
[145] *daurmanasya-indriya*; 憂根

Miên chỉ tồn tại trong ý căn thuộc dục giới. Vì tâm hôn trầm bị bế tắc[146] nên miên chỉ tồn tại trong giai đoạn tâm thuộc dục giới[147]. Nó liên kết với tất cả các phiền não trong dục giới. Tất cả các phiền não đều có thể khởi lên vào thời điểm của hôn trầm[148].

Các phiền não còn lại đều tự hình thành theo bản chất riêng, tức là hai phiền não phụ còn lại, là tật đố[149] và xan tham[150]. Tật đố là sự nung nấu bên trong khi thấy người khác được hạnh phúc. Xan tham được dùng để chỉ sự tích trữ và chấp trước keo kiệt. Cả hai đều tự hình thành, không liên kết với các phiền não khác.

Hỏi: Các phiền não liên kết với bao nhiêu tâm thức?

Đáp: **(93)**

> *Dục, sân, và vô minh*
> *Nên biết, nương sáu thức*
> *Dục giới, tu đạo đoạn*
> *Sắc giới, tùy sở đắc.*

[Dục, sân, và vô minh, cần biết rằng chúng nương vào sáu thức. Khi chúng thuộc dục giới, chúng được đoạn trừ bằng tu đạo. Trong sắc giới, chúng tương ứng với tùy sở đắc[151].]

Nên biết dục, sân, và vô minh đều nương vào sáu thức. Trong dục giới, dục, sân, và vô minh cần được đoạn trừ bằng tu đạo, chúng luôn tương ứng với sáu thức.

Trong sắc giới, dục và vô minh tương ứng với tùy sở đắc, tức là chúng liên kết với bốn thức[152] trong các tầng trời Phạm thiên. Ở đó,

---

[146] *nivṛta-citta*; 閉塞心
[147] *kāmadhātu-citta-bhūmi*; 欲界心地
[148] *middha-kṣaṇa*; 眠時
[149] *īrṣyā*; 嫉
[150] *mātsarya*; 慳
[151] *yathāprāpta*; 隨所得
[152] *catur-vijñāna*; 四識: nhãn, nhĩ, tỷ, thiệt thức. Trong dục giới, tất cả sáu thức (*ṣaḍ-vijñāna*; 六識) đều liên kết với phiền não. Nhưng trong sắc giới, dục và vô minh chỉ tương ứng với bốn thức này, còn các phiền

hai phiền não này chỉ liên kết với bốn thức, trong khi các phiền não khác đều liên quan đến ý thức.

Đã giải thích về các phiền não. Sau đây sẽ trình bày cách đoạn trừ chúng.

(94) *Sát-na đoạn phiền não*
Trung gian đắc giải thoát
Trong vô lượng sát-na
Bậc Chánh Trí thường dạy

[Trong một sát-na, phiền não được đoạn trừ[153], do đó đạt được giải thoát[154]. Bậc Chánh Trí[155] đã dạy rằng sự đạt được này diễn ra trong vô lượng sát-na[156].]

Trong một sát-na, phiền não được đoạn trừ; do đó đạt được sự giải thoát. Những phiền não này được đoạn trừ bằng vô gián đạo[157] trong một sát-na. Một khi đã đoạn trừ, chúng không cần phải đoạn trừ lần nữa[158].

Bậc Chánh Trí đã dạy rằng sự đạt được này diễn ra trong vô lượng sát-na. Các phiền não được đoạn diệt qua nhiều sát-na khác nhau, ví dụ như các phiền não trong dục giới cần đoạn trừ bằng kiến đạo. Sự chứng ngộ về sự đoạn diệt của chúng diễn ra trong năm sát-na[159], bao gồm: 1. sát-na tự đoạn trừ[160]; 2. sát-na của Sơ quả Tu-đà-hoàn[161]; 3.

---

não khác chủ yếu liên hệ với ý thức (*manovijñāna*; 意識).
[153] *eka-kṣaṇa-ccheda-kleśa*; chánh văn: 一時斷煩惱 nhất thời đoạn phiền não. Nhất thời 一時, tương đương Sanskrit: sát-na (*kṣaṇa*).
[154] *mukti*; 解脫
[155] *samyagjñāna*; 正智
[156] *ananta-kṣaṇa*; 無量時所得
[157] *ānantarya-mārga*; 無間道
[158] *na punar bhaṅgya*; 非已斷復斷
[159] *pañca-kṣaṇa*; 五時
[160] *svabhāva-kṣaṇa*; 自斷時
[161] *srotāpatti-phala-kṣaṇa*; 須陀洹果時

sát-na của Nhị quả Tư-đà-hàm¹⁶²; 4. sát-na của tam quả A-na-hàm¹⁶³; 4. sát-na của Tứ quả A-la-hán¹⁶⁴.

Tương tự như vậy đối với các phiền não khác, như đã được giải thích trong phẩm về Thánh giả¹⁶⁵.

(95) *Giải thoát trong dục giới*
Phật dạy, bốn đoạn trí
Lìa sắc, vô sắc giới
Nên biết, năm đoạn trí.

[Sự giải thoát trong dục giới¹⁶⁶, theo lời bậc Thánh, bao gồm bốn loại đoạn trí¹⁶⁷. Nên biết, sự lìa bỏ sắc giới và vô sắc giới¹⁶⁸, bao gồm năm loại đoạn trí¹⁶⁹.]

Sự đoạn diệt hoàn toàn và vĩnh viễn được gọi là sự thắng giải viên mãn¹⁷⁰. Theo nghĩa này, khi sự đoạn diệt của các phiền não thuộc dục giới, vốn cần phải đoạn trừ thông qua kiến đạo về khổ¹⁷¹ và kiến đạo về tập¹⁷² được thành tựu trọn vẹn, thì trạng thái ly hệ¹⁷³ ấy được xem như thắng giải viên mãn¹⁷⁴. Thắng giải viên mãn thứ hai là đối với những phiền não cần đoạn trừ thông qua kiến đạo về diệt. Thắng giải viên mãn thứ ba là đối với những phiền não cần đoạn trừ thông qua kiến đạo về đạo. Thắng giải viên mãn thứ tư là đối với những phiền

---

[162] *sakṛdāgāmi-phala-kṣaṇa*; 斯陀含果時
[163] *anāgāmi-phala-kṣaṇa*; 阿那含果時
[164] *arhat-phala-kṣaṇa*; 阿羅漢果時
[165] *Ārya-varga*; 聖者品; Hiền Thánh phẩm V.
[166] *kāmadhātu-vimukti*; 欲界中解脫
[167] *catur-ccheda-jñāna*; 四斷智
[168] *rūpadhātu-arūpadhātu-vyupaśama*; 離色無色界
[169] *pañca-ccheda-jñāna*; 五斷智
[170] *Prahaṇāparijñā* (拋棄遍知; thắng giải viên mãn về đoạn trừ)
[171] *Duḥkhadarśanaheya* (苦見應斷; khổ kiến ứng đoạn)
[172] *samudayadarśanaheya* (集見應斷; tập kiến ứng đoạn). Chánh văn 見苦習所斷
[173] *visaṃyoga* 離繫
[174] Chánh văn 斷智

não cần đoạn trừ thông qua tu đạo.

Đối với các phiền não thuộc sắc giới và vô sắc giới, cần phải đoạn trừ thông qua kiến đạo về khổ và kiến đạo về tập, thì có một thắng giải viên mãn. Thắng giải viên mãn thứ hai là đối với những phiền não cần đoạn trừ thông qua kiến đạo về diệt, thắng giải viên mãn thứ ba là đối với những phiền não cần đoạn trừ thông qua kiến đạo về đạo, thắng giải viên mãn thứ tư là đối với những phiền não cần đoạn trừ thông qua tu đạo trong sắc giới, thắng giải viên mãn thứ năm là đối với những phiền não cần đoạn trừ thông qua tu đạo trong vô sắc giới.

Hỏi: Do nhân duyên gì mà đối với sự đoạn trừ, gọi là thắng giải viên mãn[175]?

Đáp: Vì thắng giải là kết quả, nên gọi là sự thắng giải viên mãn về đoạn trừ, cũng giống như khi một người sinh vào dòng họ Cồ-đàm[176], thì người ấy cũng được gọi là Cồ-đàm.

Hỏi: Các sử này có tương ưng với tâm hay không?

Đáp: Có tương ưng.

Vì sao?

(96) *Sử khiến tâm phiền não*
Chướng trái tâm thanh tịnh
Thiện vi diệu thành tựu
Với sử có tương ưng.

[Tâm bị các sử gây phiền não. Chúng là chướng ngại và đối lập với sự thanh tịnh, mặc dù điều thiện vi diệu có thể được thành tựu. Do đó, nên biết rằng chúng là sử có tương ưng.]

Các sử làm nhiễm ô tâm: Nếu các sử không tương ưng với tâm, thì chúng sẽ không làm nhiễm ô tâm. Nhưng vì chúng làm nhiễm ô tâm, nên chúng chắc chắn có tương ưng.

Về chướng ngại, nếu các sử không tương ưng với tâm, thì chúng sẽ

---

[175] Chánh văn 分斷智 phần đoạn trí
[176] *Gautama* 瞿曇

không ngăn cản các thiện pháp. Khi chúng gây chướng ngại, các thiện pháp không thể sinh khởi. Nếu không có sự chướng ngại ấy, các thiện pháp sẽ được sinh khởi. Do đó, các sử này chắc chắn có sự tương ưng với tâm.

Chúng đối lập với những gì thanh tịnh, mặc dù điều thiện có thể được thành tựu: Nếu các sử không có sự tương ưng với tâm, thì chúng sẽ không đối lập với các thiện pháp. Nếu chúng không đối lập với các thiện pháp, thì tư tưởng thiện lẽ ra phải sinh khởi. Nếu chúng không có tính chất đối lập và không mang bản chất nhiễm ô thì chúng cũng sẽ không gây ra sự não loạn. Khi sự đối lập của chúng tiếp diễn liên tục, thì thiện pháp không thể sinh khởi; nhưng khi sự đối lập ấy không còn tiếp diễn, thì thiện pháp có thể được sinh khởi. Chính vì những lý do này, chúng được gọi là những sử tương ưng[177].

---

[177] Chánh văn 相應使

PHẨM THỨ NĂM
HIỀN THÁNH[178]

Đã trình bày xong về các sử. Bây giờ sẽ giải thích về Hiền Thánh.

(97) *Thánh đoạn trừ khổ lao*
Cội nguồn các sợ hãi
Chính tri các phương tiện
Nghe kỹ, nay sẽ nói.

[Như vậy, bậc Thánh đoạn trừ khổ lao[179], vốn là cội nguồn của mọi sợ hãi. Chính tri về các phương tiện chuẩn bị[180] nay sẽ được giảng giải. Hãy lắng nghe kỹ!]

Trong số những người chưa trụ tâm[181], không ai có thể phát sinh chánh kiến. Vì vậy:

(98) *Trước tự quán sát tâm*
Ràng buộc nay an định
Nhiếp vào nền tảng thức
Diệt tận các não oán địch.

[**(98)**[182] Trước hết, hãy quán sát tâm, vốn bị ràng buộc vào các

---

[178] āryavarga; 賢聖品第五.

[179] lao 勞, nghĩa là phiền não *kleśa*

[180] 等方便; s: *saṃprayoga*. Kệ 98-100 (四念住; *smṛtyupasthāna*) và 101-103 (四善根; *kuśalamūla*) giải thích về con đường chuẩn bị (方便道), dẫn đến kiến đạo (見道; *darśanamārga*), tức quán chiếu Tứ Thánh đế (四聖諦; *catvāri āryasatyāni*).

[181] Chánh văn:不亭心者 bất đình tâm giả; s: *upaṣṭhita*

[182] Chánh văn gộp kệ tụng 98 và 99. *AH2*, tại mục 848c, khi giải thích thuật

xứ của thân, được an định. Khi muốn nhiếp phục tâm bằng cách trói buộc nó vào nền tảng của thức[183], thì sẽ đạt đến sự diệt tận các phiền não oán địch.]

(99) *Phương tiện ngay trên thân*
Tướng chân thật thường định
Thọ, tâm, pháp cũng vậy
Quán chiếu cách tương tự.

[Trong sự quán chiếu này, luôn nhất tâm an trụ vào chân tướng[184] của thân. Các thọ[185], tâm và pháp[186] cũng quán chiếu theo cách tương tự.]

Thân có các đặc tính là bất tịnh, vô thường, khổ và vô ngã. Những

---

ngữ *ādikārmika* (始業; sơ phát tâm), không đề cập đến thuật ngữ này, mặc dù kệ tụng 98 bắt đầu bằng 始). Câu kệ đầu tiên đề cập đến 3 pháp hành: *asubhabhāvanā* (bất tịnh quán; 不淨觀), *ānāpānasmṛti* (niệm hơi thở; 安般念), và *dhātuvyavasthāna* (quán các giới; 界分別). Câu thứ hai nói về *bốn niệm trụ* (*smṛtyupasthāna*). *MAH*, từ dòng 907c đến 908, mở đầu chương bằng cách giải thích về ba loại sa-môn: *ādikārmika* (sơ hành giả; 初業行者), *kṛtyāparijñā* (người đã thành tựu hành nghiệp; 業成就者), và *atikrāntamanaskāra* (người đã vượt qua mọi tư duy; 超心行者), trong đó hai loại sau không được đề cập trong *AH2*. Sau đó, *MAH* đưa ra sự đối chiếu với kệ tụng 97 trong *AH*. Tiếp theo, *MAH* có một bài tụng tương ứng với kệ 98 trong *AH*, và giải thích về quán bất tịnh (*asubhabhāvanā*), quán hơi thở (*ānāpānasmṛti*), và quán giới (*dhātuvyavasthāna*). Kệ tụng tiếp theo trong *MAH* đề cập đến *bốn niệm trụ* (*smṛtyupasthāna*).

[183] *vijñāna* (識) và *pada* (足). *AH2* 848c và *MAH* giải thích là *ekālambana* (一所緣; nhất sở duyên; tức là *một đối tượng duy nhất*.
[184] *lakṣaṇa*: 真實相
[185] Chánh văn: 諸痛 chư thống, tức thọ; s: *vedanā*
[186] Tức Tứ niệm xứ/tứ niệm trụ (*smṛtyupasthāna*; 四念住):
1. thân niệm trụ (*kāyasmṛtyupasthāna*; 身念住), 2. thọ niệm trụ (*vedanāsmṛtyupasthāna*; 受念住), 3. tâm niệm trụ (*cittasmṛtyupasthāna*; 心念住), 4. pháp niệm trụ (*dharmasmṛtyupasthāna*; 法念住).

đặc tính này hoàn toàn chân thật. Hành giả an trụ tâm vào một điểm trên thân và đoạn trừ các tạp niệm, trước tiên quán sát chân thực các đặc tính của thân. Sau đó, tiếp tục quán thọ, rồi quán tâm cùng với các tâm sở tương ưng[187], những gì phụ thuộc vào tâm và những gì có liên hệ với nó, tức là các pháp đồng khởi với tâm. Hành giả cũng quán sát về các hành[188] không tương ưng với tâm. Tất cả đều như vậy, phù hợp với bản chất và đặc tính của chúng. Sự thực hành bốn niệm trụ trên thân, thọ, tâm, pháp lần lượt được phát khởi theo trình tự.

(100) *Tổng quán thể nhập pháp*
Đặc tính chung đồng quán
Bốn pháp là vô thường,
Không, vô ngã, phi lạc.

[Khi nhập vào pháp để quán tổng quát, hành giả quán sát các đặc tính chung của các pháp[189]. Bốn đặc tính[190] này là: vô thường, không, vô ngã, và phi lạc (khổ).]

Khi nhập vào pháp để quán tổng quát, hành giả quán sát các đặc tính chung của các pháp. Khi thực hành quán *niệm* trên các pháp, bậc Thánh quán chiếu đặc tính của các hành[191] một cách tổng quát. Sau khi quán sát các đặc tính các hành và tăng thượng tư duy, hành giả phát sinh cái nhìn trí tuệ vô cấu[192]. Khi ấy, tất cả thân, thọ, tâm, pháp,

---

[187] *caitasika dharma*; (相應心法, tâm sở pháp
[188] *Cittaviprayuktasaṃskāra*; 心不相應行
[189] *Sāmānyalakṣaṇa*: tổng tướng, cộng tướng
[190] *anitya*; 無常, *śūnya*; 空, *anātmaka*; 無我, *duḥkha*; 非樂.
Tam pháp ấn là tiêu chuẩn căn bản để xác định giáo lý của Đức Phật, chủ yếu nhấn mạnh tính vô thường, khổ, và vô ngã. Trong luận nầy, đề cập đến Bốn đặc tính, gồm Tam pháp ấn và bổ sung thêm yếu tố *không* (*śūnya*), phản ánh sâu hơn quan điểm của Đại thừa, đặc biệt là Trung quán về sau. Bốn đặc tính này giúp hành giả quán chiếu sâu hơn về thực tại, đặc biệt là trong bối cảnh *bốn niệm trụ* (*smṛtyupasthāna*; 四念住), dẫn đến sự phát triển trí tuệ trong quá trình tu tập.
[191] *saṃskāra*; 行
[192] 生無垢智眼; e: produces the flawless eye of knowledge.

đều được quán sát một cách toàn diện.

Hỏi: Bằng cách nào?

Đáp: Bốn đặc tính này là: vô thường, không, vô ngã, và phi lạc (khổ).

Bởi vì thân, thọ, tâm, pháp liên tục sinh khởi và tồn tại nối tiếp nhau, nên chúng là vô thường. Vì chúng không có tự tính cố hữu, nên chúng là không. Vì chúng là nguồn gốc của những tai họa và khổ đau, nên chúng là khổ (phi lạc).

(101) *Từ đây, có pháp noãn*
Sinh khởi từ trong ý
Theo mười sáu hành tướng
Chánh quán bốn chân đế

[Từ đây, một pháp được gọi là noãn[193] sinh khởi trong tâm. Nó vận hành theo mười sáu hành tướng và trực quán bốn Thánh đế.]

Từ đây, một pháp được gọi là noãn *sinh khởi trong tâm*. Khi hành giả quán chiếu như vậy, liền phát sinh hơi ấm thiện lành. Ngọn lửa trí tuệ thanh khởi sinh tại đây, thiêu đốt hoàn toàn củi nhiên liệu của các hành.

Hỏi: Hành tướng và cảnh giới của nó là gì?

---

[193] *uṣmagata*; 煖: đạt đến trạng thái hơi nóng, chỉ cho sự khởi phát nhiệt tâm trong quá trình quán chiếu chân lý. Trong quá trình hành trì kiến đạo (*darśanamārga*; 見道), noãn là 1 trong bốn thiện căn (*kuśalamūla*) là bốn giai đoạn phát triển trí tuệ quán chiếu Tứ Thánh Đế (四聖諦; *catvāri āryasatyāni*): 1. 煖 (*uṣmagata*): *noãn*: Giai đoạn đầu tiên, khi trí tuệ khởi lên như hơi nóng, dấu hiệu của sự nhận thức chân lý sắp đến. Đây là sự tăng trưởng của tư duy quán chiếu về vô thường, khổ, vô ngã. 2. 頂 (*mūrdhan*): *đảnh*: Trí tuệ đạt đến mức cao nhất trong phạm vi của phàm phu, gần với sự thấy chân lý nhưng chưa hoàn toàn chứng nhập. 3. 忍 (*kṣānti*): *nhẫn*: Giai đoạn này là sự chấp nhận chân lý một cách vững chắc thông qua tuệ giác sâu xa. 4. 世第一法 (*laukikāgradharma*): *thế đệ nhất pháp*, trạng thái cao nhất của trí tuệ thế gian, ngay trước khi bước vào kiến đạo (*darśanamārga*).

Đáp: Có mười sáu hành tướng, cảnh giới của nó là quán chiếu trực tiếp bốn Thánh đế.

Bốn hành tướng khi quán về khổ đế: vì khổ này vốn mang bản chất khiếm khuyết[194], và được sinh khởi do nhân duyên[195]. *Bốn hành tướng khi quán về khổ đế*: 1. Vì khổ này vốn vô thường, do bản chất khiếm và bị chi phối bởi vô thường. 2. Vì bị hủy hoại bởi sức mạnh của vô thường, nên nó là khổ. 3. Vì khi quán chiếu nội thân, không có thực thể tự ngã, nên nó là không[196].

Vì không có tự tánh cố hữu, nên nó là vô ngã. *Bốn hành tướng khi quán về tập đế*: 1. Vì tập này mang quả tương tự, nên nó là nhân[197]. 2. Vì nó tạo thành một chuỗi liên tục trong quá trình sinh khởi, nên nó là tập khởi[198]. 3. Vì tất cả sinh tử có thể tiếp diễn vô tận, nên nó là hữu[199]. 4. Vì các pháp dị loại cùng tạo thành chuỗi sinh diệt, nên nó là duyên[200]. *Bốn hành tướng khi quán về diệt đế*: 1. Vì diệt này chấm dứt mọi tai họa, nên nó là diệt. 2. Vì nó dập tắt hoàn toàn ngọn lửa phiền não, nên nó là tịch tĩnh[201]. 3. Vì nó vượt trên tất cả các pháp, nên nó là thắng diệu[202]. 4. Vì nó đoạn trừ hoàn toàn sinh tử, nên nó là xuất ly[203]. *Bốn hành tướng khi quán về đạo đế*: 1. Vì con đường này đưa đến niết-bàn, nên nó là đạo[204]. 2. Vì không sai lầm, nên nó là chánh[205]. 3. Vì tất cả bậc Thánh đều thực hành theo, nên nó là hành lộ[206]. 4. Vì nó

---

[194] *Hīna*; 劣liệt
[195] *hetupratyaya*
[196] *śūnya*; 空
[197] *hetu*; 因
[198] *samudaya*; 集
[199] *bhava*; 有
[200] *pratyaya*; 緣
[201] *śānta*; 寂
[202] *praṇīta*; 勝
[203] *niḥsaraṇa*; 出離
[204] *mārga*; 道
[205] *samyak*; 正
[206] *nyāya*; 軌 quỹ

giúp đoạn trừ quá trình sinh tử, nên nó là xuất yếu[207].

Chính trong mười sáu hành tướng này mà trí tuệ vận hành. Thiện căn có cảnh giới là bốn Thánh đế, được gọi là noãn pháp.

(102) *Noãn pháp đã tựu thành*
Phát sinh đảnh, nhẫn pháp
Đắc thế đệ nhất pháp
An trụ vào nhất tướng.

[Khi noãn pháp đã sinh khởi và được thành lập, hành giả phát khởi đảnh pháp, sau đó đạt đến nhẫn pháp. Khi chứng đắc thế đệ nhất pháp[208], hành giả an trụ vào nhất tướng[209].]

Khi noãn pháp đã sinh khởi và được thành lập, hành giả phát khởi đảnh pháp, sau đó đạt đến nhẫn pháp: Khi thành tựu noãn pháp, hành giả tiếp tục tu tập trong dục giới, sinh khởi một thiện căn gọi là đảnh pháp, đồng thời quán chiếu bốn Thánh đế với mười sáu hành tướng. Vì đảnh pháp vượt trên noãn pháp nên được gọi là đỉnh cao.

Khi trí tuệ tăng trưởng, đảnh pháp sinh khởi một thiện căn cao hơn, gọi là nhẫn pháp, cũng quán chiếu bốn Thánh đế trong mười sáu hành tướng. Vì hành giả đạt đến khả năng an nhẫn và thâm nhập chân lý, nên gọi là nhẫn pháp. Khi nhẫn pháp được thành tựu và hành giả đạt đến thế đệ nhất pháp, vị ấy an trụ vào nhất tướng, tức sự chuyên nhất trong quán chiếu chân lý. Là pháp tối thắng trong tất cả các phẩm chất thế gian, thế đệ nhất pháp sinh khởi một thiện căn được gọi là thế gian tối thắng pháp. Vì nó mở ra cánh cửa hướng đến niết-bàn, là pháp vượt trội nhất trong tâm thức của phàm phu[210], nên gọi là thế đệ nhất pháp.

---

[207] niḥsaraṇa; 出要

[208] Tên của phẩm mở đầu trong *Phát trí luận* (*Jñānaprasthāna*: 發智論). *Đại Tì-bà-sa luận* chú giải rất kỹ về pháp này. Thuật ngữ Phạn được phục hồi là *Laukikāgra*, dịch là "các pháp thế gian tối thượng".

[209] *Eka*: 一; 相: *lakṣaṇa*. AH2 849b và MAH 909c chú thích *kṣaṇa* (*ekakṣaṇa*), chứ không phải *lakṣaṇa*.

[210] pṛthagjana: 凡夫 phàm phu, 異生

Hỏi: Tại sao nói hành giả an trụ vào nhất tướng?

Đáp: Trong tâm của phàm phu không có một pháp thứ hai nào có thể sánh bằng. Nếu có, thì pháp ấy cũng phải có khả năng mở ra cánh cửa dẫn đến niết-bàn, nhưng thực tế không có pháp nào khác làm được điều đó. Thế nên nói hành giả an trụ vào nhất tướng.

Hỏi: Nhất tướng có bao nhiêu hành tướng, đối tượng của nó là gì, và nó thuộc giai đoạn nào?

Đáp: **[818c] (103 ab)**

Nhất tướng vận hành trong
Bốn hành tướng khổ đế
Bao hàm trong sáu địa
Đồng thời nương tựa nhau.

[Nhất tướng vận hành trong bốn hành tướng của khổ đế, được nói là bao hàm trong sáu địa, đồng thời nương tựa vào chúng.]

Nhất tướng vận hành trong bốn hành tướng của khổ đế: lấy chân lý về khổ làm đối tượng, không có gì khác.

Bốn hành tướng: Nhất tướng vận hành trong phạm vi của khổ đế, tức là vô thường, khổ, không, vô ngã. Vì sao? Vì đối tượng của nó giống như đối tượng của niệm thanh tịnh đầu tiên.

Được nói rằng nó bao hàm trong sáu địa và nương tựa vào chúng: pháp này được thành tựu trong sáu giai đoạn: vị chí định địa[211], trung gian định địa[212], và bốn bậc thiền căn bản[213]. Nó không thuộc về dục giới, vì đây là cảnh giới không chắc chắn. Nó cũng không thuộc về vô

---

[211] *anāgamya-samādhi*; vị chí định 未至定; Chánh văn 未來禪 vị lai thiền.
[212] *dhyānāntara*: trung gian thiền: 中間禪、
[213] *mauladhyānā*: 根本四禪

sắc giới[214], vì trong đó không có con đường kiến đạo[215].

Hỏi: Các thiện căn khác được bao hàm trong những giai đoạn nào?

Đáp: **(103cd)**

Nhẫn pháp nhiếp sáu địa
Pháp khác nương bảy địa.

[Nhẫn pháp cũng được bao hàm trong sáu địa. Các thiện căn khác nương vào bảy địa.]

Nhẫn pháp cũng được bao hàm trong sáu địa: Nhẫn pháp, khi tương ưng với bốn Thánh đế, được thành lập trong sáu giai đoạn, giống như thế đệ nhất pháp.

Các thiện căn khác nương vào bảy địa: Noãn pháp và đảnh pháp được bao hàm trong bảy giai đoạn: Chúng hiện hữu trong sáu địa và dục giới, khi dục vọng chưa được đoạn trừ. Tuy nhiên, khi dục vọng trong dục giới đã được đoạn trừ, chúng chỉ tồn tại trong Sắc giới.

(104)[216] *Sau thế đệ nhất pháp*

---

[214] Nhất tướng là trạng thái chuyên nhất trong quán chiếu chân lý, chỉ có thể tồn tại trong Sắc giới (*rūpadhātu*; 色界), nơi có thiền định vững chắc nhưng vẫn giữ được khả năng quán chiếu thực tại. Nó không thuộc về dục giới vì tâm còn tán loạn, không chắc chắn. Nó không thuộc về Vô sắc giới vì nơi đó tu tập thiền định cao cấp nhưng không còn sự quán chiếu về thực tại duyên sinh. Hành giả chỉ có định mà không có tuệ, không có con đường kiến đạo để quán chiếu Tứ Thánh đế.

[215] 見道之道 kiến đạo chi đạo.

[216] Với kệ tụng 104 này, Thánh đạo thực sự bắt đầu. Được phân thành hai giai đoạn: Hữu học đạo (*śaikṣamārga*; 有學道) từ kệ tụng 104 đến 112, và vô học đạo (*aśaikṣamārga*; 無學道) từ kệ tụng 113 trở đi. Hữu học đạo (*śaikṣamārga*) chia thành 2 phần: 1. Kiến đạo (*darśanamārga*; 見道); 2. Tu đạo (*bhāvanāmārga*; 修道). *Kiến đạo* (*darśanamārga*) gồm: Tám loại nhẫn (忍; *kṣānti*), thuộc vô gián đạo (*anantaryamārga*; 無間道). Bảy loại trí (智; *jñāna*), thuộc giải thoát đạo (*vimuktimārga*; 解脫道). Trí thứ tám đã thuộc về tu đạo (*bhāvanāmārga*), đánh dấu sự chuyển từ giai đoạn kiến đạo sang

PHẨM THỨ NĂM: HIỀN THÁNH | 175

Tất yếu sinh nhẫn pháp
Thứ đệ sinh pháp trí
Đều quán về khổ đế.

[Sau thế đệ nhất pháp, tất yếu sẽ phát sinh pháp nhẫn[217]. Sau khi

---

tu đạo.
Kiến đạo (darśanamārga; 見道
1. *Dục giới* (kāmadhātu; 欲界
Khổ đế - pháp nhẫn (*duḥkhe dharmakṣānti*; 苦諦法忍)
Khổ đế - pháp trí (*duḥkhe dharmajñāna*; 苦諦法智)
Tập đế - pháp nhẫn (*samudaye dharmakṣānti*; 集諦法忍)
Tập đế - pháp trí (*samudaye dharmajñāna*; 集諦法智)
2. *Sắc giới và Vô sắc giới* (rūpadhātu & arūpyadhātu; 色界及無色界)
Khổ đế - tùy thuận nhẫn (*duḥkhe 'nvayakṣānti*; 苦諦隨順忍)
Khổ đế - tùy thuận trí (*duḥkhe 'nvayajñāna*; 苦諦隨順智)
Tập đế - tùy thuận nhẫn (*samudaye 'nvayakṣānti*; 集諦隨順忍)|
Tập đế - tùy thuận trí (*samudaye 'nvayajñāna*; 集諦隨順智)
Những giai đoạn này thuộc về vô gián đạo (*anantaryamārga*; 無間道) và giải thoát đạo (*vimuktimārga*; 解脫道), tạo thành nền tảng cho sự chuyển tiếp sang tu đạo (*bhāvanāmārga*; 修道).
Diệt đế (nirodha; 滅諦)
1. *Dục giới* (kāmadhātu; 欲界)
Diệt đế - pháp nhẫn (*nirodhe dharmakṣānti*; 滅諦法忍)
Diệt đế - pháp trí (*nirodhe dharmajñāna*; 滅諦法智)
2. *Sắc giới và Vô sắc giới* (rūpadhātu & arūpyadhātu; 色界及無色界)
Diệt đế - tùy thuận nhẫn (*nirodhe 'nvayakṣānti*; 滅諦隨順忍)
Diệt đế - tùy thuận trí (*nirodhe 'nvayajñāna*; 滅諦隨順智)
Đạo đế (mārga; 道諦)
1. *Dục giới* (kāmadhātu; 欲界)
Đạo đế - pháp nhẫn (*marge dharmakṣānti*; 道諦法忍)
Đạo đế - pháp trí (*marge dharmajñāna*; 道諦法智)
2. *Sắc giới và Vô sắc giới* (rūpadhātu & arūpyadhātu; 色界及無色界)
Đạo đế - tùy thuận nhẫn (*marge 'nvayakṣānti*; 道諦隨順忍)
Đạo đế - tùy thuận trí (*marge 'nvayajñāna*; 道諦隨順智)
(Lưu ý: *nvayajñāna* trong *bhāvanāmārga* tức là tu đạo – 修道)

[217] *dharma-kṣānti*; 法忍

đạt được pháp nhẫn, hành giả sinh khởi pháp trí[218]. Cả hai giai đoạn này đều quán chiếu khổ đế, tức là sự khổ ở các cõi thấp hơn.]

Sau khi đạt đến thế đệ nhất pháp, tất yếu sẽ phát sinh pháp nhẫn: Sau khi chứng đạt thế đệ nhất pháp, hành giả sinh khởi một loại nhẫn thanh tịnh, được gọi là pháp nhẫn đối với khổ đế[219]. Vì sao gọi là pháp nhẫn? Vì những gì trước đây chưa được trực ngộ, nay đã được tiếp nhận một cách kiên nhẫn thông qua trí tuệ quán chiếu, nên gọi là pháp nhẫn. Đây chính là con đường thanh tịnh trực tiếp đầu tiên, đánh dấu sự chứng nhập kiến đạo[220].

Sau khi đạt được pháp nhẫn, hành giả sinh khởi pháp trí[221]: Tiếp theo, hành giả chứng đắc pháp trí đối với khổ đế[222], tức giải thoát đạo[223], trực tiếp thể nghiệm chân tánh trong cùng một cảnh giới.

Hỏi: Đối tượng[224] của pháp nhẫn và pháp trí là gì?

Đáp: Cả hai đều quán chiếu khổ đế ở mức độ thấp hơn.

Khổ ở mức độ thấp hơn chính là khổ của dục giới[225], đây là đối tượng của cả pháp nhẫn và pháp trí trong giai đoạn đầu của kiến đạo.

(105) *Quán khổ các cõi trên*
Tập, diệt, đạo cũng vậy
Là chánh quán các pháp
Mười sáu tâm thanh tịnh.

[Khổ đế ở bậc cao hơn cũng được quán chiếu theo cách tương tự. Tập đế, diệt đế và đạo đế cũng như vậy. Đây chính là sự quán chiếu chân chính về các pháp, được gọi là mười sáu tâm thanh tịnh.]

Điều này cũng áp dụng cho khổ đế ở bậc cao hơn: Khổ đế ở bậc cao

---

[218] *jñāna;* 智
[219] *duḥkhe dharmakṣānti;* 苦諦法忍
[220] *Ānantaryamarga;* 第一清淨無間道
[221] *Dharmajñāna;* 法智
[222] *duḥkhe dharmajñāna;* 苦諦法智
[223] *vimuktimārga;* 解脫道
[224] *ālambana;* 緣
[225] *kāmadhātu-duḥkha;* 欲界苦

hơn chính là khổ của sắc giới²²⁶ và sô sắc giới²²⁷.

Cũng theo cách này, hành giả tại đây phát khởi vô gián đạo, tức là pháp nhẫn đối với khổ đế²²⁸, và giải thoát đạo, tức là pháp trí đối với khổ đế²²⁹.

Điều này cũng áp dụng cho tập đế, tức là chân lý về nguyên nhân của khổ. Cũng giống như đối với khổ đế, hành giả phát khởi tứ đạo, bao gồm: 1. Pháp nhẫn đối với tập đế²³⁰; 2. Pháp trí đối với tập đế²³¹; 3. Tùy thuận nhẫn đối với tập đế²³²; 4. Tùy thuận trí đối với tập đế²³³.

Diệt đế: Đối với diệt đế, hành giả cũng theo cùng một phương pháp và phát khởi bốn con đường), bao gồm: 1. Pháp nhẫn đối với diệt đế²³⁴; 2. Pháp trí đối với diệt đế²³⁵; 3.Tùy thuận nhẫn đối với diệt đế²³⁶; 4. Tùy thuận trí đối với diệt đế²³⁷

Đạo đế: Điều này cũng áp dụng cho đạo đế. Đối với đạo đế, hành giả cũng theo cùng một phương pháp và phát khởi bốn con đường,

---

[226] *rūpadhātu-duḥkha*; 色界苦
[227] *arūpyadhātu-duḥkha*; 無色界苦
[228] *duḥkhe 'nvayakṣānti*; 苦諦隨順忍
[229] *duḥkhe 'nvayajñāna*; 苦諦隨順智 Khổ đế tuỳ thuận nhẫn. Tiếp theo, hành giả đạt được tùy thuận nhẫn đối với khổ đế và tùy thuận trí đối với khổ đế, giúp củng cố tuệ giác về bản chất của khổ trong các cõi cao hơn.
[230] *samudaye dharmakṣānti*; 集諦法忍
[231] *samudaye dharmajñāna*; 集諦法智
[232] *samudaye 'nvayakṣānti*; 集諦隨順忍
[233] *samudaye 'nvayajñāna*; 集諦隨順智. Tập đế tuỳ thuận trí. Các giai đoạn này giúp hành giả thâm nhập sâu hơn vào sự thật về nguyên nhân của khổ, củng cố tuệ giác trên con đường kiến đạo.
[234] *nirodhe dharmakṣānti*; 滅諦法忍
[235] *nirodhe dharmajñāna*; 滅諦法智
[236] *nirodhe 'nvayakṣānti*; 滅諦隨順忍
[237] *nirodhe 'nvayajñāna*; 滅諦隨順智 Diệt đế tuỳ thuận trí. Đến giai đoạn này giúp hành giả thâm nhập sâu hơn vào chân lý về sự đoạn diệt khổ đau, củng cố trí tuệ giải thoát trên con đường kiến đạo.

bao gồm: 1. Pháp nhẫn đối với đạo đế[238]; 2. Pháp trí đối với đạo đế[239]; 3. Tùy thuận nhẫn đối với đạo đế[240]; 4. Tùy thuận trí đối với đạo đế[241].

Tất cả những phương pháp quán chiếu này được gọi là mười sáu tâm thanh tịnh: Đây chính là các con đường quán chiếu chân lý. Những con đường quán chiếu này được gọi là trực quán[242]. **[819a]** Thuật ngữ khác để gọi sự thấy biết chân thực.

(106) *Lợi căn tùng pháp hành*
Tương ứng mười lăm tâm
Nên biết tùng tín hành
Độn căn cũng trong đó.

[Đối với người tùng pháp hành[243], lợi căn[244] của họ tương ứng với mười lăm tâm. Đối với người tùng tín hành[245], nên biết độn căn[246] của họ cũng nằm trong đó.]

Đối với người tùng pháp hành, lợi căn tương ứng với mười lăm tâm[247]: Khi trong các sát-na của mười lăm tâm này, hành giả có lợi căn, thì được gọi là người tùng pháp hành. Đối với người tùy tín hành, *nên biết độn căn của họ cũng nằm trong đó*: Tức là, khi trong các sát-na của mười lăm tâm này, hành giả có độn căn, thì được gọi là người

---

[238] *marge dharmakṣānti*; 道諦法忍
[239] *marge dharmajñāna*; 道諦法智
[240] *marge 'nvayakṣānti*; 道諦隨順忍
[241] *marge 'nvayajñāna*; 道諦隨順智; Đạo đế tuỳ thuận trí. Đến giai đoạn này giúp hành giả thâm nhập sâu hơn vào chân lý về giải thoát đạo, củng cố trí tuệ trên kiến đạo, chuẩn bị bước vào giai đoạn tu đạo.
[242] *abhisamaya*; 正觀; e: intuitive realization
[243] *dharmānusārin*; 從法行
[244] *tīkṣṇendriya*; 利根)
[245] *śraddhānusārin*; 從信行
[246] *mṛdvīndriya*; 鈍根
[247] Trong 16 tâm thanh tịnh, tâm thứ 16, Đạo đế tùy thuận trí (*marge 'nvayajñāna*; 道諦隨順智) là tâm duy nhất không được bao gồm trong phạm vi của người tùng pháp hành và tùng tín hành, vì nó thuộc về tu đạo (*bhāvanāmārga*; 修道), giai đoạn mà họ chưa đạt đến.

tùng tín hành.

(107) *Chưa lìa dục dục giới*
Thú hướng Tu-đà-hoàn
Xả ly sáu phiền não
Đạt đến Tư-đà-hàm
Chín pháp đều thanh tịnh
Đạt đến A-na-hàm.

[Khi chưa lìa bỏ dục vọng của dục giới, hành giả hướng đến quả vị đầu tiên (tức Tu-đà-hoàn)[248]. Sau khi xả bỏ sáu loại phiền não, hành giả tiến đến quả vị thứ hai (tức Tư-đà-hàm)[249]. Khi chín pháp được thanh tịnh, hành giả hướng đến quả vị thứ ba (tức A-na-hàm)[250].]

Khi chưa lìa bỏ dục vọng của dục giới, hành giả hướng đến quả vị đầu tiên[251]: Khi người tùy tín hành và người tùy pháp hành tiến về quả vị của bậc Sa-môn[252], dù vẫn chưa hoàn toàn đoạn trừ dục ái, họ đều hướng đến Tu-đà-hoàn quả[253].

Sau khi xả bỏ sáu loại phiền não, hành giả tiến đến quả vị thứ hai: Các loại phiền não của dục giới được phân thành chín cấp độ: 1. Yếu - yếu; 2. Yếu - trung; 3. Yếu - mạnh; 4. Trung - yếu; 5. Trung - trung; 6. Trung - mạnh; 7. Mạnh - yếu; 8. Mạnh -trung; 9. Mạnh - mạnh.[254]

Khi hành giả còn là phàm phu, nếu đã đoạn trừ được sáu loại phiền não trong số chín loại trên, thì khi tiếp tục tu tập và hướng đến giải thoát, họ sẽ tiến đến quả vị thứ hai, tức Tư-đà-hàm quả.

---

[248] *srotaāpatti*; 須陀洹; còn gọi Dự lưu, Nhập lưu, Thất lai.
[249] *sakṛdāgāmin*; 斯陀含; còn gọi Nhất lai.
[250] *anāgāmin*; 阿那含; còn gọi Bất lai, Bất hoàn
[251] *Prathamaphalapratipanna*; 須陀洹向; Tu-đà-hoàn hướng.
[252] *śramaṇaphala*; 沙門果 sa môn quả.
[253] *srotaāpattiphala*; 須陀洹果. Sơ quả. Câu-xá luận VI.p 194-195
[254] 1. (*mṛdu-mṛdu*; 軟軟), 2. (*mṛdu-madhya*; 軟中), 3. (*mṛdu-tīkṣṇa*; 軟利), 4. (*madhya-mṛdu*; 中軟), 5. (*madhya-madhya*; 中中), 6. (*madhya-tīkṣṇa*; 中利), 7. (*tīkṣṇa-mṛdu*; 利軟), 8. (*tīkṣṇa-madhya*; 利中), 9. (*tīkṣṇa-tīkṣṇa*; 利利).

Khi chín loại phiền não²⁵⁵ được thanh tịnh, hành giả hướng đến quả vị thứ ba: Khi đã đoạn trừ hoàn toàn chín loại phiền não, cả hai dạng hành giả (tùng pháp hành và tùng tín hành) đều tiến đến A-na-hàm quả.

(108) *Đạt đến tâm mười sáu*
Bậc an trụ trong quả
Tín giải thoát thấy chậm
Lợi căn, kiến giải thoát.

[Khi hành giả đạt đến tâm thứ mười sáu²⁵⁶, được gọi là bậc an trụ trong quả²⁵⁷. Người tùng tín hành có cái thấy chậm lụt²⁵⁸. Người có cái thấy sắc bén²⁵⁹ được gọi là bậc đạt chánh kiến²⁶⁰.]

Khi hành giả đạt đến tâm thứ mười sáu, được gọi là bậc an trụ trong quả. Tâm thứ mười sáu là tùy thuận trí đối với đạo đế²⁶¹, thuộc về tu đạo, có sự liên hệ với tâm²⁶². Khi hành giả phát khởi được tâm này, họ được gọi là bậc an trụ trong quả. Khi chưa hoàn toàn đoạn trừ dục ái của dục giới, họ vẫn là Tu-đà-hoàn. Khi đã đoạn trừ sáu loại phiền não, họ tiến đến Tư-đà-hàm quả. Khi hoàn toàn đoạn trừ chín loại phiền não, họ chứng A-na-hàm quả.

Người tùng tín hành là người có cái thấy chậm lụt. Người có cái thấy sắc bén được gọi là bậc đã đạt chánh kiến. Khi trong sát-na tiến

---

²⁵⁵ *kāmadhātu-kleśa*; 欲界煩惱
²⁵⁶ *ṣoḍaśa-citta*; 十六心
²⁵⁷ *phala-sthita*; 果住者
²⁵⁸ Chánh văn: 濡見: nhu kiến; s: *mṛdvīndriya-darśana*; 鈍見). Người tùng tín hành (*śraddhānusārin*; 從信行) không được gọi là bậc đã đạt chánh kiến (*samyagdṛṣṭi-prāpta*; 正見得者), vì họ dựa vào đức tin (*śraddhā*; 信) để tiến tu, nhưng cái thấy còn chậm lụt (*mṛdvīndriya-darśana*; 鈍見), tức là trí tuệ chưa đủ mạnh để trực tiếp quán chiếu chân lý.
²⁵⁹ Chánh văn: 利見: lợi kiến; *tīkṣṇendriya-darśana*
²⁶⁰ *samyagdṛṣṭi-prāpta*; 正見得者
²⁶¹ *marge 'nvayajñāna* 道諦隨順智
²⁶² *cittasaṃprayukta*; 心相應

tu, hành giả dựa vào đức tin với độn căn, gọi là người tùng tín hành. Khi hành giả tùng pháp hành với lợi căn, được gọi là bậc đã đạt chánh kiến.

(109) *Chưa đạt tu sở đoạn*
Còn tái sinh bảy lần
Gia gia trừ ba não
Đều trụ trong đạo quả.

[Hành giả chưa hoàn toàn đoạn trừ các pháp cần diệt trừ bằng tu sở đoạn[263], tối đa còn tái sinh bảy lần[264]. Hành giả tái sinh trong nhiều gia tộc[265], đã đoạn trừ ba loại phiền não[266]. Cả hai đều trụ trong đạo quả[267].]

Người còn tái sinh bảy lần tối đa vẫn chưa đoạn trừ hoàn toàn các phiền não cần diệt trừ bằng tu đạo. Khi người tùy tín hành và người đạt chánh kiến chưa đoạn trừ các phiền não cần được diệt trừ bằng tu đạo trong Dục giới, họ vẫn còn trải qua bảy lần sinh tử. Bởi vì họ tái sinh bảy lần trong chư thiên và nhân gian, nên được gọi là bậc tái sinh bảy lần tối đa.

Người tái sinh trong nhiều gia tộc đã đoạn trừ ba loại phiền não. Khi ba loại phiền não: mạnh - yếu, mạnh - trung, và mạnh - mạnh được đoạn trừ, hành giả được gọi là bậc tái sinh trong nhiều gia tộc[268]. Những hành giả này chứng đắc niết-bàn sau khi tái sinh trong hai hoặc ba gia tộc thuộc cõi trời hoặc cõi người, họ được gọi là bậc tái sinh trong nhiều gia tộc.

Cả hai đều an trụ trong đạo quả: và người tối đa còn bảy lần tái sinh và người tái sinh trong nhiều gia tộc đều được gọi là bậc an trụ trong Tu-đà-hoàn quả.

---

[263] *bhāvanā-heya*; 修所斷
[264] *saptakṛtvaṃpratipanna*; 生生死七
[265] *kula-kula*; 家家; gia gia
[266] *trayaḥ kleśāḥ kṣīṇāḥ*; 有三盡: 3 loại phiền nào đó là 1. Dục ái (*kāmarāga*; 欲愛); 2. Sân hận (*vyāpāda*; 瞋恚); 3. nghi (*vicikitsā*; 疑).
[267] *mārga-phala-sthita*; 住道果
[268] *kulaṃ-kula*; 家家; gia gia

(110) *Sáu phiền não đoạn trừ,*
Chỉ một lần tái sinh.
Tám, nẩy mầm một lần
Chín, ra khỏi luân hồi.

[Khi sáu loại phiền não bị đoạn trừ[269], hành giả chỉ còn tái sinh một lần[270]. Người đã đoạn trừ tám loại phiền não[271] được gọi là còn nẩy mầm một lần nữa[272]. Khi chín loại phiền não hoàn toàn đoạn diệt, hành giả không còn tái sinh nữa[273], đã ra khỏi vũng bùn dục ái[274].]

Khi sáu loại phiền não bị đoạn trừ, hành giả chỉ còn tái sinh một lần. Khi đã đoạn trừ sáu loại phiền não, bao gồm ba loại mạnh và ba loại trung, họ chứng Tư-đà-hàm quả. Chỉ còn một lần tái sinh, do đó được gọi là Tư-đà-hàm (nhất vãng lai), sau khi tái sinh một lần trong cõi trời, một lần sinh cõi người sẽ chứng niết-bàn, hoàn toàn đoạn trừ luân hồi trong dục giới.

Người đã đoạn trừ tám loại phiền não được gọi là còn nẩy mầm một lần nữa. Khi tám loại phiền não bị đoạn trừ, hành giả vẫn còn một lần tái sinh cuối cùng. Vì họ chỉ còn một lần sinh duy nhất, không hơn, nên được gọi là nẩy mầm một lần nữa.

---

[269] *ṣaṭkleśa-kṣaya*; 六盡

[270] *sakṛdāgāmin*; 一往來; nhất vãng lai

[271] (*aṣṭakleśa-kṣaya*; 離八). 9 loại như trong chú thích 809, trừ *mạnh-mạnh*.

[272] (*ekabīja*; 謂一種). *ekabijin* là thuật ngữ được sử dụng trong tiếng Prakrit. Thuật ngữ tương đương trong tiếng Phạn là *ekavicika*; 一種生), nghĩa là "chỉ còn một lần gián đoạn", tức là hành giả chỉ còn một lần tái sinh cuối cùng trước khi đạt giải thoát hoàn toàn. Theo *Câu-xá luận* VI,208, chú thích 4: *ekabijin / ekavicika* đề cập đến người đã đoạn trừ tám loại phiền não (*aṣṭakleśa-kṣaya*; 離八), nhưng vẫn còn loại phiền não mạnh nhất (*tīkṣṇa-tīkṣṇa*; 利利), do đó vẫn phải tái sinh thêm một lần nữa. Sau khi tái sinh lần cuối, hành giả sẽ đoạn tận tất cả phiền não của Dục giới và chứng A-na-hàm quả (*anāgāmin-phala*; 阿那含果).

[273] *anāgāmin*; 不還: bất hoàn

[274] *kāmamalātikrānta*; 已出欲污泥: xuất thế dục ô nê.

Khi chín loại phiền não hoàn toàn đoạn diệt, hành giả không còn tái sinh nữa. Khi tất cả chín loại phiền não bị đoạn trừ, hành giả chứng A-na-hàm quả. Vì họ không còn trở lại dục giới, nên được gọi là bất hoàn. Vì sao? Vì họ đã ra khỏi vũng bùn dục ái thế gian.

(111) *Chín phiền não như vậy*
Nếu trong tám cõi trên
Đoạn trừ bởi hai đạo
Như Thế Tôn tuyên thuyết.

[Như vậy, chín loại phiền não, nếu tồn tại trong tám cõi trên²⁷⁵, sẽ được đoạn trừ bởi hai con đường²⁷⁶, như lời dạy của Thế Tôn.]

Khi chín loại phiền não này tồn tại trong tám cõi trên, chúng cũng hiện hữu trong các cõi trên giống như trong dục giới.

Tám cõi trên là²⁷⁷: 1. Phạm thế, 2. Thiểu quang thiên, 3. Vô lượng quang thiên, 4. Quang âm thiên, 5. Không vô biên xứ, 6. Thức vô biên xứ, 7. Vô sở hữu xứ, 8. Phi tưởng phi phi tưởng xứ.

Thế Tôn đã dạy rằng chúng được đoạn trừ bởi hai con đường: Tất cả các phiền não này đều được đoạn trừ bởi hai con đường trong dục giới, sắc giới, và vô sắc giới.

Sau khi chúng được đoạn trừ thông qua vô gián đạo, hành giả chứng nhập giải thoát đạo.

Hỏi: Hai con đường nầy là thế tục hay thanh tịnh?

Đáp: **(112)**

Nhiễm đạo, vô nhiễm đạo

---

[275] *aṣṭau bhūmīṣu*; 上八地

[276] vô gián đạo (*anantaryamārga*; 無間道) và giải thoát đạo (*vimuktimārga*; 解脫道)

[277] Tám địa trên (*aṣṭau bhūmīḥ*; 上八地): 1. (*brahmaloka*; 梵世), 2. (*parīttābha*; 少光天), 3. (*apramāṇābha*; 無量光天), 4. (*ābhāsvara*; 光音天), 5. (*ākāśānantyāyatana*; 空無邊處), 6. (*vijñānānantyāyatana*; 識無邊處), 7. (*ākiñcanyāyatana*; 無所有處), 8. (*naivasaṃjñānāsaṃjñāyatana*; 非想非非想處).

Đều giúp trừ tám địa
Trụ địa, bậc thân chứng
Khi đắc diệt tận định.

[Cả cấu nhiễm và vô cấu nhiễm[278] đều có thể giúp hành giả đoạn trừ tám địa. Người an trụ trong các địa này được gọi là bậc thân chứng[279], tức là khi họ đã chứng đắc diệt tận định[280].]

(Tám địa): Một địa thuộc dục giới, bốn địa thuộc sắc giới, và ba địa thuộc vô sắc giới.[281]

Chúng được đoạn trừ bởi cả thế gian đạo[282] và vô lậu đạo[283].

Ngay cả phàm phu cũng có thể đoạn trừ chúng khi tu tập theo con đường thế gian đạo, huống hồ là bậc Thánh càng có khả năng đoạn trừ dễ dàng hơn.

Người an trụ trong các địa này được gọi là bậc thân chứng, tức là khi họ đã chứng đắc diệt tận định: Khi bậc hữu học[284], người đã đạt đến sự đoạn trừ tám địa, chứng đắc diệt tận định, họ được gọi là bậc thân chứng.

Vì sao? Vì pháp này tương tự như niết-bàn, thân họ tiếp xúc trực tiếp với trạng thái đó, nên gọi là bậc thân chứng.

---

[278] *sāsrava-anāsrava-mārga*; 有垢無垢道
[279] *kāyasākṣin*; 身證
[280] *nirodha-samāpatti*; 滅盡定
[281] Dục giới: 1. Dục giới địa (*kāmadhātubhūmi*; 欲界地). *Sắc giới*: 2. Sơ thiền địa (*prathama-dhyānabhūmi*; 初禪地), 3. Nhị thiền địa (*dvitīya-dhyānabhūmi*; 二禪地), 4. Tam thiền địa (*tṛtīya-dhyānabhūmi*; 三禪地), 5. Tứ thiền địa (*caturtha-dhyānabhūmi*; 四禪地). Vô sắc giới: 6. Không vô biên xứ địa (*ākāśānantyāyatana-bhūmi*; 空無邊處地), 7. Thức vô biên xứ địa (*vijñānānantyāyatana-bhūmi*; 識無邊處地), 8. Phi tưởng phi phi tưởng xứ địa (*naivasaṃjñānāsaṃjñāyatana-bhūmi*; 非想非非想處地).
[282] *laukikamārga*; 世間道
[283] *anāsravamārga*; 無漏道
[284] *śaikṣa*; 有學

(113) *Sau kim cang dụ định*
Là chứng đắc tận trí
Ngã không còn sinh khởi
Xả ly mọi lậu hoặc.

[Sau kim cang dụ định²⁸⁵, hành giả chắc chắn chứng đắc tận trí²⁸⁶. Khi tận trí sinh khởi, tất cả tái sinh của ngã đều bị đoạn diệt²⁸⁷, hoàn toàn xả ly mọi lậu hoặc²⁸⁸.]

Sau khi chứng đắc kim cang dụ định, hành giả chắc chắn đạt tận trí: Kim cang dụ định là niệm cuối cùng của bậc hữu học, là vô gián đạo thứ chín²⁸⁹, xuất hiện ngay tại sát-na đoạn trừ dục ái trong phi tưởng phi phi tưởng xứ²⁹⁰. Tại đây, mọi phiền não đều hoàn toàn đoạn diệt vĩnh viễn. Vì tất cả công hạnh của bậc Thánh²⁹¹ đã chấm dứt, nên gọi là kim cang dụ tam-muội. Sau định này, hành giả phát sinh trí tuệ đầu tiên của bậc vô học²⁹², đó chính là tận trí.

Khi tận trí sinh khởi, tất cả tái sinh của ngã đều bị đoạn diệt, hoàn toàn lìa bỏ mọi lậu hoặc.

---

285 (*vajropamasamādhi*; 金剛喻定). Tham khảo Tuệ Sỹ, *Câu-xá luận* VI, chương 5, Vô học đạo: "...có một trăm sáu mươi bốn Kim cang dụ định"; "...Kim cang dụ định là giải thoát đạo tối hậu. Chính giải thoát đạo này được gọi là Tận trí, vì *tối sơ* phát sinh cùng lúc với đắc của sự diệt tận *tất cả lậu.*" Theo *AH2* 850c: "Tâm hữu học cuối cùng (*śaikṣacitta-anta*; 有學最後心) được gọi là kim cang dụ định (*vajropamasamādhi*; 金剛喻定), vì giống như kim cang, không có gì mà nó không thể phá hủy. Theo (*MAH* 913c): Vì không có một pháp nào mà nó không thể phá hủy, nên thuật ngữ kim cang (*vajra*; 金剛) được dùng ở đây.

286 *kṣayajñāna*; 盡智
287 *ahaṃbhava-kṣaya*; 我生盡
288 *sarvāsrava-vigata*; 離於一切漏
289 *navama-anantaryamārga*; 第九無間道
290 *naivasaṃjñānāsaṃjñāyatana*; 非想非非想處
291 *ārya-kriyā*; 聖行; thánh hạnh
292 *aśaikṣajñāna*; 無學智

Tất cả tái sinh của ngã đều bị diệt trừ bởi tam-muội tâm định[293]. Tại sát-na đó, tâm hoàn toàn không còn chấp trước, giải thoát khỏi mọi lậu hoặc[294].

Hỏi: Có bao nhiêu loại người vô chấp trước[295]?

Đáp: **(114)**

> *Vô chấp có sáu loại*
>   *Tùng tín sinh có năm*
> *Chứng đắc hai loại trí*
> *Là giải thoát tạm thời.*

[Người vô chấp trước có sáu loại. Năm hạng người sinh khởi từ đức tin[296], chứng đắc hai loại trí[297]. Nên biết rằng họ đạt được giải thoát tạm thời[298].]

Có sáu loại người vô chấp trước, như Thế Tôn đã giảng: 1. Người thoái thất[299]; 2. Người mong cầu diệt tận[300]; 3. Người hộ trì[301]; 4.

---

[293] *samāhitacitta*; 三昧心
[294] *vimukta-sarvāsrava*; 解脫一切漏
[295] *anupadhi*; 無執
[296] *śraddhājāta*, 從信生: Năm hạng người vô chấp trước theo đức tin: 1. Người tín giải thoát (*śraddhāvimukta*; 信解脫者) – Đạt giải thoát nhờ tín tâm kiên cố, 2. Người thân chứng (*kāyasākṣin*; 身證者) – Chứng đắc diệt tận định, 3. Người tuệ giải thoát (*prajñāvimukta*; 慧解脫者) – Đạt giải thoát nhờ trí tuệ quán chiếu, 4. Người câu phần giải thoát (*ubhaya-yogakṣema*; 俱分解脫者) – Đạt giải thoát nhờ cả tín tâm và trí tuệ, 5. Người vô sinh pháp nhẫn (*anutpattikadharmakṣānti-prāpta*; 無生法忍得者) – Đạt nhẫn nhục với thực tướng vô sinh của các pháp.
[297] *dvi-jñāna-prāpta*; 得二智
[298] *kāla-vimukti*; 時解脫
[299] *heṭṭhāpanna*; 墮者
[300] *parinirvāṇa-kāma*; 欲滅者
[301] *gopaka*; 守護者

Người an trú bất động³⁰²; 5. Người sẽ thâm nhập³⁰³; 6. Người bất động tuyệt đối³⁰⁴.

Trong đó: Khi hành giả có trí tuệ yếu và tinh tấn yếu, họ dễ dàng thoái thất, do đó được gọi là người thoái thất. Khi hành giả có trí tuệ yếu và tinh tấn yếu, họ liên tục chán ghét thân³⁰⁵ và mong cầu diệt tận, vì vậy được gọi là người mong cầu diệt tận³⁰⁶.

- Khi hành giả có trí tuệ yếu nhưng có tinh tấn mạnh, họ luôn hộ trì và kiểm soát tâm bằng năng lực tinh tấn, do đó được gọi là người hộ trì.

- Khi hành giả có trí tuệ trung bình và tinh tấn cũng trung bình, họ không tiến cũng không lùi, an trú trong trung đạo, do đó được gọi là người an trú bất động.

- Khi hành giả có trí tuệ hơi sắc bén, nhưng có tinh tấn mạnh, họ chắc chắn đạt đến trạng thái bất động, do đó được gọi là người sẽ thâm nhập.

- Khi hành giả có trí tuệ sắc bén và tinh tấn mạnh, họ lần đầu tiên đạt đến trạng thái bất động tuyệt đối, do đó được gọi là người bất động tuyệt đối.

Năm người sinh khởi từ đức tin chứng đắc hai loại trí. Năm hạng người này tùy tín hành, đạt được hai loại trí: 1. Tận trí³⁰⁷: trí tuệ đoạn trừ hoàn toàn phiền não; 2. Vô học cộng kiến³⁰⁸: cái thấy chung của bậc A-la-hán.

Người bất động thành tựu giải thoát bình đẳng. Năm hạng người vô chấp trước đạt được giải thoát tạm thời, nhưng đều thành tựu sự

---

³⁰² *acala*; 不動者
³⁰³ *pratiprasrabdha*; 當入者
³⁰⁴ *niḥsaṃkrānti*; 無遷者
³⁰⁵ *kāyadhṛṣṭi*; 厭身
³⁰⁶ *parinirvāṇa-kāma*; 欲滅者
³⁰⁷ *kṣayajñāna*; 盡智
³⁰⁸ *aśaikṣa-sādhāraṇa-darśana*; 無學共見

giải thoát bình đẳng của tâm[309].

Người bất động thành tựu sự giải thoát bất động, không còn bị dao động bởi bất kỳ duyên nào.

Nên biết rằng họ đạt được giải thoát tạm thời: Người được gọi là giải thoát tạm thời không phải lúc nào cũng có thể an trú trong giải thoát mà cần phải có nhân duyên thích hợp để hành trì pháp thiện[310].

(115) *Bất động có lợi căn*
Phi giải thoát tạm thời
Vì đắc ba loại trí
Nên thành tựu giải thoát.

[Người bất động có lợi căn, không phải là bậc giải thoát tạm thời[311]. Họ chứng đắc ba loại trí[312], thành tựu giải thoát bình đẳng[313].]

Chỉ người lợi căn mới gọi là bất động. Họ không phải là bậc giải thoát tạm thời, vì họ có thể thực hành thiện pháp bất cứ lúc nào theo ý nguyện, mà không cần tìm kiếm cơ hội thích hợp[314]. Họ chứng đắc ba loại trí: 1. Tận trí[315]; 2. Vô sinh trí[316]; 3. Kiến giải chung của bậc vô học[317].

Thành tựu giải thoát bình đẳng: Nghĩa là năm hạng người vô chấp

---

[309] *samatā-cetovimukti*; 等心解脫

[310] Theo *AH2 851a*, sự giải thoát (*vimukti*; 解脫) của bậc này phụ thuộc vào những điều kiện nhất định (*nimitta-apekṣā*; 因緣依止), chẳng hạn như: địa điểm cụ thể (*deśa*; 地方); thời điểm nhất định (*kāla*; 時間); người đồng hành (*sahāya*; 伴侶); sự thuyết giảng giáo pháp (*dharma-deśanā*; 法說)

[311] *asamakāla-vimukta*; 不時解脫

[312] *tri-jñāna-prāpta*; 獲得於三智

[313] *samatā-vimukti-samāpanna*; 成就等解脫)

[314] *anapekṣa-kṣaṇa*; 不待機會

[315] *kṣayajñāna*; 盡智: trí tuệ đoạn tận hoàn toàn phiền não.

[316] *anutpattikadharmakṣānti-jñāna*; 無生法忍智: trí tuệ chứng ngộ thực tướng vô sinh của các pháp.

[317] *aśaikṣa-sādhāraṇa-darśana*; 無學共見: cái thấy chung với bậc A-la-hán, không còn chấp trước vào ngã và pháp

trước đạt được giải thoát tạm thời, nhưng đều thành tựu sự giải thoát bình đẳng của tâm³¹⁸.

Người bất động thành tựu giải thoát bình đẳng, không còn dao động bởi bất kỳ duyên nào.

(116) *Nên biết tuệ giải thoát*
Chưa đắc diệt tận định
Bậc câu phần giải thoát
Mới thành tựu định này.

[Nên biết người tuệ giải thoát³¹⁹ chưa chứng đắc diệt tận định. [820a] Chỉ có bậc câu phần giải thoát³²⁰ mới thành tựu diệt tận định.]

Nên biết rằng người tuệ giải thoát chưa chứng đắc diệt tận định: khi sáu hạng người vô chấp trước chưa thành tựu diệt tận định, được gọi là bậc tuệ giải thoát. Họ đạt giải thoát nhờ sức mạnh của trí tuệ³²¹, chứ không phải nhờ sức mạnh của thiền định³²².

Chỉ có bậc nhị giải thoát³²³ mới thành tựu diệt tận định. Khi sáu hạng người vô chấp trước chứng đắc diệt tận định, họ được gọi là bậc nhị giải thoát. Họ được giải thoát nhờ hai năng lực³²⁴: năng lực trí tuệ và năng lực thiền định.

Đã giải thích về bậc Thánh. Sau đây sẽ giải thích về các pháp thành tựu.

(117) *Pháp của tùng tín hành.*
Pháp của tùng pháp hành
Cùng kiến đế, Thánh đạo
Rốt ráo đều một tướng.

[Các pháp của người tùng tín hành và các pháp của người tùng

---

[318] *samatā-cetovimukti;* 等意解脫
[319] *prajñāvimukta;* 慧解脫
[320] *ubhaya-vimukta;* 俱解脫
[321] *prajñā-bala;* 慧力
[322] *samādhi-bala;* 三昧力
[323] *dvivimukta;* 二解脫
[324] *dvi-bala;* 二力

pháp hành, cùng với kiến đạo trong Thánh đạo đều có chung một tướng[325].]

Các pháp của người tùy tín hành và các pháp của người tùy pháp hành đều được gọi là kiến đạo.

(118) *Các căn pháp trong đó*
Gọi là vị tri căn
Còn pháp bậc hữu học
Phật gọi là dĩ tri căn.

[Các căn pháp[326] trong đó được gọi là vị tri căn[327].

Những pháp còn lại của bậc hữu học được Đức Phật gọi là dĩ tri căn[328].]

Các căn pháp trong đó được gọi là vị tri căn: Các căn này bao gồm các yếu tố thuộc kiến đạo, như tâm, thọ, và năm căn, như tín căn v.v... Tất cả đều thuộc về vị tri căn.

Những pháp còn lại của bậc hữu học được Đức Phật gọi là dĩ tri căn: đối với các pháp của bậc hữu học ngoài những pháp thuộc kiến đạo, căn này được gọi là dĩ tri căn.

(119) *Nên biết vô tri căn*
Thuộc về bậc vô học
Đắc quả vị liền xả
Các đạo vị trước đó.

[Nên biết vô tri căn [329] thuộc về các căn của bậc vô học[330]. Khi đã chứng đắc quả vị, hành giả liền xả bỏ các đạo trước đó[331].]

Trong các pháp của bậc vô học, căn này được gọi là căn của bậc đã

---

[325] *eka-lakṣaṇa*; 一相
[326] *indriya-dharma*; 根法
[327] *ajñātāvindriya*; 未知根
[328] *jñātāvindriya*; 已知根
[329] *ajñānendriya*; 無知根
[330] *aśaikṣa*; 無學
[331] *pūrvamārga-parityāga*; 便捨前道

hoàn toàn hiểu biết³³².

Khi hành giả tiến tu trong các pháp thanh tịnh và đạt được quả vị, họ xả bỏ những gì thuộc về vô gián đạo và giải thoát đạo.

(120) *Đoạn tận đắc giải thoát*
Nhiếp vào một quả vị
Bất nhiễm, quả thứ chín
Là tận diệt, nên biết.

[Những gì đã đoạn tận thì đạt giải thoát³³³, và được nhiếp vào một quả vị³³⁴.

Điều không còn nhiễm ô được đoạn diệt bởi đạo thứ chín³³⁵. Nên biết rằng đây chính là sự tận diệt hoàn toàn.]

Trong vô gián đạo và giải thoát đạo, hành giả đạt đến sự đoạn diệt phiền não. Tuy nhiên, chỉ khi chứng đắc quả vị thì toàn bộ phiền não mới hoàn toàn bị đoạn trừ, và hành giả chứng đạt ly hệ quả³³⁶.

Điều không còn nhiễm ô được đoạn diệt bởi đạo thứ chín: Như đã nói, phiền não được đoạn trừ thông qua chín đạo³³⁷, nhưng các pháp vô lậu được xả bỏ trong một sát-na bởi vô gián đạo thứ chín, chứ không phải dần dần.

---

[332] Chánh văn 無 (不) 知. Có thể hiểu là không có pháp nào mà chẳng biết; e: fully understood.

[333] kṣīṇasya vimukti; 已盡為解脫

[334] ekaphala-saṃgṛhīta; 得攝於一果

[335] anantaryamārga; 無間道: vô gián đạo

[336] visaṃyoga-phala; 離繫果

[337] Cửu đạo (navavidhamārga; 九種道): 1. Khổ pháp trí nhẫn (duḥkhe dharmakṣānti; 苦法忍), 2. Khổ pháp trí (duḥkhe dharmajñāna; 苦法智), 3. Khổ loại trí nhẫn (duḥkhe 'nvayakṣānti; 苦類忍), 4. Khổ loại trí (duḥkhe 'nvayajñāna; 苦類智), 5. Tập pháp trí nhẫn (samudaye dharmakṣānti; 集法忍), 6. Tập pháp trí (samudaye dharmajñāna; 集法智), 7. Tập loại trí nhẫn (samudaye 'nvayakṣānti; 集類忍), 8. Tập loại trí (samudaye 'nvayajñāna; 集類智), 9. Vô gián đạo (anantaryamārga; 無間道).

(121) *Khi danh tướng tương đồng*
   Có thể đạt bất động
   Vô trước, tín giải thoát
   Đều tăng trưởng tu đạo.

[Khi có danh tướng tương đồng[338], hành giả có thể đạt đến bất động. Khi người vô chấp trước và người tín giải thoát có cùng thể tính[339], họ tăng trưởng trên con đường tu tập[340].]

Khi hành giả có danh tướng tương đồng, họ có thể đạt đến trạng thái bất động: điều này có nghĩa là không phải tất cả những người vô chấp trước đều có thể đạt đến bất động. Chỉ riêng người sẽ thâm nhập[341] mới có thể đạt được trạng thái này, bởi vì danh tướng của họ tương đồng với bất động.

Khi người vô chấp trước và người tín giải thoát có cùng thể tính, họ tăng trưởng trên con đường tu tập: điều này có nghĩa là trong số những người tín giải thoát, chỉ có người có thể tính tương đồng với người sẽ thâm nhập mới có thể tăng trưởng các căn và đạt đến trạng thái của bậc đã chứng đắc chánh kiến. Ngoài người đó ra, không ai khác có thể đạt được điều này.

Hỏi: Làm sao để nhận biết tiến trình quán chiếu dần dần về chân lý?

Đáp: **(122ab)**

   Kiến lập công đức, ác
   Dần quán chiếu chân lý.

[Thiết lập sự phân biệt giữa công đức và lỗi lầm[342], hành giả dần dần quán chiếu về chân lý[343].]

Không phải khi quán chiếu về công đức[344] thì đồng thời có thể quán

---

[338] *sāmānya-nāman*; 相似名
[339] *samasvabhāva*; 同性
[340] *mārga-vṛddhi*; 增道
[341] *pratiprasrabdha*; 當入
[342] *puṇya-apuṇya-vyavasthāna*; 建立功德惡
[343] *satya-anupaśyana*; 觀諸真諦
[344] *puṇya*; 功德

chiếu lỗi lầm³⁴⁵. Khi quán chiếu lỗi lầm, hành giả không thể đồng thời quán chiếu công đức.

Cũng không phải ngay lập tức trực nhận tất cả lỗi lầm một cách tổng quát³⁴⁶, cũng không phải tất cả lỗi lầm đều bị chán ghét chỉ trong một sát-na.

Cũng không phải công đức viên mãn³⁴⁷ có thể đồng nhất với tất cả công đức, cũng không phải tất cả công đức có thể hợp nhất trong một sát-na. Do đó, bằng cách thiết lập sự phân biệt giữa công đức và lỗi lầm, hành giả dần dần quán chiếu về chân lý.

Hỏi: Làm sao để nhận biết quả hữu vi³⁴⁸ và quả vô vi³⁴⁹?

Đáp: **(122cd)**

> *Do vô ngại đạo lực*
> *Đắc quả hữu, vô vi.*

Thông qua năng lực của vô ngại đạo³⁵⁰, hành giả chứng đắc cả quả hữu vi và quả vô vi³⁵¹.

---

³⁴⁵ *apuṇya*; 惡

³⁴⁶ *sāmānyato prativedha*; 總證. Chẳng hạn, khi trực nhận Khổ đế (*duḥkhasatya*; 苦諦), hành giả quán chiếu dần dần các tướng của nó (*ākāra*; 相), bao gồm: 1. Vô thường (*anitya*; 無常), 2. Khổ (*duḥkha*; 苦), 3. Không (*śūnya*; 空), 4. Vô ngã (*anātman*; 無我). Điều này tương ứng với bài kệ 101, đề cập đến bốn tướng của Khổ đế khi được quán chiếu trong quá trình tu tập.

³⁴⁷ *puṇya-paripūrṇa*; 圓滿功德

³⁴⁸ *saṃskṛta-phala*; 有為果

³⁴⁹ *asaṃskṛta-phala*; 無為果. Quả vị sa-môn (*śrāmaṇya-phala*; 沙門果) bao gồm cả hữu vi (*saṃskṛta*; 有為) và vô vi (*asaṃskṛta*; 無為). Tham khảo *Câu-xá luận*; VI, phân tích về tính chất hữu vi và vô vi của các quả vị Sa-môn.

³⁵⁰ *anāvaraṇamārga-bala*; 無礙道力

³⁵¹ Theo *Câu-xá luận* VI 242: Vô gián đạo (*anantaryamārga*; 無間道) dùng để đoạn trừ phiền não (*kleśa*; 煩惱), chính là điều kiện để đạt đến quả vị Sa-môn (*śrāmaṇya*; 沙門). Giải thoát đạo (*vimuktimārga*; 解脫道) được gọi là quả hữu vi (*saṃskṛta-phala*; 有為果). Trạch diệt

(*pratisaṃkhyānirodha*; 擇滅), tức là sự diệt tận phiền não, được gọi là quả vô vi (*asaṃskṛta-phala*; 無為果). Theo *MAH* (916b): Trạch diệt phiền não (*pratisaṃkhyānirodha kleśa*; 擇滅煩惱) và giải thoát đạo (*vimuktimārga*; 解脫道) đều được chứng đắc thông qua vô gián đạo (*anantaryamārga*; 無間道). Vì thế, cả quả hữu vi và quả vô vi đều được gọi chung là Sa-môn quả (*śrāmaṇya-phala*; 沙門果). Tham khảo thêm trong *Abhidharmahṛdaya-śāstra* (*AH2* 852a), cũng đề cập đến mối quan hệ giữa vô gián đạo và hai loại quả này.

QUYỂN III
PHẨM THỨ SÁU
TRÍ[1]

(123) *Hiểu bản chất trí tuệ*
Quán thông tất cả hữu
Hữu vô hữu niết-bàn
Nay giải thích các tướng.

[Khi hành giả có thể hiểu rõ bản chất của trí tuệ, họ quán chiếu thông suốt tất cả các pháp hữu[2], các pháp hữu vô hữu[3] tức niết-bàn, nay giải thích về các tướng của chúng.]

Trí tuệ đã được giải thích một cách khái lược trong phẩm Hiền Thánh[4]. Nay sẽ trình bày về cảnh giới[5], bao gồm các pháp hữu và các pháp vô.

(124) *Phật nói ba loại trí*
Có ý nghĩa tối thượng

---

[1] *Jñānavarga*: 智品第六

[2] *bhāva*; 有: hữu vi, thuộc hiện tượng giới, tức tục đế. Đây chỉ cho khổ và tập đế. Tham khảo *MAH*, T1552_.28.0916c12: 一切有者極三有際。謂苦集諦。

[3] 有無有: tức niết-bàn; diệt đế. Tham khảo *AH2*, T1551_.28.0852a28-b01: 有無有者。所謂涅槃。是故智者觀有無有。有者一切有漏法謂苦集義。有無有者謂滅諦也。Xem thêm *MAH*, T1552_.28.0916c13-14:...有無有者有盡也。涅槃者諸煩惱滅。此說滅諦。

[4] Các kệ tụng 104, 105, 114, và 115.

[5] *viṣaya*; 境界

Pháp trí, Vị tri trí,
Thế tục trí bao hàm.

[Ba loại trí tuệ[6] được Đức Phật thuyết giảng có ý nghĩa tối thượng và thù thắng nhất[7]: 1. Pháp trí[8]: trí tuệ quán sát chân lý trong sát-na đầu tiên; 2. Vị tri trí[9]: trí tuệ quán sát chân lý trong sát-na kế tiếp; 3. Thế tục trí[10]: trí tuệ thế gian, nhận thức về các pháp hữu vi.]

Ba loại trí này bao hàm tất cả các loại trí tuệ.

1. *Pháp trí*: được gọi là trí tuệ vô lậu[11], lấy khổ, tập, diệt, và đạo trong dục giới làm cảnh giới. Vì trong phạm vi này, hành giả lần đầu tiên trực nhận đặc tướng của pháp, nên được gọi là pháp trí.

2. *Vị tri trí*: sau khi có pháp trí, khi các căn có thể nhận biết trực tiếp các pháp, thì vị tri trí sinh khởi, cho phép quán chiếu những gì vượt ngoài khả năng trực nhận của các căn. Đây cũng là trí tuệ vô lậu, nhưng lấy khổ, tập, diệt, đạo trong sắc giới và Vô sắc giới làm cảnh giới. Vì quán sát chân lý ở giai đoạn sau, nên được gọi là vị tri trí.

3. *Thế tục trí*: trí tuệ hữu lậu[12], chủ yếu nắm bắt thế tục đế[13] bằng cách phân biệt nam hay nữ, dài hay ngắn, v.v... Đây là trí tuệ nhận thức thế gian thông qua phân biệt tương đối.

(125) *Do khổ tập diệt đạo*
Đắc nhờ hai loại trí
Cùng có tên tứ trí
Giải thoát sư đã dạy.

---

[6] *tri-vidhajñāna*; 三智
[7] *parama-agrya-citta*; 最上第一意 tối thượng đệ nhất ý.
[8] *dharmajñāna*; 法智
[9] *anvayajñāna*; 未知智
[10] *laukikajñāna*; 世俗智
[11] *anāsrava-jñāna*; 無漏智
[12] *sāsrava-jñāna*; 有漏智
[13] *saṃvṛti-satya*; 世俗諦

[Bậc Giải thoát sư[14] đã dạy rằng, vì khổ, tập[15], diệt, đạo có thể được chứng đắc nhờ hai loại trí, nên có bốn loại trí tuệ mang những danh xưng này.]

Hai loại trí này là pháp trí và vị tri trí. Khi vận hành trên Thánh đế, chúng được gọi bằng những danh xưng tương ứng như sau: 1. *khổ trí*[16]: khi lấy khổ đế làm cảnh giới; 2. *tập trí*[17]: khi lấy tập đế làm cảnh giới; 3. *diệt trí*[18]: khi lấy diệt đế làm cảnh giới; 4. *đạo trí*[19]: khi lấy đạo đế làm cảnh giới. Đây là điều mà Bậc Giải Thoát sư đã dạy.

---

[14] *vimuktācārya*; 解脫師. AH2 852b ghi *muni*: mâu-ni.

[15] Hán: 苦習息止道, dùng chữ 習 thay vì 集 để chỉ Tập đế trong Tứ thánh đế (*catuṣsatya*; 四聖諦), Kệ tụng 183 cũng dùng chữ 習 này. Lưu ý đây là cách phiên dịch thuộc hệ thống Hán cổ, đặc biệt thường thấy trong các bản dịch của An Thế Cao (安世高) và các dịch giả đầu Tây lịch. Về mặt ngữ nguyên, chữ 習 (xí) vốn có nghĩa là "tập luyện", "huân tập", mang hàm nghĩa tập khí (習氣), tức sự lặp lại và tích lũy của phiền não từ vô thỉ, trong khi chữ 集 (jí) mang nghĩa "tập hợp", thường được dùng để dịch sát từ *samudaya* (tập khởi). Trong một số hệ thống luận giải, đặc biệt là A-tì-đạt-ma của Nhất thiết hữu bộ (*Sarvāstivāda*; 一切有部), hai nghĩa này được phân biệt rõ: – "習" là sự huân tập lâu dài trong dòng tâm thức, tức tập khí của vô minh, ái và thủ. – "集" là sự sinh khởi hiện hành của các pháp khổ do các nhân duyên kết hợp. *Đại Tì-bà-sa luận* (*Mahāvibhāṣā*; 大毘婆沙論) nói rõ: 「有習有集，習是長時熏習，集是剎那因緣和合起。」 (T27- 1545, p.573a10), tạm dịch: "Có tập (習) và có tập (集): tập (習) là sự huân tập dài lâu, còn tập (集) là sự khởi sinh do nhân duyên trong sát-na." Như vậy, cách dùng 習 trong câu 苦習息止道 phản ánh cách hiểu Tập đế theo chiều sâu nội tại, nhấn mạnh phương diện tập khí tích tụ của phiền não, chứ không chỉ đơn thuần là sự tập hợp duyên khởi như cách hiểu phổ thông. Đây là một đặc điểm ngôn ngữ và học lý đáng lưu ý trong việc khảo sát các bản dịch kinh điển Hán cổ trước thời Cưu-ma-la-thập (*Kumārajīva*).

[16] *duḥkhajñāna*; 苦智

[17] *samudayajñāna*; 習智

[18] *nirodhajñāna*; 滅智

[19] *mārgajñāna*; 道智

(216) *Nếu trí quán tha tâm*
Một trong ba loại trí
Tận trí, vô sinh trí
Cảnh giới thuộc tứ môn.

[Nếu trí tuệ quán sát tâm người khác[20] thì được nói đến trong ba loại trí. Tận trí[21] và vô sinh trí[22] là hai loại trí có cảnh giới thuộc về tứ môn[23].]

Khi trí tuệ quán sát tâm người khác thì dựa trên ba loại trí: Trong số các loại trí tuệ quán sát tâm người khác, loại có cảnh giới hữu lậu[24] được gọi là thế tục trí[25].

Loại lấy con đường tu tập trong dục giới làm cảnh giới được gọi là pháp trí. Loại lấy con đường tu tập trong sắc giới làm cảnh giới được gọi là vị tri trí.

Tận trí và vô sinh trí tạo thành một cặp. Hai loại trí tuệ của bậc vô học[26] bao gồm tận trí và vô sinh trí. Trong đó, trí tuệ của bậc vô học được kinh nghiệm khi những gì cần làm đã được làm xong,[27] được gọi là tận trí. Trí tuệ của bậc vô học được kinh nghiệm khi không còn làm lại nữa được gọi là vô sinh trí. Hai loại trí tuệ này cũng tương ứng với pháp trí và vị tri trí.

Hỏi: Những Thánh đế nào là cảnh giới của tận trí và vô sinh trí?

Đáp: Cảnh giới của chúng thuộc về tứ môn. Bốn Thánh đế là cảnh giới của hai loại trí tuệ này gồm: khổ đế, tập đế, diệt đế, và đạo đế.

Đã giải thích về mười loại trí[28]. Tiếp theo sẽ trình bày về các tướng

---

[20] *Paracittajñāna*; 他心智

[21] *kṣayajñāna*; 盡智

[22] *anutpattikadharmakṣānti-jñāna*; 無生智

[23] *catur-dvāra*; 四門

[24] *sāsrava-viṣaya*; 有漏境界

[25] *laukikajñāna*; 世俗智

[26] *aśaikṣa-jñāna*; 無學智

[27] *kṛtakṛtyatā*; 已作所作: dĩ tác sở tác.

[28] *daśa-jñāna*; 十智

trạng của chúng.

(127) *Pháp trí và vị tri trí*
Theo mười sáu hành tướng
Tương ưng, không tương ưng
Nên gọi là đẳng trí.

[Hai loại trí tuệ pháp trí và vị tri trí vận hành theo mười sáu hành tướng[29]. Những hành tướng này có thể tương ưng hoặc không tương ưng với các pháp, vì vậy chúng được gọi là đẳng trí[30].]

Hai loại trí tuệ, pháp trí và vị tri trí đều có mười sáu hành tướng. Về bản chất, pháp trí có mười sáu hành tướng như sau: bốn hành tướng khi quán sát Khổ đế, bốn hành tướng khi quán sát Tập đế, bốn hành tướng khi quán sát Diệt đế, bốn hành tướng khi quán sát Đạo đế. Tương tự, vị tri trí cũng vận hành theo mười sáu hành tướng này trong Sắc giới và Vô sắc giới.

Trí tuệ có hoặc không có mười sáu hành tướng được gọi là thế tục trí. Thế tục trí thuộc về các giai đoạn: noãn, đảnh, nhẫn, thế đệ nhất pháp. Trong đó, thế tục trí có các hành tướng hữu lậu[31] và hành tướng vô lậu[32]. Khi thuộc về hai Thánh đế[33], nó có mười sáu hành tướng. Khi thuộc về thế đệ nhất pháp, nó có bốn hành tướng.

Thế tục trí đạt được nhờ văn, tư, tu[34] có đủ mười sáu hành tướng. Tuy nhiên, thế tục trí ngoài phạm vi này, chẳng hạn như bố thí, trì giới, và từ tâm, không có mười sáu hành tướng.

---

[29] *ṣoḍaśākāra*; 十六行
[30] *samatājñāna*; 等智
[31] *sāsrava-ākāra*; 有漏相
[32] *anāsrava-ākāra*; 無漏相
[33] *satyadvaya*; 二諦. Trong Chánh văn 無漏行二諦所攝 *vô lậu hành nhị đế sở nhiếp*: các hành vô lậu (*anāsrava-saṃskāra*; 無漏行) được bao hàm trong nhị đế. Tức là diệt đế và đạo đế, thuộc vô lậu pháp. Ở đây, "nhị đế" không mang nghĩa "thế tục đế" và "thắng nghĩa đế", mà chỉ đến hai Thánh đế trong Tứ Thánh đế có bản chất vô lậu: diệt đế và đạo đế.
[34] *śruta-cintā-bhāvanā-jñāna*; 聞思修智

(128) *Bốn trí bốn hành tướng*
Là hành tướng quyết định.
Chánh quán tha tâm trí
Có thể đúng hoặc sai.

[Bốn loại trí tuệ có bốn hành tướng, được nói đến như là các hành tướng mang tính quyết định[35]. **[821a]** Trí tuệ quán sát tâm người khác[36] có thể tương ưng hoặc không tương ưng với chánh quán[37], nên có thể đúng hoặc sai.]

Được những bậc hành trì theo đó giảng giải một cách chắc chắn rằng, bốn loại trí tuệ có bốn hành tướng. Khổ trí có bốn hành tướng. Tương tự, Tập trí, Diệt trí, và Đạo trí cũng có bốn hành tướng. Trí tuệ trực nhận về tâm người khác có thể tương ưng hoặc không tương ưng với bốn hành tướng.

Trí tuệ vô lậu quán sát tâm người khác có bốn hành tướng, giống như Đạo trí. Nhưng nếu đó là trí tuệ hữu lậu thì không có bốn hành tướng này.

(129) *Tận trí, vô sinh trí*
Lìa không, vô ngã tướng
Có mười bốn hành tướng
Thọ tướng thù thắng nhất.

[Tận trí và vô sinh trí đều xa lìa không tướng[38] và vô ngã tướng[39]. Hai loại trí này được nói là có mười bốn hành tướng[40], trong đó thọ tướng[41] là thù thắng nhất.]

Tận trí và vô sinh trí được nói là có mười bốn hành tướng, loại trừ hai hành tướng *không* và *vô ngã*. Tại sao vậy? Vì hai loại trí tuệ này

---

[35] *niyata-ākāra*; 決定行所說
[36] *paracittajñāna*; 他心智
[37] *samyak-pratyavekṣaṇa*; 正觀
[38] *śūnyatā-ākāra*; 空行: hành tướng không.
[39] *anātman-ākāra*; 無我行: hành tướng vô ngã.
[40] *caturdaśākāra*; 十四行
[41] *vedanā-lakṣaṇa*; 受相

vận hành trong thế tục đế, với nhận thức rằng: Ta đã làm xong⁴², và ta sẽ không làm lại nữa. Chúng không vận hành trong các hành tướng về không và vô ngã⁴³.

Thọ tướng là thù thắng nhất, nhưng không phải tất cả các loại trí tuệ vô lậu đều vận hành trong mười sáu hành tướng. Mười sáu hành tướng chỉ là hành tướng tổng quát⁴⁴. Ngoài ra, vẫn có những loại trí tuệ vô lậu kinh nghiệm mười sáu tự tướng⁴⁵, chẳng hạn như niệm trụ về thân⁴⁶, vốn là tự tướng trí⁴⁷.

Các loại trí này không kinh nghiệm (thọ) mười sáu hành tướng ngay từ đầu, vì chúng vận hành trong những tự tướng trước các loại trí tuệ vô lậu khác. Do đó, chúng được xem là thù thắng nhất.

Mười sáu hành tướng đã được giải thích, nay sẽ trình bày về những gì được thành tựu từ trí tuệ này.

(130) *Tâm vô lậu đầu tiên*
 Hoặc thành tựu một pháp
 Tâm thứ hai, ba pháp
 Mỗi tầng tăng một pháp.

[Tâm vô lậu đầu tiên⁴⁸ có thể thành tựu một pháp. Tâm thứ hai có thể thành tựu ba pháp. Trong các tâm cao hơn, mỗi tầng bậc đều tăng thêm một pháp.]

Tâm vô lậu đầu tiên thành tựu một loại trí tuệ, đó là tương ưng với khổ pháp nhẫn⁴⁹. Nếu chưa lìa dục, nó thành tựu đẳng trí⁵⁰. Nếu đã

---

⁴² *kṛtakṛtyatā*; chánh văn 已作，不復更作
⁴³ vì đó thuộc về thắng nghĩa đế (*paramārtha-satya* 勝義諦)
⁴⁴ *sāmānyākāra*; 總行
⁴⁵ *svalakṣaṇa*; 自相
⁴⁶ *kāyasmṛtyupasthāna*; 身意止 thân ý chỉ.
⁴⁷ *svalakṣaṇa-jñāna*; 自相智
⁴⁸ *prathama-anāsrava-citta*; 第一無漏心
⁴⁹ *duḥkhe dharmakṣānti*; 苦法忍
⁵⁰ *samatājñāna*; 等智

lìa dục, nó thành tựu tha tâm trí[51].

Tâm vô lậu thứ hai[52] thành tựu ba loại trí tuệ, đó là tương ưng với khổ pháp trí[53]. Nếu chưa lìa dục, nó thành tựu ba loại trí: pháp trí, khổ trí, đẳng trí. Nếu đã lìa dục, nó thành tựu tha tâm trí.

Trong các tầng bậc cao hơn, mỗi giai đoạn tăng thêm một loại trí tuệ. Trong bốn giai đoạn tiếp theo, mỗi giai đoạn thành tựu thêm một loại trí: 1. Khi chứng khổ vị tri trí[54], đạt được vị tri trí; 2. Khi chứng tập pháp trí[55], đạt được tập trí; 3. Khi chứng diệt pháp trí[56], đạt được diệt trí; 4. Khi chứng đạo pháp trí[57], đạt được đạo trí.

Trong nhẫn, không thành tựu trí.

Hỏi: Những loại trí tuệ này thuộc về địa nào?

Đáp: **(131)**

> *Thánh dạy chín loại trí*
> *Nương các địa cao hơn*
> *Thiền trung, mười loại trí*
> *Vô sắc giới có tám.*

[Chín loại trí tuệ được bậc Thánh giảng dạy, dựa vào các địa cao hơn[58]. Trong các tầng thiền định, có mười loại trí tuệ. Trong các địa thuộc vô sắc giới, có tám loại trí tuệ.]

Chín loại trí tuệ được bậc Thánh giảng dạy, dựa vào các địa cao

---

[51] *paracittajñāna*; 他心智
[52] *dvitīya-anāsrava-citta*; 第二無漏心
[53] *duḥkhe dharmajñāna*; 苦法智
[54] *duḥkhe 'nvayajñāna*; 苦未知智
[55] *samudaye dharmajñāna*; 習法智
[56] *nirodhe dharmajñāna*; 滅法智
[57] *mārge dharmajñāna*; 道法智
[58] *adhiṣṭhāna-bhūmi*; 上地

hơn: Trong các tầng thiền định tương lai⁵⁹ và trung gian thiền⁶⁰, không có tha tâm trí, vì chúng thuộc về căn bản thiền⁶¹. Trong căn bản tứ thiền⁶², có mười loại trí tuệ. Trong các địa thuộc vô sắc giới, có tám loại trí tuệ, ngoại trừ pháp trí và tha tâm trí.

Pháp trí có cảnh giới thuộc về Dục giới, không lấy cảnh giới của Vô sắc làm đối tượng. Tha tâm trí vận hành trong Dục giới, nhưng khi dựa trên Sắc giới và Vô sắc giới thì không có cảnh giới của Vô sắc giới.

Đã giải thích về các địa, nay sẽ trình bày về tu tập.

Tu tập có hai loại: 1. *Đắc tu*⁶³: chỉ sự tu tập mà trước đây chưa từng đạt được công đức, nay đạt được. Khi đã đạt được rồi, các công đức khác dựa vào đó mà phát triển. Sau khi đạt được, công đức này sẽ tự sinh khởi mà không cần nỗ lực tìm cầu. 2. *Hành tu*⁶⁴: chỉ sự tu tập dựa trên các công đức đã đạt được trong quá khứ, nay tiếp tục thực hành trong hiện tại.

Hỏi: Các loại trí tuệ này được tu tập như thế nào?

Đáp: **(132)**

> *Trí tuệ thuộc Thánh kiến*
> *Tu tập sau chứng đắc*
> *Thành tu tập tương lai*

---

⁵⁹ *anāgata-dhyāna*; 未來禪: chỉ các tầng thiền chưa đạt được nhưng sẽ đạt được trong tương lai, các tầng thiền định từ Sơ thiền (*prathama-dhyāna*; 初禪) đến Tứ thiền (*caturtha-dhyāna*; 四禪), hoặc cả các tầng thiền vô sắc (*ārūpyadhātu-dhyāna*; 無色界禪), mà hành giả chưa nhập nhưng có thể chứng đạt. Khác với Vị chí định (*Anāgata-samādhi*; 未至定) một trạng thái thiền định trung gian nằm giữa cận định (*upacāra-samādhi*; 近行定) và căn bản định (*mūla-samādhi*; 根本定), chưa nhập hẳn vào Sơ thiền nhưng cũng không còn tâm tán loạn.

⁶⁰ *madhya-dhyāna*; 中間禪

⁶¹ *mūla-dhyāna*; 根本禪

⁶² *catur-mūla-dhyāna*; 根本四禪

⁶³ *prāpti-bhāvanā*; 得修

⁶⁴ *carita-bhāvanā*; 行修

Các loại nhẫn tương tự.

[Khi các loại trí tuệ thuộc về Thánh kiến[65] được tu tập sau khi đã chứng đắc, thì chúng trở thành sự tu tập trong tương lai. Điều này cũng tương tự đối với các loại nhẫn.]

Khi một loại trí tuệ thuộc kiến đế đạo[66], từ pháp trí cho đến đạo trí, được tu tập trong hiện tại, thì nó cũng trở thành sự tu tập trong tương lai.

Điều này cũng tương tự đối với các loại nhẫn: khi khổ pháp nhẫn được tu tập trong hiện tại, thì khổ pháp nhẫn trong tương lai cũng được tu tập theo cách đó. Không phải là pháp trí hay một loại nhẫn khác được tu tập theo cách này. Điều này cũng áp dụng cho tất cả các loại nhẫn khác.

(133) *Từ trong ba loại tâm*
Đắc tu thuộc đẳng trí
Hoặc tu sáu, bảy trí
Tối hậu tâm sau cùng.

[Trong ba loại tâm, đắc tu thuộc về đẳng trí. Có thể tu tập bảy loại trí hoặc sáu loại trí. Loại trí tuệ được tu tập cuối cùng thuộc về tối hậu tâm[67].]

Sự tu tập, tức là đắc tu, diễn ra trong ba loại tâm liên quan đến thế tục trí[68]. Tại ba sát-na trong kiến đế đạo, thế tục trí được tu tập như một pháp trong tương lai, gồm: 1. Tập vị tri trí[69]: tương ứng tập đế; 2. Khổ vị tri trí[70]: tương ứng khổ đế; 3. Diệt vị tri trí[71] Tương ứng diệt đế. Tại ba sát-na này, khi hành giả vận hành trong ba chân lý trên, sự tu tập có nghĩa là sự thành tựu thế tục trí.

---

[65] *ārya-darśana;* 聖見
[66] *satyadarśanamārga;* 見諦道
[67] *antima-citta;* 最後心
[68] *laukikajñāna;* 世俗智
[69] *samudaye 'nvayajñāna;* 習未知智
[70] *duḥkhe 'nvayajñāna;* 苦未知智
[71] *nirodhe 'nvayajñāna;* 滅未知智

Tại sao vậy? Vì khi ba chân lý này – không bao gồm Đạo đế– đã được thực hành và chứng đắc, thì trong các giai đoạn tương ứng của Kiến đế, hành giả tu tập thế tục trí của những giai đoạn đó, cũng như trong phạm vi của dục giới[72].

Hoặc tu tập bảy loại trí, hoặc tu tập sáu loại trí, như được giải thích theo sát-na tâm cuối cùng: Trong Đạo vị tri trí, nếu hành giả đã đoạn trừ dục, thì tu tập bảy loại trí, thuộc phạm vi của A-na-hàm quả. Nếu chưa đoạn trừ dục, thì tu tập sáu loại trí, ngoại trừ tha tâm trí.

Trong phạm vi của đạo dẫn đến Phi tưởng phi phi tưởng xứ, hành giả đã chứng đạt một quả vị Sa-môn[73]. Do đó, đẳng trí không còn được tu tập nữa.

(134) *Mười bảy vô lậu tâm*
Thắng giải tư duy đạo
Tu tập bảy loại trí
Sáu trí tăng trưởng căn.

[Mười bảy tâm vô lậu vận hành trong thắng giải tư duy đạo[74]. Nên biết, bảy loại trí được tu tập trong đạo lộ này, sáu loại trí giúp tăng trưởng các căn.]

Mười bảy tâm vô lậu vận hành trong thắng giải tư duy đạo: Cần

---

[72] Khi chứng đắc Kiến đạo (*darśanamārga*; 見道) dựa trên nền tảng của Tứ thiền (*caturtha-dhyāna*; 第四禪), hành giả tu tập thế tục trí (*saṃvṛti-jñāna*; 世俗智) của bảy giai đoạn trong tương lai, tức là: 1. Vị lai thiền (*anāgata-dhyāna*; 未來禪: Các tầng thiền chưa đạt nhưng có thể chứng đắc.; 2. Thiền trung gian (*dhyānāntara*; 禪中間地) – Trạng thái trung gian giữa các thiền; 3. Bốn tầng thiền sắc giới (*catur-dhyāna*; 四禪地: Sơ thiền, Nhị thiền, Tam thiền, Tứ thiền; 4. Dục giới (*kāmadhātu*; 欲界地) – Phạm vi của những chúng sinh còn trong dục nhiễm. Xem *Câu-xá luận* VII 52-53, *MAH* 919a, và *AH2* 853b. Trong *AH2* 853b và *MAH* 919a, thế tục trí trong trường hợp này được gọi là "trí tuệ cuối cùng của chứng ngộ" (*abhisamayāntika-jñāna*; 遍知終智). Xem thêm *Kośa* VII 50.

[73] Xem kệ tụng 107

[74] *adhimukticintāmārga*; 勝解思惟道

biết rằng, trong thắng giải tư duy đạo thuộc Tu-đà-hoàn quả, hành giả cần tu tập bảy loại trí. Đạo này thuộc về vị lai thiền, do đó không có tha tâm trí. Tận trí và Vô sinh trí thuộc về bậc Vô học, vì vậy không còn tu tập bảy loại trí khác.

Tại sao vậy? Công đức này luôn tồn tại và không tiêu vong. Nếu không tiếp tục tu tập, tức là đã từng đạt được nhưng sau đó lại xả bỏ mà không chứng đắc lại, như vậy trong khoảng thời gian trung gian, công đức đáng lẽ phải trống rỗng, nhưng thực tế lại không phải vậy. Do đó, sự tu tập bảy loại trí là tất yếu.

Sáu loại trí giúp tăng trưởng các căn được gọi là tăng trưởng căn[75], trong đó đặc biệt đề cập đến tín giải thoát[76]. Các loại căn được tăng trưởng sẽ dẫn đến chứng đắc Kiến đạo. Hành giả trong giai đoạn này có chín loại vô ngại đạo[77] và chín loại giải thoát đạo.[78] Những con đường này bao gồm tất cả các vô ngại đạo và tất cả các giải thoát đạo, nên tu tập sáu loại trí. Trong cảnh giới này, hành giả vẫn chưa đoạn trừ dục[79], nên không tu tập tha tâm trí.

Trong giai đoạn này, hành giả đang thực hành Đạo học[80], nhưng chưa thực hành đoạn trừ phiền não. Công đức mà hành giả tu tập chưa từng đạt được trước đó, không phải là công đức đã từng có rồi lại mất đi. Vì vậy, trong giai đoạn này, hành giả không tu tập đẳng trí.

(135) *Khi chứng quả Bất hoàn*
Liền xa lìa bảy địa
Hành trì trên thông đạo
Tu tập tám trí tuệ.

[Khi chứng quả Bất hoàn, hành giả xa lìa bảy địa. Tư duy tu học trên các thông đạo[81]. Bậc giải thoát tu tập tám loại trí tuệ.]

---

[75] *indriya-vṛddhi*; 增益根
[76] *śraddhāvimukta*; 信解脫
[77] *navānantarika-mārga*; 九無礙道
[78] *navavimukti-mārga*; 九解脫道
[79] *akāmarāga-prahīṇa*; 未離欲
[80] *śaikṣa-mārga*; 學道, chưa đến Vô học đạo (*aśaikṣa-mārga*; 無學道)
[81] *abhijñā-mārga*; 諸通道

Khi chứng đắc Bất hoàn quả, hành giả tu tập tám loại trí tuệ. Trong tiến trình tu tập tám loại trí này, hành giả nhất định phải chứng đắc căn bản thiền, do đó tu tập tha tâm trí. Các loại trí còn lại giống như đã giải thích trước đó.

Xa lìa bảy địa: tức là đoạn trừ dục trong Tứ thiền và ba tầng Vô sắc giới, thì trong tất cả chín con đường giải thoát, hành giả tu tập tám loại trí. Trong tiến trình này, tất cả các loại trí thuộc về các tầng thiền thấp hơn.

Trong các con đường liên quan đến thần thông trí[82], các giải thoát đạo đều tu tập tám loại trí. Toàn bộ chín con đường giải thuộc về ba loại thần thông[83]: 1. Như ý túc[84]; 2. Thiên nhãn[85]; 3. Thiên nhĩ[86].

Tại sao vậy? Vì tất cả các loại trí này đều thuộc về phạm vi căn bản thiền.

(136) *Trên các vô ngại đạo*
Đến diệt, tức hữu đảnh
Có tám đạo giải thoát
Tu tập bảy loại trí.

[Trong các con đường vô ngại đạo[87] này, và khi dẫn đến diệt, đỉnh cao nhất của cõi hữu,[88] tám giải thoát đạo được giảng dạy, hành giả

---

[82] *abhijñā-mārga*; 通道; thắng trí đạo
[83] *trividha-abhijñā*; 三通; tam thắng trí
[84] *ṛddhipāda*; 如意足
[85] *divyacakṣus*; 天眼
[86] *divyaśrotra*; 天耳
[87] *anantaryamārga*; 無礙道
[88] *prathamārya-bhāva-nirodha*; 滅第一有. *Bhavāgra* (有頂 hữu đảnh) đỉnh cao nhất của hiện hữu, cảnh giới cao nhất trong tam giới. Trong Du-già hành tông (*Yogācāra*; 瑜伽行宗) và A-tì-đạt-ma (*Abhidharma*; 阿毘達磨), *bhavāgra* thường chỉ đến Phi tưởng phi phi tưởng xứ (*naivasaṃjñānāsaṃjñāyatana*; 非想非非想處) cảnh giới cao nhất trong Vô sắc giới (*ārūpyadhātu*; 無色界), cũng là tầng thiền cao nhất trong Tam giới. Là cảnh giới cao nhất của hữu lậu, nhưng chưa phải là niết-bàn (*nirvāṇa*; 涅槃).

tu tập bảy loại trí.]

Khi đoạn trừ dục trong bảy địa, trong tất cả các con đường vô ngại đạo, hành giả tu tập bảy loại trí, trừ đi tha tâm trí.

Tại sao vậy? Vì các con đường vô ngại đạo giúp đoạn trừ các kiết sử[89], còn tha tâm trí không có tác dụng đoạn trừ kiết sử, nên không được tu tập trong giai đoạn này. Phi tưởng phi phi tưởng xứ là đỉnh cao nhất của cõi hữu. Khi hành giả đoạn trừ dục trong cảnh giới này, trong tám con đường giải thoát, hành giả tu tập bảy loại trí, trừ đi đẳng trí.

Tại sao vậy? Vì đẳng trí có thể chuyển hóa trở lại[90] trong cảnh giới Phi tưởng phi phi tưởng xứ.

(137) *Khi vượt qua hữu đảnh*
Tu sáu trí vô ngại
Các tầng thiền cao hơn
Vẫn tu pháp thiền thấp.

[Khi vượt qua hữu đảnh, hành giả tu tập sáu loại trí trong vô ngại đạo. Nên biết, khi tu tập các tầng thiền cao hơn, vẫn phải thực hành các tầng thiền thấp hơn.]

Khi vượt qua hữu đảnh, hành giả tu tập sáu loại trí trong chín con đường vô ngại đạo[91]. Tuy nhiên, hành giả không tu tập tha tâm trí và đẳng trí. Điều này xảy ra khi hành giả đạt đến trạng thái ly dục trong cảnh giới Phi tưởng phi phi tưởng xứ.

Khi tu tập các tầng thiền cao hơn, nên biết vẫn phải thực hành các tầng thiền thấp hơn. Sự tu tập này bao gồm tất cả các địa. Nên biết phải tu tập trí tuệ thuộc về chính địa mình đang an trú[92], cũng như các trí tuệ thuộc về các địa thấp hơn. Có nghĩa là, nếu tu tập từ Sơ thiền, đạt đến trạng thái ly dục, thì phải tu tập công đức của cả hai địa: địa mình đang an trú và địa thấp hơn. Điều này áp dụng

---

[89] *saṃyojana*; 結
[90] *parāvṛtti*; 轉還
[91] *navānantarika-mārga*; 九無礙道
[92] *svasthānajñāna*; 自地所攝

tương tự cho tất cả các tầng thiền, cho đến khi hành giả đạt đến Vô sở hữu xứ[93].

(138) [822a]

Hữu lậu và vô lậu
Đều tu tập công đức
Trong sơ tâm vô học
Là vị tri trí đạo.

[Tất cả công đức tu tập trong các địa, bao gồm cả hữu lậu và vô lậu đều được thực hành. Trong tâm đầu tiên của bậc Vô học[94], sự tu tập này mang ý nghĩa Vị tri trí đạo.[95]]

Tất cả công đức tu tập trong các địa, bao gồm cả hữu lậu và vô lậu đều được thực hành trong tâm đầu tiên của bậc Vô học. Khi chứng đắc quả vô trước[96], hành giả tu tập trong chín địa cùng với địa đang an trụ[97], cũng như tất cả các địa còn lại.

Tại sao vậy? Vì cảnh giới Phi tưởng phi phi tưởng xứ đối nghịch với phiền não.

Tất cả các địa có phiền não thì tâm thức không thanh tịnh, nếu không có phiền não thì tâm thức thanh tịnh. Do đó, hành giả đoạn trừ những địa ấy và tu tập trong tất cả các địa.

Vị ấy khởi niệm như vậy: 'Ta không còn sinh.' Đây là nhân duyên của sinh vào phi tưởng phi phi tưởng xứ. Tại sao vậy? Bởi đây là lần sau cùng. Do vậy tương ưng với trí không biết khổ.

Hỏi: Tâm đầu tiên của bậc Vô học tương ưng với loại trí nào?

Đáp: Đó là Vị tri trí đạo. Tâm đầu tiên của bậc Vô học tương ưng với Vị tri trí đạo.

---

[93] ākimcanyāyatana; 無所有處
[94] aśaikṣa-prathamacitta; 初無學心
[95] mārgānvayajñāna; 未知智意: trí tuệ nhận biết Đạo nhưng chưa hoàn toàn viên mãn.
[96] anāsrava-phala; 無著果
[97] svasthāna; 自地: tự địa

Hỏi: Đức Thế Tôn có dạy về kiến, trí và tuệ[98], vậy ba pháp này là một hay là nhiều loại khác nhau?

Đáp: Đây là sự sai biệt của tuệ[99]. Thể tính của tuệ vốn là một, nhưng do những nhân duyên khác nhau, nên Đức Thế Tôn có khi gọi là kiến, có khi gọi là trí.

Hỏi: Nghĩa này được hiểu như thế nào?

Đáp: **(139)**

> *Về quyết định năng tri,*
> *Nhẫn phi thể tính trí.*
> *Tận trí không phải kiến*
> *Vô sinh trí cũng vậy.*

[Nói về khả năng quyết định nhận biết[100], các loại nhẫn không có thể tính của trí[101]. Tận trí không phải là kiến; vô sinh trí cũng vậy.]

Nói về khả năng quyết định nhận biết, các loại nhẫn không có thể tính của trí: Tám loại nhẫn[102] trong quá trình tu tập có thể cầu tìm, nên được gọi là kiến; có khả năng quán sát, nên được gọi là tuệ, nhưng không phải là trí, vì chưa có tính quyết định.

Tại sao vậy? Vì chúng mới chỉ là những duyên khởi ban đầu.

Tận trí và Vô sinh trí được gọi là Tuệ vì có khả năng quán sát, và được gọi là Trí vì có tính quyết định, nhưng không phải là Kiến, vì

---

[98] kiến (*darśana*; 見, trí (*jñāna*; 智, tuệ (*prajñā*; 慧)

[99] *prajñā-viśeṣa*; 慧之差別

[100] *niścayajñāna*; 決定能知

[101] *jñānasvabhāva*; 智性

[102] Tám loại nhẫn (*aṣṭakṣānti*; 八忍) trong Kiến đạo (*darśanamārga*; 見道): 1. Khổ pháp nhẫn (*duḥkhe dharmakṣānti*; 苦法忍), 2. Khổ tùy pháp nhẫn (*duḥkhe 'nvayakṣānti*; 苦隨法忍), 3. Tập pháp nhẫn (*samudaye dharmakṣānti*; 集法忍), 4. Tập tùy pháp nhẫn (*samudaye 'nvayakṣānti*; 集隨法忍), 5. Diệt pháp nhẫn (*nirodhe dharmakṣānti*; 滅法忍), 6. Diệt tùy pháp nhẫn (*nirodhe 'nvayakṣānti*; 滅隨法忍), 7. Đạo pháp nhẫn (*mārge dharmakṣānti*; 道法忍), 8. Đạo tùy pháp nhẫn (*mārge 'nvayakṣānti*; 道隨法忍).

không cầu tìm, cũng không có hành tác[103]. Các loại Tuệ vô lậu khác có đầy đủ ba tính chất: kiến, trí và tuệ.

(140) *Thiện tục hữu lậu trí*
Ở trong kiến và ý
Nên biết đó là kiến
Đều được gọi là tuệ.

[Thiện thế tục hữu lậu trí[104] tồn tại trong ý[105] và các loại kiến. Nên biết đó chính là kiến, nhưng tất cả đều được gọi là tuệ.]

Thiện thế tục hữu lậu trí tồn tại trong ý thức địa[106], thuộc ba tính chất: kiến, trí và tuệ.

Năm loại tà kiến thuộc về bản tính phiền não, tất cả các kiến này đều có mặt, vì chúng có tính quan sát (kiến); nhưng chúng cũng không tách rời khỏi trí và tuệ. Các loại tuệ hữu lậu khác[107] không thuộc về bản tính của kiến.

Tại sao vậy? Các loại tuệ vô ký[108] tương ưng với ý thức, không thuộc về bản tính của kiến, vì không có tính quan sát. Các loại tuệ nhiễm ô[109] cũng không thuộc về bản tính của kiến, vì bị phiền não phá hoại. Các loại tuệ tương ưng với năm thức[110] cũng không thuộc về bản tính của kiến, vì không có tính quan sát, nhưng cũng không tách rời khỏi bản tính của trí.

Nói rằng tất cả đều là tuệ **[822b]**, nghĩa là đã loại trừ những trường hợp trước đó, giống như nhẫn lìa trí; hay tận trí và vô sinh trí lìa kiến.

Ngoài các loại tuệ thiện tương ưng với ý thức địa và năm loại tà

---

[103] *akriya*; 所為.
[104] *kuśala-saṃvṛti-sāsrava-jñāna*; 善俗有漏智
[105] *manas*; 意
[106] *manovijñāna-bhūmi*; 意識地中
[107] *śeṣa-sāsrava-prajñā-bīja*; 有漏慧種
[108] *avyākṛta-prajñā*; 無記慧
[109] *sāsrava-prajñā*; 穢污慧
[110] *pañcavijñāna-sahagata-prajñā*; 五識相應慧: ngũ thức tương ưng huệ.

kiến, tất cả các loại tuệ hữu lậu còn lại đều không thuộc về bản tính của kiến. Tuệ không giống như thế.

Tại sao? Vì tất cả các chủng tử của trí và tất cả các chủng tử của Kiến đều là chủng tử của Tuệ.

Hỏi: Mỗi loại trí duyên với bao nhiêu trí?

Đáp: **(141)**

> *Pháp trí, vị tri trí*
> *Thông đạt gồm chín trí*
> *Nhân trí và quả trí*
> *Là cảnh giới nhị trí.*

[Pháp trí, vị tri trí, thông đạt chín trí, nhân trí và quả trí, đó là cảnh giới của nhị trí.]

Pháp trí và vị tri trí thông đạt chín trí. Pháp trí quán sát chín trí, duyên chín trí, ngoại trừ vị tri trí. Vì sao vậy? Vị tri trí không phải là quả của dục giới, không phải là nhân của dục giới, không phải là diệt của dục giới, cũng không phải là đạo của dục giới.

Vị tri trí cũng như vậy, duyên nơi chín trí, ngoại trừ pháp trí. Nhân trí và quả trí là cảnh giới của hai trí. Tập trí là nhân trí, vì trí hữu lậu biết tâm người khác và đẳng trí cùng duyên với tập trí, còn những trí khác không duyên, do vô lậu. Khổ trí cũng như vậy, đó chính là quả trí.

(142) *Đạo trí là chín trí*
> *Giải thoát trí không duyên*
> *Tất cả cảnh giới khác*
> *Quyết định trí tuyên thuyết.*

[Đạo trí là chín trí[111]. Giải thoát trí không có duyên. Tất cả các cảnh

---

[111] Chín trí (九智, *navajñāna*) gồm: 1. Khổ trí (*duḥkhajñāna*; 苦智): trí tuệ nhận biết khổ đế. 2. Tập trí (*samudayajñāna*; 集智): trí tuệ nhận biết tập đế. 3. Diệt trí (*nirodhajñāna*; 滅智): trí tuệ nhận biết diệt đế. 4. Đạo trí (*mārgajñāna*; 道智): trí tuệ nhận biết đạo đế. 5. Tỷ trí (*dṛṣṭajñāna*; 比智): trí tuệ suy luận. 6. Thế tục trí (*laukikajñāna*; 世

giới khác đều do quyết định trí¹¹² tuyên thuyết.]

Đạo trí là chín trí, vì cảnh giới của đạo trí là chín trí, không duyên với đẳng trí, do hữu lậu. Các trí còn lại đều duyên, vì cùng thuộc đạo đế. Giải thoát trí không có duyên, vì giải thoát trí chính là diệt trí, không phải là duyên trí, do duyên với pháp vô vi. Tất cả các cảnh giới khác đều do quyết định trí tuyên thuyết, vì bốn trí còn lại duyên với toàn bộ mười trí¹¹³. Đẳng trí duyên với mười trí, vì cảnh giới của nó là tất cả các pháp.

Tha tâm trí cũng duyên với mười trí, vì đầy đủ cảnh giới của tha tâm. Tận trí và vô sinh trí cũng duyên với mười trí, vì cảnh giới của tất cả các pháp hữu vi.

Hỏi: Lại nữa, Đức Thế Tôn có dạy rằng, vị tri trí như người lìa khỏi phi tưởng phi phi tưởng xứ mà đắc quả vô trước. Vậy vị tri trí chính là đạo ấy, có thể hiểu như vậy chăng? Vị tri trí là đạo ấy mà không phải đạo nào khác hay sao?

Đáp: Cũng có pháp trí thuộc về đạo của sắc giới và vô sắc giới.

Hỏi: Đó là những gì?

Đáp: **(143)**

> *Như tĩnh chỉ và đạo*
> *Sở hành của pháp trí*
> *Là diệt trong tam giới*
> *Phi vị tri dục giới.*

[Nếu là tĩnh chỉ¹¹⁴ và đạo, thì đó là cảnh giới sở hành của pháp trí. Điều này chính là sự diệt tận trong tam giới, chứ không phải vị tri trí

俗智): trí tuệ nhận thức thế gian. 7. Pháp trí (*dharmajñāna*; 法智): trí tuệ nhận biết chân lý. 8. Vị tri trí (*anavabodhajñāna*; 未知智): trí tuệ chưa thông đạt. 9. Quyết định trí (*niyatajñāna*; 決定智): trí tuệ quyết định.

¹¹² *niyatajñāna*; 決定智

¹¹³ Mười trí (十智, *daśajñāna*) gồm chín trí trên thêm Đẳng trí (*samatājñāna*; 等智): trí tuệ bình đẳng quán chiếu tất cả các pháp.

¹¹⁴ *śamatha*; 息止

của dục giới.]

Nếu tĩnh chỉ và đạo là cảnh giới của pháp trí, thì đó là sự diệt tận trong ba cõi, tức là diệt pháp trí và đạo pháp trí, khi an trụ trong tu đạo, chính là sự diệt trừ các kiết sử[115] trong ba cõi.

Hoặc có pháp trí lìa khỏi dục của sắc giới và vô sắc giới, tức là đoạn trừ tà kiến và ác kiến. Đó là sự tư duy về diệt và đạo trong dục giới.

Lìa khỏi dục của sắc giới và vô sắc giới, nhưng không phải khổ trí hay tập trí. Vì sao vậy? Vì nó không đồng với khổ trí và tập trí, mà tương ưng với diệt trí và đạo trí.

Hỏi: Có phải vị tri trí có thể diệt trừ dục giới hay không?

Đáp: Không phải là vị tri trí của dục giới. Không có vị tri trí nào có thể diệt trừ dục giới. Vì sao vậy? Vì nó không có tà kiến và ác kiến để có thể diệt trừ chúng.

Hỏi: Thần thông trí[116] có tự tính thế nào? Nó cũng nên được phân loại theo từng trí một hay không?

Đáp: **(144)**

> *Túc trí và đẳng trí*
> *Thiên nhãn, thiên nhĩ trí*
> *Sáu thuộc túc mạng trí*
> *Năm trí thuộc tha tâm.*

[Như ý túc trí[117] và đẳng trí cũng vậy. Thiên nhãn trí[118] và thiên nhĩ trí[119] cũng thế. Sáu trí thuộc về túc mạng trí[120], năm trí được gọi là tha tâm trí[121].]

Như ý túc trí và đẳng trí cũng vậy, tức là như ý túc trí được gọi là

---

[115] *saṃyojana*; 結: kết
[116] *abhijñājñāna*; 神通智; thần thông trí; thắng trí
[117] *ṛddhipādajñāna*; 如意足智: như ý túc trí
[118] *divyacakṣurjñāna*; 天眼智: thiên nhãn trí
[119] *divyaśrotrajñāna*; 天耳智
[120] *pūrvanivāsajñāna*; 宿命智
[121] *paracittajñāna*; 他心智

đẳng trí. Thiên nhãn trí và thiên nhĩ trí cũng vậy, nhưng vô lậu trí[122] không vận hành theo cách này.

Sáu trí thuộc về túc mạng trí, nghĩa là thần túc mạng thông có sáu loại trí[123]: 1. *Pháp trí* ghi nhớ phần pháp trí. 2. *Vị tri trí* ghi nhớ phần vị tri trí. 3. *Đẳng trí* ghi nhớ thế tục. 4. *Khổ trí* ghi nhớ quá khứ. 5. *Khổ tập trí* ghi nhớ tập quá khứ. 6. *Đạo trí* ghi nhớ đạo quá khứ.

Có năm loại trí thuộc về tha tâm trí: 1. *Pháp trí* biết pháp trí trong tâm của người khác, cùng với các tâm và tâm sở tương ưng. 2. *Vị tri trí* cũng như vậy. 3. *Đẳng trí* biết thế tục tâm và tâm sở của người khác. 4. *Đạo trí* biết vô lậu tâm và tâm sở của người khác. 5. *Tha tâm trí* gồm năm loại như trên.

(145) *Chín trí lậu tận thông*
Lời bậc Thánh tuyên thuyết
Tám cảnh giới thuộc thân
Mười, chín thành hai nhóm.

[Chín trí thuộc lậu tận thông[124], do bậc Thánh tuyên thuyết. Có tám

---

[122] *anāsravajñāna*; 無漏智
[123] Có sự khác biệt trong cách phân loại trí giữa các Luận sư A-tì-đạt-ma ở *Kaśmīra* (Kế-tân 罽賓). Cụ thể: 1. Luận sư A-tì-đạt-ma ở *Kaśmīra* chỉ đề cập đến *tục trí* (*saṃvṛtijñāna*; 世俗智) trong ngữ cảnh này. Điều này phản ánh quan điểm riêng của truyền thống luận sư *Kaśmīra*, có thể là theo phái Tì-bà-sa (*Vaibhāṣika*) hoặc các nhánh luận giải thuộc Nhất thiết hữu bộ (*Sarvāstivāda*.) 2. Cù-sa-ca (*Ghoṣaka*) đề xuất hệ thống sáu trí (六智), khác biệt với quan điểm chỉ nhắc đến *tục trí* của các Luận sư A-tì-đạt-ma ở *Kaśmīra*. 3. Đối chiếu với *Tattvārtha* VII 101, có thể thấy sự phân định này được đề cập thêm trong bối cảnh rộng hơn của tri thức luận A-tì-đạt-ma. 4. *MAH* 920c cũng xác nhận sự khác biệt này, cho thấy rằng có hai truyền thống: một bên sử dụng hệ thống sáu trí, trong khi truyền thống *Kaśmīra* chỉ giới hạn trong *tục trí* (*saṃvṛtijñāna*; 世俗智).
Điều này phản ánh sự đa dạng trong hệ thống phân loại trí tuệ giữa các nhánh A-tì-đạt-ma, đặc biệt là sự khác biệt giữa truyền thống *Kaśmīra* và các hệ thống khác như của Cù-sa-ca (*Ghoṣaka*).
[124] *āsravakṣayābhijñāna*; 漏盡通

cảnh giới thuộc về thân. Các pháp gồm mười, và chín trí được phân thành hai nhóm[125].]

Chín trí thuộc lậu tận thông, do bậc Thánh tuyên thuyết. Lậu tận thông là chín trí vô lậu[126], vì nó hoàn toàn đối lập với tất cả các lậu.

Hỏi: Đức Thế Tôn cũng dạy rằng: "Quán thân trên thân"[127], và "Ý an trụ trong quán"[128], đó chính là tuệ. Vậy, ý an trụ[129] thuộc về loại trí nào?

Đáp: Tám cảnh giới thuộc về thân, tức là tám trí quán sát thân. Sắc và giả danh được gọi là thân, đây là đối tượng nhận biết của tám trí, ngoại trừ tha tâm trí và diệt trí. Nếu trí duyên với sắc, thì đó là thân ý chỉ[130]. Hai trí này không duyên với sắc.

Mười trí là gì? Pháp ý chỉ[131] có mười trí. Chúng lìa khỏi sắc, thọ[132], và tâm. Các pháp còn lại được gọi là pháp, đây là cảnh giới của mười trí. Mười trí này có tự tướng[133] và tổng tướng[134] của tất cả các pháp. Như vậy, đó pháp ý chỉ.

Chín trí có hai loại: một loại duyên với thọ, một loại duyên với tâm. Trong chín trí, ngoại trừ diệt trí. Trí duyên với thọ được gọi là thọ ý chỉ[135]. Trí duyên với tâm được gọi là tâm ý chỉ[136].

---

[125] *dvividhajñāna*; 二智
[126] *anāsravajñāna*; 無漏九智
[127] *kāye kāyānupaśyanā*; 身身觀. Kinh Đại niệm xứ (*Mahāsatipaṭṭhāna Sutta*; 大念處經), Kinh niệm xứ (*Satipaṭṭhāna Sutta*; 念處經) trong Trung bộ kinh (*Majjhima Nikāya*; 中部經) và Trường bộ kinh (*Dīgha Nikāya*; 長部經).
[128] *cittaṃ śamathaṃ paśyati*; 意止觀
[129] *cittaśamatha*; 意止
[130] *kāyaśamatha*; 身意止
[131] *dharmaśamatha*; 法意止
[132] *vedanā*; chánh văn: 痛thống
[133] *svalakṣaṇa*; 自相
[134] *sāmānyalakṣaṇa*; 總相
[135] *vedanaśamatha*; 痛意止
[136] *cittaśamatha*; 心意止

Hỏi: Các đức Như Lai có trí lực[137], vậy Như Lai đã thiết lập các loại trí lực như thế nào? Lại nữa, Như Lai có bốn vô sở úy[138], [823a] vậy trí có tự tính ra sao?

Như lời dạy rằng: "Như Lai là bậc Chính giác[139]". Những pháp này, khi chưa đạt Chính giác thì không thể thấy được tướng trạng ấy. Như vậy, tất cả những điều này cũng cần phải được phân biệt. Mỗi loại có bao nhiêu trí tính?

Đáp: **(146)**

> *Thị xứ phi xứ lực*
> *Cùng vô úy đệ nhất*
> *Chính là mười Phật trí*
> *Trí còn lại sai biệt.*

[Thị xứ phi xứ lực[140], cùng với vô úy bậc nhất[141], chính là mười trí của Phật[142]. Các trí còn lại có sự sai biệt trong đó.]

Thị xứ phi xứ lực, cùng với vô úy bậc nhất, chính là mười trí của Phật.. Phật có mười loại trí. Trong đó, trí về khả năng và bất khả năng được gọi là "trí về điều có thể và không thể; *thị xứ phi xứ*".

Trí về điều có thể (*thị xứ trí*): nhận thức chân thực về các và sự vận hành chân thật của chúng, hiểu biết đúng đắn về tướng trạng của pháp như thị[143] và sự vận hành của pháp như thị [144].

Trí về điều không thể (*phi xứ trí*): nhận thức rằng các pháp khác[145] và sự vận hành khác[146] là không thể có, do đó hiểu rõ rằng pháp ấy

---

[137] *jñānabala*; 智力
[138] *caturvaiśāradya*; 四無所畏
[139] *samyaksaṃbuddha*; 正覺
[140] *sthānāsthānajñānabala*; 是處非處力
[141] *agravaiśāradya*; 無畏第一
[142] *daśabuddhajñāna*; 佛十智
[143] *yathālakṣaṇa*; 如是相
[144] *yathācāra*; 如是行
[145] *para-dharma*; 他法
[146] *para-ācāra*; 他行

không có tướng trạng như thế và không vận hành như thế. Như vậy, trí về điều có thể và không thể chính là một trong những trí lực của Phật, giúp Ngài thấy rõ đâu là pháp chân thực và đâu là điều không thể có.

Phật có mười trí[147], và vô úy thứ nhất[148] cũng bao gồm mười trí, do sự chứng đắc bình đẳng và chân chính[149]. Sự phân biệt giữa các pháp này như sau:

Trí lực về điều có thể và không thể (*thị xứ phi xứ*) có sự sai biệt thành mười lực[150].

Vô úy thứ nhất có sự phân biệt thành bốn vô sở úy[151].

Trí lực về điều có thể và không thể (*thị xứ phi xứ*) có sự sai biệt theo cảnh giới, do đó phân thành mười loại khác nhau.

Vô úy thứ nhất cũng có sai biệt theo cảnh giới, nên được phân

---

[147] *daśabuddhajñāna*; 佛十智: 1. Thị xứ phi xứ trí (*sthānāsthānajñāna*; 是處非處智): Trí về điều có thể và không thể. 2. Nghiệp dị thục trí (*karmavipākajñāna*; 業異熟智): Trí về nghiệp báo. 3. Tĩnh lự giải thoát đẳng trì trí (*dhyānādijñāna*; 靜慮解脫等持智): Trí về các thiền định, giải thoát, tam-muội. 4. Chủng chủng giải trí (*nānādhimuktijñāna*; 種種解智): Trí về căn tánh sai biệt của chúng sinh. 5. Chủng chủng tánh trí (*nānādhātupratijñāna*; 種種性智): Trí về các chủng loại tính cách của chúng sinh. 6. Chí xứ đạo trí (*sarvatragāminīpratipadjñāna*; 至處道智): Trí về con đường dẫn đến các cảnh giới khác nhau. 7. Thiên nhãn trí (*divyacakṣurjñāna*; 天眼智): Trí về thiên nhãn. 8. Túc mạng trí (*pūrvanivāsajñāna*; 宿命智): Trí về túc mạng. 9. Lậu tận trí (*āsravakṣayajñāna*; 漏盡智): Trí về lậu tận. 10. Vô ngại giải trí (*pratisaṃvidjñāna*; 無礙解智): Trí về vô ngại giải.

[148] *prathama-vaiśāradya*; 初無畏

[149] *samyakpratipatti*; 等正受

[150] *caturvaiśāradya*; 四無所畏. Tham khảo *AH2* 855b và *Câu-xá luận* VII 69ff:, phần thứ VII (*Pratyayapāda*; 因品), đề cập đến sự phân loại trí tuệ trong A-tì-đạt-ma.

[151] Tham khảo *MAH* 922c và *Câu-xá luận* VII 75.

thành bốn loại khác nhau.

Hỏi: Tứ biện[152] cũng thuộc về trí tính, vậy điều này cũng cần được phân biệt. Mỗi loại có bao nhiêu trí?

Đáp: **(147)**

> *Pháp biện như từ biện*
> *Ứng nghĩa biện gồm mười*
> *Nguyện trí gồm bảy trí*
> *Bậc tối thắng trí dạy.*

[Pháp biện[153] và từ biện[154] là một. Ứng nghĩa biện[155] gồm cả mười trí. Nguyện trí[156] là bảy trí. Đây là điều được bậc trí tối thắng tuyên thuyết.]

Pháp biện và từ biện là một, tức là cùng một loại. Pháp biện có nghĩa là nhận thức về các pháp, và danh thuộc về đẳng trí. Vô lậu trí không nương vào danh để nhận thức. Trong thế tục, danh chỉ là giả danh, do đó vô lậu trí không vận hành theo cách này.

Từ biện có nghĩa là nhận thức về chính ngữ, nó cũng thuộc về đẳng trí, và chỉ là giả danh trong thế tục.

Ứng nghĩa biện gồm cả mười trí. Ứng biện[157] nghĩa là quán sát và thể hiện sự không chướng ngại, là phương tiện trí, thuộc về mười trí.

Nghĩa biện[158] có nghĩa là nhận thức chân thực về các pháp, cũng thuộc về mười trí, vì nó lãnh hội được tướng chân thực của pháp.

Người khác nói[159]: Từ biện và ứng biện là một loại, cùng thuộc về

---

[152] catuḥpratisaṃvid; 四辯
[153] dharmapratisaṃvid; 法辯
[154] niruktipratisaṃvid; 辭辯
[155] arthapratisaṃvid; 應義辯
[156] praṇidhijñāna; 願智
[157] pratibhānapratisaṃvid; 應辯
[158] arthapratisaṃvid; 義辯
[159] Chánh văn: 其人云. Đoạn văn này không có trong Ms. II, 7 nhưng lại xuất hiện trong cả ba bản *Tâm luận* khác. Điều này cho thấy nó

đẳng trí, còn pháp biện và nghĩa biện là một loại thuộc về mười trí.

Hỏi: Nguyện trí có bao nhiêu loại?

Đáp: Nguyện trí gồm bảy trí, do bậc Đại trí tối thắng[160] tuyên thuyết. Nguyện trí bao gồm bảy trí, ngoại trừ tha tâm trí, tận trí và vô sinh trí[161].

Nguyện trí có đặc tính lợi căn, nhanh nhạy, hướng đến cảnh giới rộng lớn, có khả năng nhận thức tất cả các pháp trong ba thời (quá khứ, hiện tại, vị lai). Đây là bảy loại trí thuộc về nguyện trí.

(Luận khác nói: Nguyện trí thuộc về một loại đẳng trí).

---

có thể là một phần bổ sung hoặc hiệu đính trong các phiên bản sau. Theo bản Minh tạng, đoạn văn được gán cho các bậc kinh sư (masters of the scriptural texts; 經師), tức là các vị chuyên gia về giáo pháp, có thể thuộc các trường phái A-tì-đạt-ma hoặc các truyền thống hậu kỳ. Đoạn văn ghi thêm đang luận giải về sự đồng nhất hoặc khác biệt giữa từ biện (*nirukti-pratisaṃvid*; 辭辯) và ứng biện (*pratibhāna-pratisaṃvid*; 應辯) trong hệ thống tứ vô ngại giải (*catuḥpratisaṃvid*; 四無礙解).

[160] *jñānavara*; 智最勝
[161] Tức Thập trí trừ 3 trí nêu trên.

PHẨM THỨ BẢY
ĐỊNH[162]

Hỏi: Đã biết các loại trí như vậy, thì trí này nên được hiểu như thế nào?

Đáp: **(148)**

> *Trí nương vào các định*
> *Sở hành không chướng ngại*
> *Hãy quán chiếu về định*
> *Truy cầu chân thật nghĩa.*

[Trí nương vào các định[163], vận hành không chướng ngại[164]. **[823b]** Vì vậy, hãy quán chiếu về định[165] và cầu tìm chân lý của nó.]

Trí nương vào các thiền định, vận hành một cách vô ngại. Cũng như ngọn đèn nương vào dầu, khi ở nơi không có gió, ánh sáng rực rỡ rõ ràng. Cũng vậy, trí tuệ nương vào định, khi tâm lìa khỏi các tán loạn, ánh sáng của trí tuệ rực rỡ, chắc chắn không nghi ngờ, thuận theo duyên mà vận hành. Vì thế, cần tư duy trong định để cầu tìm chân lý chân thực.

(149) *Chắc thật có tứ thiền*
Cùng các định vô sắc
Phân biệt thành tạp vị

---

[162] *Samadhivarga*; 定品第七
[163] *samādhi*; 定
[164] *apratihata*; 無罣礙行
[165] *samādhi-bhāvanā*; 思惟定

Thanh tịnh và vô lậu.

[Chắc thật có tứ thiền, cùng với các định vô sắc[166]. Trong đó, từng loại đều được phân biệt thành tạp vị[167], thanh tịnh[168], và vô lậu[169].]

[Bậc Chánh Giác] đã tuyên thuyết về tứ thiền và bốn định vô sắc. Như vậy, có tám loại thiền định[170], gồm bốn thiền và bốn vô sắc định.

Trong đó, từng loại thiền định được phân biệt thành tạp vị, thanh tịnh, và vô lậu. Sơ thiền có ba loại vị: tương ưng vị[171], thanh tịnh vị[172], và vô lậu vị[173]. Cũng như vậy, tất cả các thiền định khác đều có ba loại vị này.

Hỏi: Thế nào là tương ưng vị? Thế nào là thanh tịnh? Thế nào là vô lậu?

Đáp: **(150)**

Thiện hữu lậu thanh tịnh
Vô nhiệt não vô lậu
Tạp vị: khí, vị, ái
Tối thượng không tạp vị
Cũng không có vô lậu.

[Thiện hữu lậu là thanh tịnh. Không còn nhiệt não[174] gọi là vô lậu. Tạp vị là sự tương ưng với khí[175], vị[176], và ái[177]. Bậc tối thượng không còn tạp vị, cũng không có vô lậu.]

---

[166] *ārūpyasamāpatti*; 無色定
[167] *saṃsṛṣṭa*; 雜味
[168] *viśuddha*; 淨
[169] *anāsrava*; 無漏
[170] *aṣṭasamādhi*; 八定
[171] *samprayukta*; 相應
[172] *viśuddha*; 淨
[173] *anāsrava*; 無漏
[174] *nirūṣma*; 無熱
[175] *prāṇa*; 氣
[176] *rasa*; 味
[177] *tṛṣṇā*; 愛

Thiện hữu lậu là thanh tịnh, nghĩa là thiện pháp vốn thanh tịnh, nên gọi là thanh tịnh.

Không nhiệt não gọi là vô lậu, vì phiền não giả danh là nhiệt[178], nên thiền định không còn phiền não được gọi là vô lậu.

Tạp vị là sự tương ưng với khí, vị, và ái, nghĩa là các thiền và định vô sắc có sự tương ưng với ái, do đầy đủ các pháp cùng tương ưng và cùng vận hành, nên gọi là vị tương ưng[179].

Bậc tối thượng không có vô lậu, tức là ở phi tưởng phi phi tưởng xứ, trong đó không có vô lậu pháp, vì không có hành vi nhanh nhạy[180].

Như vậy, thiền có ba loại vị[181], các định khác cũng có ba loại tương tự.

Hỏi: Thiền có tự tính gì?

Đáp: **(151)**

Năm chi gồm giác, quán
Đồng thời, thống có ba

---

[178] uṣma; 熱

[179] samprayukta; 味相應

[180] na kṣiprapravṛtti; 不捷疾行. Dựa trên các tham chiếu: 捷疾 có thể là đặc điểm của thánh đạo (āryamārga; 聖道), được mô tả là nhanh chóng, mau lẹ (kṣipra) trong AH2 856b. Điều này phù hợp với quan điểm A-tì-đạt-ma rằng con đường giác ngộ của bậc Thánh nhân có tính chất nhanh chóng, tức là khi đạt đến thánh đạo thì sự chuyển hóa tâm thức diễn ra tức thì, không chậm trễ. AH2 856b thêm rằng: "Thánh đạo (āryamārga; 聖道) là nhanh chóng, mau lẹ. Điều này nhấn mạnh đặc tính tức thời và quyết định của thánh trí khi đạt đến giải thoát. *Bhavāgra* (hữu đỉnh; 有頂) không có định vô lậu (anāsrava-samādhi; 無漏定). Hữu đỉnh (bhavāgra; 有頂), tức phi tưởng phi phi tưởng xứ (naivasaṃjñānāsaṃjñāyatana; 非想非非想處), thuộc về hữu vi pháp (saṃskṛta; 有為法), không phải là cảnh giới vô lậu. Do đó, không có vô lậu định (anāsrava-samādhi; 無漏定) ở đây. Điều này phù hợp với *Abhidharmakośa* VI 292 và VIII 175, nơi mà hữu đỉnh vẫn thuộc hữu lậu, chưa đạt đến vô vi Niết-bàn.

[181] tri-vidha rasa; 三種

Nhiều loại tâm trong bốn
Được gọi là sơ thiền.

[Năm chi thiền bao gồm tầm (giác) và tư (quán), đồng thời cũng có ba loại thọ (thống). Có nhiều loại tâm trong bốn tâm[182], tất cả đều được gọi là sơ thiền.]

Ngũ chi là năm yếu tố giúp duy trì và củng cố sơ thiền, đồng thời cũng là lý do mà sơ thiền được đặt tên. Năm chi thiền này gồm:

Tầm (giác): khi sắp nhập định, khởi lên thiện công đức, dẫn đầu bởi ý niệm thô sơ.

Tứ (quán): khiến tâm trở nên vi tế, duy trì liên tục không gián đoạn.

Hỷ: sự hoan hỷ phát sinh khi an trú trong định.

Lạc: sau khi hoan hỷ, thân tâm đạt đến sự an ổn và khoái lạc.

Nhất tâm: tâm chuyên nhất vào đối tượng, không tán loạn.

Những yếu tố này được gọi là thiền chi, vì chúng duy trì trạng thái định. Chúng có mặt khi an trụ trong định, khi nhập định và khi xuất định, do đó được gọi là năm thiền chi.

Sơ thiền có tầm và tư, tức là hữu giác hữu quán, đây chính là đặc tính của sơ thiền.

Hỏi: Nếu sơ thiền đã có năm thiền chi, vậy tầm (giác) và tư (quán) có tác dụng gì?

Đáp: Chi thiền có nghĩa là thiện pháp. Trong năm thiền chi, có thể nói đến pháp nhiễm ô và pháp vô ký. Do đó, cũng có trường hợp có tầm và tư nhưng không phải là thiện pháp. Lại nữa, sơ thiền có ba loại thọ (thống):

Lạc căn[183]: thuộc về thân thọ lạc[184]

---

[182] *caturcitta*; 四心
[183] *sukhendriya*; 樂根
[184] *kāyika-sukha*; 身痛

Hỷ căn[185]: thuộc về ý thọ hỷ[186].

Hộ căn[187]: duy trì bốn thức.

Nhiều loại: trong Phạm thế[188] có nhiều chủng loại, có cao có thấp. Điều này nói về sự sinh khởi đầy đủ trong cảnh giới sơ thiền.

Bốn tâm (caturcitta; 四心) của sơ thiền gồm: nhãn thức, nhĩ thức, thân thức, ý thức.

Khi nói "đó là sơ thiền"[189], tức là tất cả các pháp này đều thuộc về sơ thiền.

Sơ thiền đã được giải thích xong. Tiếp theo, sẽ nói về nhị thiền

(152) *Hai thọ, nhiều chủng loại*
Nhị thiền có bốn chi
Tam thiền có năm chi
Nhị thiền nói hai thọ.

[Nhị thiền có hai loại thọ[190] và nhiều chủng loại khác nhau. Nhị thiền có bốn thiền chi. Tam thiền có năm thiền chi. Trong thiền này (chỉ nhị thiền), cũng nói đến hai loại thọ.]

Hai loại thọ trong nhị thiền gồm: 1. Hỷ căn; 2. Hộ căn.

Trong nhị thiền có nhiều chủng loại: khi thân đã nhập vào nhị thiền, có nhiều tâm khác nhau, vì đã lìa khỏi tầm (giác) và tứ (quán). Khi nhập định, có lúc tâm trụ vào hỷ căn, có lúc trụ vào hộ căn. Tuy nhiên, hỷ căn là căn bản, còn hộ căn chỉ đóng vai trò phụ trợ.

Nhị thiền có bốn thiền chi: 1. Nội tịnh[191] (nội tâm thanh tịnh); 2. Hỷ (hoan hỷ trong định); 3. Lạc (an lạc trong thân tâm); 4. Nhất tâm (tâm chuyên nhất, không tán loạn).

---

[185] *prītīndriya*; 喜根
[186] *mānasika-prīti*; 意地
[187] *rakṣendriya*; 護根
[188] *brahmaloka*; 梵世
[189] *tad ucyate prathama-dhyāna*; 謂之是初禪
[190] *vedanā*: 受 thọ; chánh văn ghi *thống* 痛
[191] *adhyātmaśuddhi*; 內淨

Nội tịnh được gọi là tín, vì trong trạng thái lìa bỏ, niềm tin sinh khởi. Khi đã đạt sơ thiền và lìa bỏ tầm (giác) và tứ (quán), hành giả khởi niệm rằng: "Tất cả đều có thể lìa bỏ"[192].

Các thiền chi còn lại được giải thích như trước.

Những yếu tố này trong nhị thiền được gọi là thiền chi.

Tam thiền có năm thiền chi:

Lạc: thuộc về ý thức địa[193], tức là lạc căn.

Hộ[194]: đã an trú trong lạc, không tìm cầu gì khác (có người nói: hộ tuy có ý nghĩa, nhưng không nên gọi là thiền chi.)

Niệm: phương tiện hộ trì, không để mất định.

Trí: không để lạc khởi lên quá mức.

Nhất tâm: chính là định.

Những yếu tố này trong tam thiền được gọi là thiền chi.

Tam thiền có hai loại thọ: 1. Lạc căn: Là căn bản; 2. Hộ căn: Là yếu tố phụ trợ.

(153) *Lìa hơi thở ra vào*
Tứ thiền có bốn chi
Chi này gọi là thiện
Phân biệt theo từng loại.

[Lìa hơi thở vào, hơi thở ra, tứ thiền có bốn thiền chi. Những chi này được gọi là thiện, cũng được phân biệt theo từng loại.]

Lìa hơi thở vào, hơi thở ra[195], tức là không còn hiện tượng hơi thở vào và hơi thở ra trong tứ thiền. Vì sao vậy? Bởi nhờ vào định lực, các lỗ chân lông trên thân đều đóng lại.

---

[192] *sarvaṃ heyam iti*; 一切可離
[193] *mānasika-bhūmi*; 意識地
[194] *rakṣa*; 護
[195] *niśvāsa-prasvāsa-viviktatā*; 離息入息出

Tứ thiền có bốn thiền chi: 1. Bất khổ bất lạc[196]: cầu lìa khỏi khổ thọ (duḥkha-vedanā; 苦受) và lạc thọ (sukha-vedanā; 樂受), an trú trong trạng thái trung tính. Các yếu tố còn lại giống như đã giải thích trước đây.

Hỏi: Những thiền chi nào tương ưng với thiền?

Đáp: Những chi này được gọi là thiện, vì vậy chúng tương ưng với thiện thiền chi[197]. Chúng không phải là pháp nhiễm ô cũng không phải là pháp vô ký.

Cũng được phân biệt theo từng loại, có nghĩa là các loại thiền chi đã được giải thích theo từng bậc. Cần biết rằng ở những địa khác không có những thiền chi này. Chẳng hạn, Trong sơ thiền, có tầm (giác) và tứ (quán), cùng với bốn tâm thức. Những thiền chi này không có ở các bậc khác.

Trong tứ thiền, lìa khỏi hơi thở vào và hơi thở ra, điều này không có ở ba bậc thiền trước, vì thế không nên đề cập đến nó ở đó.

Đã trình bày xong tứ thiền và bốn định vô sắc. Bây giờ sẽ tiếp tục nói về các phần còn lại.

Hỏi: Như Đức Thế Tôn đã dạy, có căn bản y chỉ[198], nhưng nếu chưa lìa dục, thì chưa có căn bản y chỉ. Tuy nhiên, vẫn có thể có công đức vô lậu[199]. Công đức vô lậu này thuộc về địa nào?

Đáp: Thuộc về vị lai thiền. Lại nữa, Đức Thế Tôn dạy có ba loại định: 1. Hữu giác hữu quán[200]; 2. Vô giác thiểu quán[201]; 3. Vô giác vô quán[202].

Trong đó: Sơ thiền thuộc về hữu giác hữu quán. Nhị thiền thuộc về vô giác vô quán.

---

[196] aduḥkhāsukha; 不苦不樂
[197] kuśala-dhyānāṅga; 善禪枝
[198] mūlāśraya; 根本依
[199] anāsrava-guṇa; 無漏功德
[200] savitaraka-savicāra; 有覺有觀
[201] avitaraka-saṃsmṛticāra; 無覺少觀
[202] avitaraka-avicāra; 無覺無觀

Hỏi: Vậy định vô giác thiểu quán thuộc về địa nào?

Đáp: Thuộc trung gian thiền.

Bây giờ, sẽ trình bày về tướng trạng của vị lai thiền và trung gian thiền.

(154) *Tương ưng với giác, quán*
Đều thuộc vị lai thiền
Tương ưng thuộc trung gian
Bậc minh trí tuyên thuyết.

[Tương ưng với tầm (giác) và tư (quán) đều thuộc vị lai thiền. Quán tương ưng[203] thuộc về trung gian thiền, như bậc minh trí[204] đã tuyên thuyết.]

Tương ưng với tầm (giác) và tứ (quán) đều thuộc vị lai thiền, nghĩa là trong vị lai thiền vẫn còn tầm và tứ.

Quán tương ưng thuộc trung gian thiền, như bậc minh trí đã tuyên thuyết, có nghĩa là trong trung gian thiền, chỉ còn tứ (giác) mà không còn tầm (quán). Ở đó, tâm dần dần an tĩnh, hơi thở cũng dần dần chấm dứt.

(155) *Vô y gồm hai loại*
Ngoại trừ tương ưng vị
Trung gian thiền có ba
Chỉ có một loại thọ.

[Vô y[205], nhưng có hai loại, ngoại trừ loại tương ưng với vị[206].

---

[203] *vicāra-saṃprayukta*; 觀相應
[204] *jñānavara*; 明智
[205] *nirāśraya*; 無依: vô y; ở đây có nghĩa là không còn nương vào các yếu tố thô hơn của thiền trước, đặc biệt là tầm, tứ và sự chấp trước vào lạc thọ của thiền định. Đây là quá trình chuyển từ thiền hữu giác hữu quán sang trạng thái vi tế hơn, dẫn đến các tầng thiền cao hơn như vô sắc định (*ārūpyasamāpatti*; 無色定).
[206] *rasa-saṃprayukta*; 味相應 vị tướng định: Vị ở đây chỉ cho sự tham đắm vào lạc thọ trong thiền. Khi tâm đạt đến trung gian thiền, không còn nương tựa vào cảm giác thích thú của thiền vị nữa, mà chỉ duy trì sự

Trung gian thiền có ba loại, nhưng cả hai đều được nói là chỉ có một loại thọ.]

Vô y, nhưng có hai loại, ngoại trừ loại tương ưng với vị, có nghĩa là vị lai thiền hoàn toàn thuộc về thiện hữu lậu và vô lậu.

Hữu lậu thiền là thanh tịnh, tức là thuộc về thiện pháp nhưng vẫn còn phiền não tàn dư.

Vô lậu thiền thì hoàn toàn vô lậu, không còn ô nhiễm.

Trung gian thiền có ba loại: 1. Tương ưng với vị[207]; 2. Thanh tịnh[208]; 3. Vô lậu[209].

Trung gian thiền vẫn thuộc phạm vi sinh tử, tức là chưa đạt đến giải thoát hoàn toàn.

Cả hai loại thiền đều có một loại thọ. Vị lai thiền và trung gian thiền đều chỉ có một loại thọ, đó là hộ căn thọ[210]. Chúng không thuộc về căn bản địa (nghĩa là chúng chưa đạt đến nền tảng vững chắc của các tầng thiền định cao nhất).

Đã trình bày xong các thiền định cùng với những công đức khác. Trong đó, những yếu tố còn lại sẽ được trình bày tiếp theo.

(156) *Tam-ma-đề hữu thông*
Vô lượng, tu các pháp
Trừ nhập định, các trí
Nơi giải thoát khởi sinh.

[Tam-ma-đề hữu thông, vô lượng, tu tập tất cả pháp. Ngoại trừ giai đoạn nhập định và các trí, sự giải thoát được khởi sinh trong đó.]

Tam-ma-đề có ba loại: 1. Không tam-ma-đề[211]: (Định về tánh

ổn định của định lực.

[207] Vẫn còn chấp trước vào hỷ lạc của thiền.
[208] Đã loại bỏ chấp trước nhưng vẫn thuộc hữu lậu.
[209] Đạt đến trạng thái hoàn toàn thanh tịnh, không còn phiền não.
[210] rakṣendriya-vedanā; 護根痛
[211] śūnyatā-samādhi; 空三摩提. Tham khảo *Câu-xá luận* VIII.

không); 2. Vô nguyện tam-ma-đề[212]: (Định về sự không mong cầu); 3. Vô tướng tam-ma-đề[213]: (Định về sự không chấp trước vào tướng). Các tam-ma-đề này giúp tâm giải thoát khỏi sự trói buộc của các pháp hữu lậu, đưa đến vô lậu giải thoát.

Hữu thông: nghĩa là có sáu loại thần thông: 1. Như ý túc trí[214]: (Thần thông về sự tự tại trong vận hành thân và tâm). 2. Thiên nhĩ trí[215]: (Nghe được âm thanh ở thế gian và ngoài thế gian). 3. Tha tâm trí[216]: (Biết rõ tâm ý của người khác). 4. Túc mạng trí[217]: (Nhớ được tiền kiếp của chính mình và của chúng sinh). 5. Sinh tử trí[218]: (Biết rõ sự sinh tử của chúng sinh trong lục đạo). 6. Lậu tận trí[219]: (Trí tuệ đoạn tận phiền não, chứng đắc giải thoát).

Vô lượng: bốn vô lượng tâm: 1. Từ (ban vui cho tất cả chúng sinh). 2. Bi (cứu khổ cho tất cả chúng sinh). 3. Hỷ (hoan hỷ trước thiện nghiệp của chúng sinh). 4. Xả[220] (bình đẳng, không chấp trước). Vì tâm từ, bi, hỷ, xả hướng đến vô lượng chúng sinh, nên gọi là vô lượng.

Tu tập tất cả pháp: nghĩa là có mười loại nhất thiết nhập[221]: 1. Địa nhất thiết nhập[222] (Nhập vào pháp quán về đất). 2. Thủy nhất thiết nhập[223] (Nhập vào pháp quán về nước). 3. Hỏa nhất thiết nhập[224] (Nhập vào pháp quán về lửa). 4. Phong nhất thiết nhập[225] (Nhập vào

---

[212] *apraṇihita-samādhi*; 無願三摩提
[213] *ānimitta-samādhi*; 無相三摩提
[214] *ṛddhipāda-jñāna*; 如意足智
[215] *divyaśrotra-jñāna*; 天耳智
[216] *paracittajñāna*; 他心通智
[217] *pūrvanivāsajñāna*; 憶宿命智 Đại Chánh: Ức túc mạng trí
[218] *cyutyupapādajñāna*; 生死智
[219] *āsravakṣayajñāna*; 漏盡通智
[220] *upekṣā*; 護, tức 捨
[221] *daśa sarvākārāḥ praveśāḥ*; 十一切入
[222] *pṛthivī-sarvākāra-praveśa*; 地一切入
[223] *pṛthivī-sarvākāra-praveśa*; 地一切入
[224] *tejas-sarvākāra-praveśa*; 火一切入
[225] *vāyu-sarvākāra-praveśa*; 風一切入

pháp quán về gió). 5. Thanh sắc nhất thiết nhập²²⁶ (Nhập vào pháp quán về sắc xanh). 6. Hoàng sắc nhất thiết nhập²²⁷ (Nhập vào pháp quán về sắc vàng). 7. Xích sắc nhất thiết nhập²²⁸ (Nhập vào pháp quán về sắc đỏ). 8. Bạch sắc nhất thiết nhập²²⁹: (Nhập vào pháp quán về sắc trắng). 9. Vô lượng không xứ nhất thiết nhập²³⁰ (Nhập vào pháp quán về không vô biên xứ). 10. Vô lượng thức xứ nhất thiết nhập²³¹: (Nhập vào pháp quán về thức vô biên xứ).

Ngoại trừ giai đoạn nhập định, có tám loại: 1. Trừ sắc tưởng, bất tịnh quán với cảnh giới nhỏ²³². 2. Trừ sắc tưởng, bất tịnh quán với cảnh giới rộng lớn²³³. 3. Trừ sắc tướng với cảnh giới nhỏ²³⁴. 4. Trừ sắc tướng với cảnh giới rộng lớn²³⁵. 5. Trừ sắc tưởng với quán sắc xanh²³⁶. 6. Trừ sắc tưởng với quán sắc vàng²³⁷. 7. Trừ sắc tưởng với quán sắc đỏ²³⁸. 8. Trừ sắc tưởng với quán sắc trắng²³⁹

Vì quán cảnh giới thanh tịnh, nên gọi là *trừ nhập*²⁴⁰.

Và các trí, nghĩa là có mười loại trí, như đã trình bày trước.

Sự giải thoát được khởi sinh trong đó, có tám loại giải thoát: (1) Chưa diệt trừ tưởng về sắc mà quán bất tịnh; (2) Đã trừ tưởng về sắc mà quán bất tịnh; (3) Quán tưởng thanh tịnh; (4–7) Bốn vô sắc; (8)

---

[226] *nīla-sarvākāra-praveśa*; 青一切入
[227] *pīta-sarvākāra-praveśa*; 黃一切入
[228] *lohita-sarvākāra-praveśa*; 赤一切入
[229] *avadāta-sarvākāra-praveśa*; 白一切入
[230] *ākāśānantya-sarvākāra-praveśa*; 無量空處一切入
[231] *vijñānānantya-sarvākāra-praveśa*; 無量識處一切入
[232] *antar nāma*
    rūpasaṃjñā-apraśrabdhi-alpaviṣaya; 內未除色想不淨觀少境界一
[233] *mahāviṣaya*; 無量境界二
[234] *rūpanimitta-apraśrabdhi-alpaviṣaya*; 除色相少境界三
[235] *mahāviṣaya-prahāṇa-praveśa*; 除色相 無量境界
[236] *nīla-saṃjñā-prahāṇa-praveśa*; 除色想青觀除入
[237] *pīta-saṃjñā-prahāṇa-praveśa*; 除色想黃觀除入
[238] *lohita-saṃjñā-prahāṇa-praveśa*; 除色想赤觀除入
[239] *avadāta-saṃjñā-prahāṇa-praveśa*; 除色想白觀除入
[240] *prahāṇa-praveśa*; 除入

Định diệt tận.²⁴¹

Vì cảnh giới trái ngược mà không hướng tới²⁴², nên gọi là giải thoát.

Khởi sinh trong đó, nghĩa là những công đức này có thể chứng đắc trong chín địa, và khởi sinh trong đó. (Có người nói²⁴³: "Nên tính là

---

²⁴¹ Tám giải thoát (S. *aṣṭa-vimokṣa*, Hán: 八解脫) là một hệ thống tu định trong truyền thống Phật giáo, đặc biệt được liệt kê trong các kinh thuộc hệ Nikāya và A-hàm. Ba loại đầu tiên thuộc sắc giới: (1) Quán tưởng bất tịnh trong khi vẫn còn sắc tưởng; (2) Quán tưởng bất tịnh sau khi đã ly sắc tưởng; (3) Quán tưởng thanh tịnh (tức quán thân có sắc đẹp, ví dụ như thiên nữ). Bốn loại kế tiếp là các tầng định vô sắc: (4) Không vô biên xứ (*ākāśānantyāyatana*), (5) Thức vô biên xứ (*vijñānānantyāyatana*), (6) Vô sở hữu xứ (*akiṃcanyāyatana*), (7) Phi tưởng phi phi tưởng xứ (*naivasaṃjñānāsaṃjñāyatana*). Cuối cùng (8) là diệt tận định (*nirodhasamāpatti*), tức trạng thái đình chỉ cả thọ và tưởng, dành cho bậc A-la-hán và A-na-hàm.

²⁴² Hán: 境界背不向: có nghĩa các giải thoát này không còn hướng về trần cảnh, không bị dẫn động bởi vọng tâm, nên được gọi là "giải thoát".

²⁴³ Thuyết thêm địa thứ mười là Diệt tận định" trong hệ thống Cửu địa (九地), đây là một dị biệt trong hệ thống phân loại định tuệ được các bộ phái Phật giáo hậu kỳ triển khai. Theo *Câu-xá luận* quyển 9 (CBETA, T29, no. 1558, p.47a), chín địa được trình bày như sau: 1–4. Tứ tĩnh lự (四靜慮): sơ thiền đến tứ thiền. 5–8. Tứ vô sắc định (四無色定): không vô biên xứ đến phi tưởng phi phi tưởng xứ. 9. Diệt tận định (滅盡定): trạng thái đình chỉ thọ và tưởng, vượt ngoài cả bốn vô sắc định. Tuy nhiên, trong một số luận giải và các kinh văn về thiền định (đặc biệt trong Du-già hành tông và các hệ thống về "Thập địa", xuất hiện thuyết thêm một địa thứ mười để phân biệt rõ Diệt tận định như một tầng chứng đắc vượt ngoài vô sắc. Tức là: 1–4: bốn thiền; 5–8: bốn vô sắc; 9: đẳng chí địa (tức là địa của Vô tưởng định); 10: Diệt tận định. Thuyết này không phải là chủ lưu của Thượng tọa bộ (*Theravāda*) hay Phân biệt thuyết bộ (*Vibhajyavāda*), mà xuất hiện trong các luận sớ hậu kỳ, đặc biệt là các luận thư của Nhất thiết hữu bộ (*Sarvāstivāda*) như *A-tì-đạt-ma Đại tỳ-bà-sa luận* (*Abhidharma-mahāvibhāṣā*) quyển 105 có phân biệt rõ "cửu địa" là địa sở y của

mười địa".)

Đã trình bày về các công đức có thể chứng đắc. Tiếp theo, sẽ trình bày về công đức có thể đạt được tùy theo từng địa.

(157) *Nhất tuệ, bi, hộ, từ*
Có năm loại thần thông
Giảng rộng trong tứ thiền
Trong sáu, có hiện trí.

[Nhất tuệ[244], bi, hộ[245], và từ, thuộc về năm loại thần thông. Được nói rộng khắp trong tứ thiền. Trong sáu loại, có hiện tiền trí[246].]

Nhất tuệ, bi, hộ, từ cũng có năm loại thần thông, được giảng rộng trong tứ thiền: Nhất tuệ: ở đây chỉ tha tâm trí.

Ba vô lượng (bi, hộ, từ) và năm loại thần thông, ngoại trừ lậu tận thông (trong lục thông) đều là những công đức chỉ có trong căn bản tứ thiền, không thuộc các địa khác.

Trong sáu loại có hiện tiền trí: Hiện trí tức là pháp trí. Pháp trí này hiện hữu trong sáu địa, bao gồm: Căn bản tứ thiền, Vị lai thiền, Trung gian thiền.

(158) *Trừ nhập nói bốn loại*
Trong đó còn có hỷ
Trong sơ, nhị giải thoát
Công đức sơ nhị thiền.

[Trong các loại *trừ nhập* có bốn loại được nói đến, trong đó cũng có hỷ. Giải thoát thứ nhất và thứ hai, công đức thuộc về sơ thiền và nhị thiền.]

Bốn loại *trừ nhập* đầu tiên có hỷ, v.v.., và hai giải thoát đầu tiên.

---

các định và tuệ, nhưng lại có phần luận nghị phân biệt thêm tầng thứ mười là Diệt tận định (*Nirodhasamāpatt*)i, khiến một số luận sư về sau này đưa nó vào hệ thống "thập địa".

[244] *eka-prajñā*; 一慧
[245] *rakṣā*; 護
[246] *pratyakṣajñāna*; 現智

Những công đức này chỉ thuộc về sơ thiền và nhị thiền, không liên quan đến các tầng thiền khác.

(159) *Trừ nhập có hữu dư*
Cùng đệ nhất giải thoát
Cùng tám nhất thiết nhập
Phật thuyết tối thượng thiền.

[*Trừ nhập* có những trường hợp còn lại, cùng với giải thoát thứ nhất[247]. Cũng có tám loại nhất thiết nhập[248], Đức Phật đã tuyên thuyết về tối thượng thiền[249].]

Bốn loại *trừ nhập* sau thuộc về thanh tịnh giải thoát.

Tám loại *nhất thiết nhập* trước, những công đức này chỉ thuộc về tứ thiền, không liên quan đến các tầng thiền khác.

(160) *Các giải thoát còn lại*
Nội dung như tên gọi
Hai loại nhất thiết nhập
Diệt tận định tối hậu
Ngoài ra, chín vô lậu.

[Các giải thoát còn lại chính là những gì đã được tuyên thuyết. Hai loại *nhất thiết nhập* cũng như vậy. Diệt tận định là tối hậu. Chín loại còn lại được gọi là vô lậu.]

Các giải thoát còn lại chính là những gì đã được tuyên thuyết. Bốn giải thoát còn lại được đặt tên theo chính nội dung của chúng

Hai loại *nhất thiết nhập* cũng có tính chất tương tự.

Giải thoát của không vô biên xứ và nhập vào không vô biên xứ. Những pháp này đều thuộc về cảnh giới của không vô biên xứ.

Tương tự, điều này cũng áp dụng cho các tầng thiền cho đến phi tưởng phi phi tưởng xứ.

---

[247] *prathama-vimokṣa*; 解脫一
[248] *sarvākārāḥ praveśāḥ*; 一切入
[249] *parama-dhyāna*; 最上禪

Diệt tận định là tối hậu, diệt tận định không thuộc về phi tưởng phi phi tưởng xứ.

Vì sao vậy? Nghĩa là dù chưa hoàn toàn lìa bỏ dục, vẫn có thể nhập vào các tầng thiền cao hơn.

Chín loại còn lại được gọi là vô lậu. Chín pháp vô lậu thuộc về chín địa. Những pháp này bao gồm:

Ba tam-ma-địa (1) [Không, vô nguyện, vô tướng].

Bảy trí (7). [Bảy loại trí tuệ được đề cập trong hệ thống A-tì-đạt-ma.]

Lậu tận thông (1). [Trí tuệ đoạn tận phiền não.]

Các pháp này được an lập trong chín địa, gồm: tứ thiền, ba vô sắc định, vị lai thiền, và trung gian thiền.

Đẳng trí thuộc về mười địa, bao gồm cả phi tưởng phi phi tưởng xứ có thể chứng đắc trong cảnh giới này, vì số lượng các định là cố định.

Hỏi: Những công đức này, bao nhiêu thuộc về hữu lậu, bao nhiêu thuộc về vô lậu?

Đáp: **(161)**

> *Nên biết ba giải thoát*
> *Gồm hữu lậu vô lậu*
> *Định, trí đã giải thích*
> *Còn lại thuộc hữu lậu.*

[Nên biết ba giải thoát có cả hữu lậu vô lậu. Các loại định và trí đã được giải thích rõ.

Ngoại trừ những pháp này, tất cả còn lại đều thuộc về hữu lậu.]

Nên biết ba giải thoát có cả hữu lậu vô lậu: giải thoát của không vô biên xứ, giải thoát của thức vô biên xứ, giải thoát của vô sở hữu xứ; những pháp này có thể thuộc về cả hữu lậu lẫn vô lậu.

Định và trí không có phân biệt. Định được giảng trong Khế kinh phẩm[250].

---

[250] 契經品; *sūtra-vagga*: Khế kinh phẩm

Vô lậu trí và các thần thông được trình bày trong Trí phẩm[251].

Những pháp còn lại đều thuộc về hữu lậu. Tất cả các công đức còn lại đều thuộc về hữu lậu.

(Vì sao vậy?) Vì chúng tương ưng với: 1. Ba loại thần thông hữu lậu[252] (tức là thiên nhĩ thông, tha tâm thông, và túc mạng thông); 2. Các hành vi oai nghi liên quan đến sắc, thanh, thọ, tưởng.

Duyên theo vô lượng chúng sinh, tức là vẫn còn chấp trước vào pháp thế gian.

Nhất thiết nhập, tức là còn chấp vào ý giải và mong cầu.

Ba giải thoát cũng như vậy (nghĩa là chúng có chung tính chất với các pháp đã được giảng trước đó).

Phi tưởng phi phi tưởng không thuộc về các hành vi nhanh chóng, mau lẹ (vì trạng thái tâm tại đó cực kỳ vi tế, không còn các động lực mạnh mẽ để khởi tác ý).

Tưởng và trí đều diệt, lìa khỏi giác và quán (tức là tâm không còn phân biệt, cũng không có suy luận hay phản tư).

Trừ nhập cũng thuộc về ý giải và mong cầu (nghĩa là quá trình loại trừ chướng ngại khi nhập định vẫn còn liên quan đến tác ý và kỳ vọng).

Đã trình bày về các tướng trạng của các công đức, bây giờ sẽ nói về sự thành tựu của chúng.

(162) *Chưa vượt qua dục giới*
Thành thiền vị tương ưng
Vượt dưới chưa đến trên
Thành tựu thanh tịnh thiền.

[Chưa thể vượt qua dục giới, thành tựu thiền vị tương ưng. Vượt qua bậc dưới nhưng chưa đến bậc trên, thành tựu các thiền thanh tịnh.]

---

[251] 智品; *jñāna-vagga*: Trí phẩm.
[252] *traya-sāsrava-abhijñā*; 三通: tam thông

Chưa thể vượt qua dục mà thành tựu thiền vị, nghĩa là nếu chưa lìa dục, thì ở nơi địa đó, thì ở địa ấy, sự thành tựu là một độ tương ưng với vị²⁵³ lạc.

Vượt khỏi bậc dưới nhưng chưa đến bậc trên mà thành tựu các thiền thanh tịnh, nghĩa là đã lìa dục của dục giới nhưng chưa sinh lên các tầng cao hơn của Phạm thế, thì liền thành tựu sơ thiền thanh tịnh cùng với các công đức hữu lậu thuộc sơ thiền. Tất cả những điều này cần phải được thấu triệt.

(163) *An trụ bậc cao hơn*
Thành tựu thiền vô lậu
Cầu đạt các công đức
Không ở trong vô dục.

[825a] [Nên biết khi an trụ ở bậc cao hơn, sẽ thành tựu thiền vô lậu. Các công đức đạt được do tu tập không nằm trong trạng thái vô dục.]

Nên biết khi an trụ ở bậc cao hơn, sẽ thành tựu thiền vô lậu, nghĩa là khi đã lìa dục của bậc dưới và an trú ở bậc trên, vẫn có thể thành tựu vô lậu của bậc dưới. Như khi thấy đạo và lìa dục, an trú ở bậc trên của Phạm thế, sẽ thành tựu vô lậu sơ thiền, cùng với các công đức vô lậu như định và các pháp thuộc sơ thiền. Tất cả những điều này cần

---

253 S: *rasa*; 味vị. *Tạp A-hàm kinh* (SA 294) : 「眾生著於色，以味著故，於色生愛。」
Việt dịch: Chúng sinh đắm vị nơi sắc, do đắm vị nên sinh ái đối với sắc. Ở đây, "vị" là yếu tố trung gian dẫn đến ái nhiễm và tái sinh, cho thấy *rasa* 味vị không phải là khách thể mà là cảm thọ lạc và xu hướng hưởng thụ. Ở cấp độ đó, Hành giả chưa thoát khỏi dục (về mặt tâm lý), nhưng đã đạt được một số thành tựu về định, tức là đã có định lực, nhưng định ấy vẫn còn nhuốm màu lạc vị, nghĩa là hành giả hưởng lạc trong định, hoặc thọ lạc trong dục cảnh mà cho đó là chứng đắc. Do đó, "vị tương ưng độ" (味相應度) ở đây không phải là "giải thoát vị", mà là mức độ thành tựu trong khi tâm còn dính mắc vào cảm thọ lạc. Đây không phải giải thoát (*vimokṣa*) chân thực, mà là mức chứng tạm thời, chưa vượt khỏi hữu lậu.

phải được thấu triệt.

Các công đức thế tục tùy thuộc vào nơi sinh khởi, còn vô lậu thuộc về sự đoạn diệt. Vì vậy, khi lìa bỏ nơi sinh khởi, chỉ xả bỏ các công đức hữu lậu, chứ không xả bỏ các công đức vô lậu.

Cầu đạt các công đức, nên biết không phải tất cả công đức đều đạt được khi lìa dục, vì lìa dục của bậc dưới vẫn thành tựu công đức ở bậc trên như đã nói trước đó. Như các thần thông: như ý túc trí, thiên nhãn trí, thiên nhĩ trí, đều có tính vô ký.

Các loại dục và diệt tận định, những điều này đạt được không phải chỉ khi lìa dục của bậc dưới.

Đã nói về sự thành tựu, bây giờ sẽ trình bày về nhân duyên.

Các loại định có hai mươi ba loại: tám loại tương ưng với thiền vị, tám loại thanh tịnh, và bảy loại vô lậu.

Hỏi: Mỗi loại trong số này có bao nhiêu nhân?

Đáp: **(164)**

Pháp vô lậu vô nhiễm
Bảy loại gọi là nhân
Thiền tịnh, vị tương ưng
Mỗi loại chỉ một nhân.

[Diệu pháp vô lậu, không nhiễm ô, có bảy loại được gọi là nhân. Thiền thanh tịnh và thiền vị tương ưng, cần biết rằng mỗi loại chỉ có một nhân.]

Diệu pháp vô lậu, không nhiễm ô, có bảy loại được gọi là nhân, tức là mỗi loại vô lậu đều có bảy loại nhân: nhân tự nhiên, nhân tương ưng với địa, và nhân chung[254].

---

[254] Ở đây, ba loại nhân được nhắc đến có thể là những nhân đặc biệt quan trọng trong bối cảnh sinh khởi vô lậu thiền, còn bốn nhân đã được hàm ý trong những phần khác của luận giải. Bảy loại nhân theo A-tì-đạt-ma: 1. Tự nhiên nhân (*svabhāva-hetu*; 自然因): Tánh của vô lậu pháp vốn thanh tịnh, tự nó có khả năng sinh khởi mà không bị ô nhiễm. 2. Tương ưng nhân với địa (*sabhūmaka-hetu*; 自地相應

Thiền thanh tịnh và thiền vị tương ưng, cần biết rằng mỗi loại chỉ có một nhân. Như thiền vị tương ưng của sơ thiền, chỉ có thể do nhân của chính nó mà sinh khởi, không do nhân khác. Không phải nhân thiện, vì không tương tự. Không phải nhân của các địa khác có nhiễm ô, vì hành tướng trái ngược.

Sơ thiền thanh tịnh chỉ sinh khởi từ nhân thanh tịnh của chính sơ thiền, không thể do nhân nhiễm ô, vì chúng không tương ưng. Cũng không thể do nhân vô lậu, vì vô lậu không tương đồng (với hữu lậu sơ thiền). Cũng không thể do nhân thanh tịnh của địa khác, vì quả báo thuộc về chính địa đó, và cũng vì sự trói buộc của chính địa ấy. Tất cả những điều này cần phải được hiểu thấu triệt.

Đã trình bày về nhân duyên, bây giờ sẽ nói về thứ đệ duyên.

Hỏi: Trong mỗi lần sinh khởi theo thứ đệ, có bao nhiêu loại?

Đáp: **(165)**

Thứ đệ thiền thanh tịnh
Khởi sinh sáu loại thiền
Bảy, tám, chín hoặc mười

因): Mỗi vô lậu pháp chỉ sinh khởi trong địa tương ứng, như vô lậu trí chỉ sinh trong kiến đạo địa trở lên. 3. Nhân chung (*sādhāraṇa-hetu*; 共因): Các vô lậu pháp có thể chia sẻ một số nhân chung, như giới luật là nền tảng chung cho vô lậu định và vô lậu trí. 4. Tăng thượng nhân (*adhipati-hetu*; 增上因): Những điều kiện đặc biệt mạnh mẽ có thể thúc đẩy sự sinh khởi của vô lậu pháp. 5. Đẳng vô gián nhân (*samanantara-hetu*; 等無間因): Vô lậu tâm trong sát-na trước là nhân để vô lậu tâm trong sát-na sau sinh khởi mà không bị gián đoạn. 6. Biến hành nhân (*sarvatraga-hetu*; 遍行因): Một số nhân có thể tác động đến nhiều loại pháp khác nhau, như chánh niệm có thể hỗ trợ cả vô lậu định và vô lậu trí. 7. Quả tương ưng nhân (*vipāka-sabhāga-hetu*; 果相應因): Vô lậu pháp sinh khởi do quả của nhân duyên trong quá khứ tương ứng với nó. Tham khảo *Câu-xá luận* II, phẩm Phân biệt giới (分別界品).; *A-tì-đạt-ma Đại Tỳ-bà-sa luận*, quyển 138 – 140; *A-tì-đạt-ma Thuận chánh lý luận* (*Abhidharmanyāyānusāra-śāstra*; 阿毘達磨順正理論), quyển 90-92.

Tầng thiền và không định.

[Sau khi đạt được một tầng thiền thanh tịnh, có thể khởi sinh sáu loại thiền. Khi tu tập thiền và không định[255], có thể đạt đến bảy, tám, chín hoặc mười tầng thiền. Vô lậu sơ thiền[256] theo thứ đệ sinh khởi sáu loại thiền: gồm thanh tịnh tự địa[257] và vô lậu[258]. Tương tự như vậy, nhị thiền và tam thiền cũng có vô lậu.]

Sơ thiền vô lậu, theo thứ đệ mà sinh khởi sáu loại: hai thuộc tự địa thanh tịnh, và bốn thuộc vô lậu. Cũng như thế, đối với vô lậu của thiền thứ hai và thiền thứ ba.

---

[255] *śūnyatā-samādhi*; 空定
[256] *anāsrava-prathama-dhyāna*; 無漏初禪
[257] *sva-bhūmi-śuddhi*; 自地淨
[258] Sáu loại thiền trong vô lậu sơ thiền: 1. Hữu lậu sơ thiền thanh tịnh tự địa (*sāsrava-prathama-dhyāna-sva-bhūmi-śuddhi*; 有漏初禪自地淨): Sơ thiền thuộc địa của chính nó, vẫn còn hữu lậu nhưng đã đạt thanh tịnh. 2. Hữu lậu sơ thiền ảnh hưởng từ hạ địa (*sāsrava-prathama-dhyāna-adhobhūmi*; 有漏初禪下地影響): Sơ thiền chịu ảnh hưởng từ dục giới, chưa hoàn toàn lìa bỏ chướng ngại. 3. Hữu lậu sơ thiền ảnh hưởng từ thượng địa (*sāsrava-prathama-dhyāna-ūrdhvabhūmi*; 有漏初禪上地影響): Sơ thiền được tu tập với xu hướng hướng đến nhị thiền và các tầng thiền cao hơn. 4. Vô lậu sơ thiền thanh tịnh tự địa (*anāsrava-prathama-dhyāna-sva-bhūmi-śuddhi*; 無漏初禪自地淨): Sơ thiền vô lậu thuộc chính địa của nó, đã hoàn toàn đoạn trừ phiền não. 5. Vô lậu sơ thiền ảnh hưởng từ hạ địa (*anāsrava-prathama-dhyāna-adhobhūmi*; 無漏初禪下地影響): Sơ thiền vô lậu nhưng vẫn còn duyên đến các pháp của dục giới. 6. Vô lậu sơ thiền ảnh hưởng từ thượng địa (*anāsrava-prathama-dhyāna-ūrdhvabhūmi*; 無漏初禪上地影響): Sơ thiền vô lậu có xu hướng chuyển lên nhị thiền vô lậu.
Ba loại hữu lậu sơ thiền: (1) thuộc tự địa, (2) chịu ảnh hưởng của dục giới (hạ địa), (3) hướng đến nhị thiền (thượng địa).
Ba loại vô lậu sơ thiền: (4) thuộc tự địa, (5) vẫn còn liên hệ với dục giới, (6) có xu hướng chuyển lên nhị thiền vô lậu.
Cách phân loại này phản ánh tiến trình chuyển từ hữu lậu sang vô lậu, từ sơ thiền lên các tầng thiền cao hơn, theo hệ thống của A-tì-đạt-ma.

Vô sở hữu xứ, theo thứ đệ mà sinh khởi bảy loại: hai thuộc tự địa, bốn thuộc địa thấp, một thuộc địa cao.

Vô lậu của thiền thứ ba, theo thứ đệ sinh khởi tám loại: hai thuộc tự địa, hai thuộc địa thấp, bốn thuộc địa cao.

Vô lậu của Thức vô biên xứ, theo thứ đệ sinh khởi chín loại: hai thuộc tự địa, bốn thuộc địa thấp, ba thuộc địa cao.

Các loại vô lậu khác, theo thứ đệ sinh khởi mười loại: hai thuộc tự địa, bốn thuộc địa thấp, bốn thuộc địa cao.

(166) *Sáu thiền thanh tịnh sinh*
Bảy, tám, chín, mười một
Thiền tương ưng thiền vị
Hai phát khởi đến mười.

[Sáu loại thiền thanh tịnh sinh khởi bảy hoặc tám, chín, mười, mười một. Các thiền tương ưng với thiền vị, từ hai phát khởi đến mười[259].]

---

[259] Mười loại thiền tương ưng với thiền vị: 1. Hữu lậu thiền vị tự địa (*sāsrava-rasa-saṃprayukta-sva-bhūmi*; 有漏味相應自地): Thiền hữu lậu, còn chấp vào thiền vị của tự địa. 2. Hữu lậu thanh tịnh tự địa (*sāsrava-śuddha-sva-bhūmi*; 有漏淨自地): Thiền hữu lậu, đã đạt đến trạng thái thanh tịnh trong tự địa. 3. Hữu lậu thiền vị hạ địa (*sāsrava-rasa-saṃprayukta-adhobhūmi*; 有漏味相應下地): Thiền hữu lậu, còn chấp vào thiền vị của hạ địa. 4. Hữu lậu thanh tịnh hạ địa (*sāsrava-śuddha-adhobhūmi*; 有漏淨下地): Thiền hữu lậu, đạt đến trạng thái thanh tịnh trong hạ địa. 5. Hữu lậu thiền vị thượng địa (*sāsrava-rasa-saṃprayukta-ūrdhvabhūmi*; 有漏味相應上地): Thiền hữu lậu, còn chấp vào thiền vị của thượng địa. 6. Hữu lậu thanh tịnh thượng địa (*sāsrava-śuddha-ūrdhvabhūmi*; 有漏淨上地): Thiền hữu lậu, đạt đến trạng thái thanh tịnh trong thượng địa. 7. Vô lậu thiền vị tự địa (*anāsrava-rasa-saṃprayukta-sva-bhūmi*; 無漏味相應自地): Thiền vô lậu, còn chấp vào thiền vị của tự địa. 8. Vô lậu thanh tịnh tự địa (*anāsrava-śuddha-sva-bhūmi*; 無漏淨自地): Thiền vô lậu, đạt đến trạng thái thanh tịnh trong tự địa. 9. Vô lậu thiền vị thượng địa (*anāsrava-rasa-saṃprayukta-ūrdhvabhūmi*; 無漏味相應上地): Thiền vô lậu, còn chấp vào thiền vị của thượng địa. 10. Vô lậu

Sáu loại thanh tịnh có thể sinh khởi bảy, tám, chín hoặc mười, và từ đó có thể đạt đến mười một. Cảnh giới thanh tịnh của phi tưởng phi phi tưởng xứ theo thứ đệ sinh khởi sáu loại: gồm một loại tương ưng với thiền vị của tự địa, một loại thanh tịnh của tự địa, và bốn loại thuộc hạ địa. Cảnh giới thanh tịnh và vô lậu của vô sở hữu xứ và thức vô biên xứ không thuộc về loại tương ưng với thiền vị, vì đã xả bỏ dục đối với chúng. Tất cả điều này cần được hiểu thấu triệt: mọi thiền định đều có một loại tương ưng với thiền vị thuộc về địa của nó.

Các thiền tương ưng với thiền vị theo thứ đệ sinh khởi từ hai loại: một loại tương ưng với thiền vị thuộc tự địa[260] và một loại thanh tịnh. Chúng không sinh khởi từ các nhân khác, vì mỗi loại đều trái ngược nhau.

Như vậy, tất cả đều có hai loại thuộc tự địa và một loại thanh tịnh thuộc hạ địa. (Có người cho rằng: "Không nên có một loại thanh tịnh thuộc hạ địa")

Tất cả các loại thiền tương ưng với thiền vị sẽ sinh khởi vào thời điểm lâm chung[261]. Đã trình bày về thứ đệ duyên[262], bây giờ sẽ nói về sở duyên duyên[263].

Hỏi: Mỗi loại có bao nhiêu duyên?

Đáp: **(167)**

> *Thiền thanh tịnh, vô lậu*
> *Đều duyên tất cả địa*
> *Thiền tương ưng nhiễm ô*

---

thanh tịnh thượng địa (*anāsrava-śuddha-ūrdhvabhūmi*; 無漏淨上地): Thiền vô lậu, đạt đến trạng thái thanh tịnh trong thượng địa. Cách phân loại này dựa trên hệ thống A-tì-đạt-ma, đặc biệt là luận thuyết của Thuyết Nhất thiết hữu bộ trong *A-tì-đạt-ma Câu-xá luận* và *Đại Tỳ-bà-sa luận*.

[260] *sva-bhūmi-rasa-saṃprayukta*; 自地味相應
[261] *maraṇakāla*; 死時生
[262] *pūrvāpara-pratyaya*; 次第緣
[263] *ālambana-pratyaya*; 緣緣

Chỉ duyên địa chính nó.

[Thiền thanh tịnh và vô lậu tất nhiên duyên với tất cả các địa[264]. Thiền tương ưng với nhiễm ô chỉ duyên với địa của chính nó.]

Thiền thanh tịnh và vô lậu tất nhiên duyên với tất cả các địa, nghĩa là các thiền thanh tịnh và vô lậu đều duyên với tất cả các loại địa.

Thiền tương ưng với nhiễm ô chỉ duyên với địa của chính nó, nghĩa là thiền tương ưng với thiền vị chỉ duyên với thiền vị của tự địa và thiền thanh tịnh, nhưng không duyên với vô lậu, vì không có ái đối với vô lậu, cũng không có duyên với vô lậu; đồng thời, nó cũng không ưa thích các địa khác.

(168) *Vô sắc thiền không duyên*
Địa hữu lậu thấp hơn
Thiện pháp căn bản địa
Nhiễm, tương ưng thiền vị.

[Các thiền vô sắc không có năng lực duyên với các địa hữu lậu thấp hơn, khi chúng là thiện pháp thuộc căn bản địa. Các thiền nhiễm ô cũng giống như các thiền nhiễm ô.]

Các thiền vô sắc không có năng lực duyên với các địa hữu lậu thấp hơn, vì chúng cực kỳ tịch tĩnh.

Hỏi: Vì sao thiền vô sắc không thể duyên với các pháp hữu lậu thuộc địa thấp hơn?

Đáp: Thiện pháp có căn bản địa thanh tịnh[265], và thiền vô sắc vô lậu[266] chỉ duyên với tự địa và thượng địa, chứ không duyên với hạ địa.

Các thiền nhiễm ô cũng giống như các thiền tương ưng với thiền vị, thiền vô sắc cũng vậy

(169) *Ngoài ra thuộc sắc giới*
Công đức, các vô lượng

---

[264] AH2 858c: nhất thiết sự (*vastu*). Tham khảo *Câu-xá luận* VIII.
[265] *śuddha-mūla-bhūmi*; 根本地淨
[266] *anāsrava-ārūpyasamāpatti*; 無漏根本無色

Nhất định duyên dục giới
Thế Tôn từng tuyên thuyết.

[Đức Thế Tôn đã tuyên thuyết rằng các công đức khác thuộc về sắc giới, như các vô lượng v.v..., nhất định duyên với dục giới.]

Các công đức khác thuộc sắc giới, như các vô lượng[267] *v.v...*, nhất thiết nhập[268], trừ nhập[269], và giải thoát, chỉ duyên với dục giới và duyên với vô lượng chúng sinh chịu khổ. Các sắc như xanh v.v... thuộc về dục giới. Vì sao vậy? Vì thần thông[270] có thể duyên với cả hai giới: dục giới và sắc giới.

Hỏi: Đức Thế Tôn có giảng về huân thiền[271], điều đó nghĩa là gì?

Đáp: **(170)**

Khi huân tập các thiền
Y chỉ đệ tứ thiền
Ái ba địa đã tận
Tịnh cư quả thật chứng.

[Khi huân tập các thiền, thì phải nương vào tứ thiền. Vì ái dục của ba địa đã dứt, nên an trú trong Tịnh cư, giữa những bậc đạt quả thực chứng.]

Hỏi: Nếu tất cả người tu tập tứ thiền, thì vì nhân gì trong ba thiền

---

[267] *apramāṇa*; 無量
[268] *sarvākāra-praveśa*; 一切入
[269] *prahāṇa-praveśa*; 除入
[270] *abhijñā*; 神通
[271] 勳 huân; *vyavakīrṇa*. Câu-xá luận (*Abhidharmakośa* VI, 221-222), có 2 nghĩa chính: 1. Phân tán, rải khắp, được dùng trong ngữ cảnh huân tập các công đức vô lậu (*anāsrava*; 無漏) vào thiền định hoặc cảnh giới thanh tịnh; 2. Xông hương, làm thơm, theo luận giải trong *Đại Tỳ-bà-sa luận* (*Mahāvibhāṣā* 930b), thuật ngữ này được giải thích là: "Những gì thuộc về vô lậu, được rải khắp một tháp thờ (*caitya*; 塔). Trong ngữ cảnh huân thiền (*bhāvita-dhyāna*; 勳禪), *vyavakīrṇa* ám chỉ việc chuyển hóa thiền định thành vô lậu, thấm nhuần công đức và làm thanh tịnh các pháp.

đầu lại không có quả sinh ở cõi Tịnh cư?

Đáp: Nếu có thể tu tập các thiền, thì đều nương vào thiền thứ tư; do ái của ba địa trước đã đoạn tận, nên quả thực chứng sinh vào cõi Tịnh cư là từ tầng thiền thứ tư.

Nếu đạt được tứ thiền, thì có thể huân tập các thiền. Tứ thiền là thiền được huân tập trước, các thiền khác theo sau. Người đạt tứ thiền đã lìa ái của ba thiền trước, vì vậy không còn liên hệ với các địa thấp hơn.

Trong quả thực chứng của tịnh cư thiên[272], có người thưa hỏi Đức Thế Tôn về nguyện trí[273]. Hỏi: Nguyện trí có nghĩa là gì?

Đáp: **(171)**

> *Tánh vô trước bất động*
> *Chứng đắc nhất thiết định*
> *Do năng lực thiền định*
> *An trụ định tứ thiền.*

[Người có bản tính không chấp trước, tâm an tịnh bất động, là bậc có thể chứng đắc tất cả các định. Nhờ vào năng lực của thiền định, người ấy có thể đạt đến đỉnh cao của định và an trú trong tứ thiền.]

Trong đó, nếu tâm ấy khởi sinh các công đức, thì nguyện trí sẽ đứng đầu trong các công đức không tranh luận và biện giải.

Nguyện trí là trí tuệ có thể nhập định theo như sở nguyện, bất kể thuộc về quá khứ, vị lai hay hiện tại, cũng như thuộc về hữu vi hay vô vi – tất cả đều có thể thấu triệt.

Không tranh luận[274] có nghĩa là nếu muốn khiến tâm người khác không khởi lên sự tranh chấp, thì không nên khởi biện luận.

Các pháp, về nghĩa lý và vị[275], đều đã được quyết định rõ ràng;

---

[272] śuddhāvāsa; 淨居: tịnh cư

[273] praṇidhijñāna; 願智: nguyện trí

[274] avivāda; 不諍: bất tránh

[275] Hán: 諸法義及味決定: "Các pháp" (諸法) bao gồm tất cả các hiện tượng hữu vi và vô vi; "nghĩa" (義) là chân nghĩa, lý tánh; "vị" (味,

không còn nghi hoặc, không vướng mắc, không sợ hãi.

Hỏi: Nguyện trí, không tranh luận và biện giải được an lập trong địa nào?

Đáp: **(172)**

> *Nguyện trí trong ba địa*
> *Bất tránh y năm địa*
> *Pháp, từ biện hai địa*
> *Hai biện y chín địa.*

[Nguyện trí được an lập trong ba địa. Không tranh luận nương vào năm địa. Biện tài về pháp và biện tài về ngôn từ dựa vào hai địa. Cả hai loại biện tài đều được thành lập trong chín địa.]

Nguyện trí được an lập trong ba địa, gồm tứ thiền, sơ thiền và dục giới. Khi nhập vào tứ thiền, có thể hiểu rõ về sơ thiền và dục giới. Không tranh luận (vô tránh) được thành lập trong năm địa, bao gồm bốn căn bản thiền và dục giới, nhằm khiến tất cả không còn tranh chấp.

Biện tài về pháp[276] và *biện tài về ngôn từ*[277] được an lập trong *hai địa*. Pháp biện nương vào thiền vị, chỉ hiện hữu trong dục giới và phạm thiên giới, không xuất hiện ở các địa cao hơn, vì các tầng đó đã lìa giác và quán.

Biện tài về ngôn từ là trí tuệ tinh tuyển trong thiền vị, và cũng được thành lập trong hai địa: dục giới và phạm thiên giới.

Hai loại biện tài, gồm nghĩa biện[278] và ứng biện[279], được thành lập trong chín địa: tứ thiền, tứ tầng vô sắc định, và dục giới.

Đã giảng về sơ thiền, nên cũng cần hiểu rằng tương lai thiền và

---

rasa) là cảm thọ lạc, đặc biệt là sự thưởng vị pháp lạc (*dharmarasa*).

"Quyết định" (決定) nghĩa là đã thấu đạt, rõ biết, không còn do dự.

[276] *dharma-vyākaraṇa*; 法辯 pháp biện
[277] *nirukti-vyākaraṇa*; 辭辯 từ biện
[278] *arthavyākaraṇa*; 義辯
[279] *pratibhāna-vyākaraṇa*; 應辯

trung gian thiền cũng đã được trình bày, vì chúng thuộc về nhóm tương ứng với sơ thiền.

Hỏi: Làm sao có thể chứng đắc định này?

Đáp: **(173) [826a]**

Lìa dục nhưng vẫn sinh
Nên đắc thiền thanh tịnh
Thiền nhiễm thoái hoặc sinh
Thiền vô lậu tận dục.

[Lìa bỏ dục nhưng vẫn có thể sinh khởi, nhờ vậy mà đạt được thiền thanh tịnh.

Thiền nhiễm ô có thể bị thoái lui hoặc sinh khởi trở lại, trong khi thiền vô lậu chỉ có thể đạt được khi hoàn toàn đoạn tận dục.]

Lìa bỏ dục nhưng vẫn có thể sinh khởi, nhờ đó đạt được thiền thanh tịnh. Sơ thiền thanh tịnh có thể chứng đắc trong hai thời điểm: khi lìa dục và khi sinh vào Phạm thiên giới sau khi diệt ở địa trên. Tất cả điều này cần được hiểu thấu triệt.

Thiền nhiễm ô có thể bị thoái lui hoặc sinh khởi trở lại, nghĩa là thiền nhiễm ô tương ứng với thiền vị được chứng đắc khi thoái lui, tức là khi sự trói buộc trong dục giới hoặc Phạm thiên giới suy giảm.

Thiền tương ưng với thiền vị của sơ thiền được chứng đắc khi sinh khởi, nghĩa là khi mạng chung ở địa trên mà sinh trở lại dục giới hoặc Phạm thiên giới.

Sơ thiền tương ưng với thiền vị cũng theo quy luật này, tất cả cần được thấu triệt.

Thiền vô lậu chỉ có thể đạt được khi hoàn toàn đoạn tận dục, nghĩa là bậc Thánh nhân khi đã lìa dục, ngay lúc đó chứng đắc vô lậu sơ thiền. Tất cả điều này cần được hiểu rõ.

Hỏi: Ai có thể dùng công đức này để đoạn trừ phiền não?

Đáp: **(174)**

Vô lậu trừ phiền não

An lập định trung gian
Các loại định trung gian
Đều tương ưng hộ căn.

[Vô lậu có thể đoạn trừ phiền não và cũng được an lập trong các trạng thái định trung gian. Tất cả các loại định trung gian đều tương ưng hộ căn.]

Vô lậu có khả năng đoạn trừ phiền não, và sơ thiền vô lậu có thể trừ phiền não trong tám địa. Tất cả điều này cần được thấu triệt.

Định trung gian[280] là trạng thái thiền trong đó dục của hạ địa được đoạn trừ bằng phương tiện đạo[281], nhưng chưa thể sinh khởi định căn bản. Khi chưa đạt đến trạng thái hoàn toàn lìa dục, các pháp khác không thể đoạn trừ phiền não.

Tất cả các định trung gian đều tương ưng với hộ căn[282], nhưng trong đó không thể sinh khởi hỷ, và cũng không thể đạt đến pháp nghĩa[283].

Hỏi: Tâm biến hóa[284] có bao nhiêu loại? Có phải do như ý túc mà có thể biến hóa?

Đáp: Có tám loại, gồm bốn loại thuộc quả của tứ thiền trong dục giới, và bốn loại thuộc quả của tứ thiền trong sơ thiền.

Hỏi: Ai có thể thành tựu được điều này?

Đáp: **(175)**

Tâm biến hóa hạ địa
Thành quả báo tương ưng
Nếu kết hợp ba tâm,
Thượng địa nên giảng giải.

---

[280] *samāhita-madhya*; 中間定
[281] *upāyamārga*; 方便道
[282] *rakṣaṇendriya*; 護根
[283] *artha*; 義
[284] *vikṛtacitta*; 變化心

[Tâm biến hóa theo từng địa²⁸⁵, thành tựu quả báo tương ứng của nó. Nếu kết hợp với ba loại tâm, thì sự thành tựu ở thượng địa cần được xem xét và giảng giải.]

Tâm biến hóa của các địa thấp thành tựu quả báo tương ứng, nghĩa là khi chứng đắc thiền định, thì cũng thành tựu quả báo tương ứng với tâm biến hóa của địa thấp.

Hỏi: Như đã nói, sơ thiền có bốn loại tâm an trụ ở thượng địa, có mong muốn nghe và mong muốn thấy. Vậy làm sao có thể thấy và nghe được?

Đáp: Do thức thuộc Phạm thiên giới hiện khởi trước mắt.

Hỏi: Bao lâu thì có thể thành tựu điều này?

Đáp: Khi kết hợp với ba loại tâm, sự thành tựu ở thượng địa cần được xét đến. Khi thức ấy hiện khởi, nếu đó là nhãn thức, tỷ thức, nhĩ thức, hoặc thân thức, thì vào lúc ấy các thức này thành tựu. Nếu thức ấy không hiện khởi, thì lập tức diệt mất và không thể thành tựu.

---

²⁸⁵ *bhūmivikṛtacitta*; 地變化意

QUYỂN IV
PHẨM THỨ TÁM
KHẾ KINH[1]

Đã giảng xong phẩm định, giờ đây sẽ trình bày về khế kinh.

(176) *Bậc Nhất Thiết Trí dạy*
Khế kinh vi diệu nghĩa
Nay tôi sẽ giải thích
Bằng thiện tâm lắng nghe.

[Những nghĩa lý vi diệu[2] trong kinh điển, được bậc Nhất Thiết Trí[3] tuyên thuyết, nay tôi[4] sẽ giải thích rõ ràng, bằng thiện tâm xin hãy lắng nghe.]

Mặc dù tất cả các nghĩa lý của A-tì-đạt-ma và kinh điển đều đã được thuyết giảng, nhưng các kinh điển cần phải được phân biệt rõ ràng. Nay sẽ trình bày về điều này.

Đức Thế Tôn đã giảng về ba cõi: dục giới, sắc giới, và vô sắc giới.

Hỏi: [Ba cõi này được phân biệt] như thế nào?

Đáp: **(177)**

Trong dục giới có mười
Sắc giới gồm mười bảy

---

[1] *sūtra-varga*; 契經品第八
[2] *sūkṣmārtha*; 微妙義
[3] *sarvajñāna*; 一切智, chỉ Đức Phật.
[4] Luận sư Pháp Thắng (*Dharmaśreṣṭhin*). Ms IX 14, ghi 品, không phải 吾.
Nên hiểu: 'Nay phẩm nầy (Khế kinh) được giảng giải.

Vô sắc giới có bốn
Ba hữu cũng như vậy.

[Dục giới có mười nơi cư trú, Sắc giới được nói có mười bảy, Vô sắc giới có bốn. Ba hữu[5] cũng theo cách phân chia như vậy.]

Mười nơi cư trú của dục giới: 1. Địa ngục[6], 2. Ngạ quỷ[7], 3. Súc sinh[8], 4. Loài người[9], 5. Tứ thiên vương[10], 6. Đao-lợi thiên[11], 7. Dạ-ma thiên[12], 8. Đâu-suất thiên[13], 9. Hóa lạc thiên[14], 10. Tha hóa tự tại Thiên[15]. Đây là nơi mà chúng sinh khởi tâm ham muốn[16], nếu có thể tìm được vật gì thỏa mãn dục vọng, thì nó thuộc về cảnh giới dục, do đó gọi là dục giới.

Hỏi: Sắc giới gồm những gì?

Đáp: Sắc giới có mười bảy.

Mười bảy nơi cư trú của sắc giới: 1. Cư phạm[17], 2. Thân phạm[18], 3. Phạm phụ[19], 4. Thiểu quang thiên[20], 5. Vô lượng quang thiên[21],

---

[5] *tridhā bhava*; 三有
[6] *naraka*; 地獄
[7] *preta*; 餓鬼
[8] *tiryañc*; 畜生
[9] *manuṣya*; 人
[10] *caturmahārāja*; 四王天
[11] *trāyastriṃśa*; 三十三天
[12] *yāma*; 炎摩天
[13] *tuṣita*; 兜師哆天
[14] *nirmāṇarati*; 化樂天
[15] *paranirmitavaśavartin*; 他化自在天
[16] *kāmābhilāṣa*; 欲想
[17] *brahmakāyika*; 居梵
[18] *brahmapurohita*; 身梵
[19] *brahmapārṣadya*; Phạm phụ; chánh văn: 富樓光 Phú lâu quang
[20] *parīttābha*; 少光
[21] *apramāṇābha*; 無量光

6. Quang âm thiên[22], 7. Thiểu tịnh thiên[23], 8. Vô lượng tịnh thiên[24], 9. Biến tịnh thiên[25], 10. Vô chướng ngại Thiên[26], 11. Thọ phúc thiên[27], 12. Quả thực thiên[28], 13. Vô tưởng chúng sinh thiên[29], 14. Bất phiền bất nhiệt thiên[30], 15. Thiện kiến thiên[31], 16. Thiện hiện thiên[32], 17. Sắc cứu cánh thiên[33].

Ở cõi này, không có sự khởi lên của dục tưởng[34], chỉ có sắc thân cực kỳ vi diệu, không mang hình tướng nam hay nữ. Vì vậy, gọi là sắc giới.

Cõi vô sắc có bốn, nghĩa là có bốn nơi cư trú của vô sắc giới: 1. Không vô biên xứ[35], 2. Thức vô biên xứ[36], 3. Vô sở hữu xứ[37], 4. Phi tưởng phi phi tưởng xứ[38]. Ở cõi này, không có sắc pháp, chúng sinh đã lìa bỏ sắc dục, do đó gọi là vô sắc giới.

Hỏi: Đức Thế Tôn có giảng về ba hữu: dục hữu, sắc hữu, và vô sắc hữu. Điều này có nghĩa gì?

Đáp: Ba hữu cũng [theo cách phân chia] như vậy, tức là sự phân biệt ba cõi chính là ba hữu.

---

[22] *ābhāsvara*; Quang âm; chánh văn: 光曜 Quang diệu.
[23] *parīttaśubha*; 少淨
[24] *apramāṇaśubha*; 無量淨
[25] *śubhakṛtsna*; 遍淨
[26] *anabhraka*; 無罣礙
[27] *puṇyaprasava*; 受福
[28] *bṛhatphala*; 果實
[29] *asaṃjñisattva*; 無想眾生
[30] *avṛha*; 不煩不熱
[31] *atapa*; 善見
[32] *sudarśana*; 善現
[33] *ākaniṣṭha*; 色究竟
[34] *kāmābhilāṣa*; 欲想
[35] *ākāśānantyāyatana*; chánh văn 無量空處 Vô lượng không xứ
[36] *vijñānānantyāyatana*; chánh văn 無量識處 Vô lượng thức xứ
[37] *ākiñcanyāyatana*; 無所有處
[38] *naivasaṃjñānāsaṃjñāyatana*; 非想非非想處

Hỏi: Đức Thế Tôn cũng giảng về bảy trú xứ của thức[39]. Điều này được hiểu như thế nào?

Đáp: **(178)**

> *Thiện thú thuộc dục giới*
> *Ba địa của sắc giới*
> *Vô sắc giới cũng vậy*
> *Tuệ tri thức trú xứ.*

[Thiện thú[40] thuộc về dục giới và ba địa của sắc giới. Vô sắc giới cũng theo quy luật này.

Bậc trí tuệ thấu rõ bảy trú xứ của thức, nhận biết sự hiện hữu của chúng sinh trong các cảnh giới khác nhau.]

Trong dục giới, nếu hướng về thiện thú, thì đó là con người và sáu tầng trời dục giới[41].

Trong sắc giới, ba địa đầu tiên và trong vô sắc giới, ba địa đầu tiên [cũng thuộc về thiện thú].

Từ sơ thiền đến nhị thiền có ba địa.

Từ nhị thiền đến tam thiền có ba địa.

Từ tam thiền đến tứ thiền có chín địa.

Trong đó, ba địa đầu tiên của sắc giới và ba địa đầu tiên của vô sắc giới được gọi là bảy[42] trú xứ của thức. Vì sao vậy? Vì thức không bị hoại diệt.

---

[39] *sapta vijñānasthitayaḥ*; 七識住
[40] *sugati*; 善趣
[41] *ṣaḍ kāmadhātu-deva*; 六欲天
[42] Bảy trú xứ của thức được hình thành từ: Ba địa đầu tiên của sắc giới (tức là ba bậc thiền đầu tiên, không bao gồm Biến tịnh thiên). Ba địa đầu tiên của vô sắc giới (Không vô biên xứ, Thức vô biên xứ, Vô sở hữu xứ). Tầng cao nhất trong tam thiền (Biến tịnh thiên) thuộc Sắc giới, được tính là 1 trụ xứ của thức, nhưng không được gom vào trong 3 địa đầu tiên của sắc giới vì nó quá gần với tứ thiền, nơi thức trở nên vi tế hơn hoặc bị đình chỉ trong vô tưởng định.

Ngược lại, trong ác thú[43], do khổ đau cùng cực khiến thức bị phá hoại, nên không thể lập trú xứ của thức.

Trong tứ thiền, do nhập vô tưởng định, thức bị đình chỉ, nên cũng không thể lập trú xứ của thức.

Tại phi tưởng phi phi tưởng xứ, do nhập diệt tận định, thức bị đình chỉ, nên cũng không thể lập trú xứ của thức. Nên không nói (nữa).[44]

(179) *Hữu đầu tiên (dục giới)*
Đến các cõi vô tưởng
Chúng sinh gồm chín cõi
Bốn uẩn hữu lậu là
Bốn trú xứ của thức.

[Từ cõi hữu đầu tiên (dục giới) đến các chúng sinh vô tưởng[45], trú xứ của chúng sinh được nói là chín. Bốn uẩn hữu lậu[46] được gọi là bốn trú xứ của thức.]

Từ cõi hữu đầu tiên (dục giới) đến các chúng sinh vô tưởng, trú xứ của chúng sinh được nói là chín. Chín trú xứ của chúng sinh gồm bảy trú xứ của thức, cộng thêm vô tưởng chúng sinh và Phi tưởng phi phi tưởng xứ. Đây được gọi là chín trú xứ của chúng sinh. Trong đó, do chúng sinh cư trú tại các cảnh giới này, nên gọi là trú xứ của chúng sinh.

Bốn uẩn hữu lậu được gọi là bốn trú xứ của thức. Bốn uẩn hữu lậu gồm sắc, thọ, tưởng, hành. Khi thức tiếp tục tồn tại với sự hỗ trợ của bốn uẩn này, thì đó là bốn trú xứ của thức.

Hỏi: Đức Thế Tôn giảng về mười hai chi duyên khởi. Vậy các tướng trạng của nó nên trình bày như thế nào?

Đáp: **(180)**

---

[43] *durgati*; 惡趣: ác thú, ác đạo
[44] Hán: 是故不說. Hàm nghĩa, những cảnh giới này không được xem là trú xứ của thức.
[45] *asaṃjñisattva*; 無想眾生
[46] *sāsrava-skandha*; 有漏四陰

> *Phiền não, nghiệp thực thể*
> *Dần dần được khởi sinh*
> *Nên gọi là hữu chi*
> *Nguyên nhân chúng sinh khởi.*

[Các phiền não và nghiệp có thực thể, dần dần sinh khởi. Vì vậy, được gọi là các chi của hữu, là nguyên nhân dẫn đến sự sinh khởi của tất cả chúng sinh.]

Trong đó, phiền não bao gồm vô minh[47], ái[48], và thọ[49]. Những gì được gọi là nghiệp chính là hành[50] và hữu[51]. Những gì được gọi là thực thể[52] chính là các chi còn lại [trong mười hai chi duyên khởi][53].

Tất cả chúng sinh dần dần sinh khởi, dựa trên thực thể mà thiết lập phiền não, phiền não tạo ra nghiệp, nghiệp tạo ra thực thể. Do đó, có sự phân biệt thành mười hai chi duyên khởi.

Hỏi: Những chi này vận hành trong cùng một thời điểm hay diễn tiến dần dần?

Đáp: Không phải xảy ra trong cùng một thời điểm. Mười hai khổ uẩn[54] tương ứng với mười hai chi duyên khởi, trong đó vô minh là chi đầu tiên.

(181) [827a]

> *Thiết lập theo trình tự*
> *Tác động trong sinh tử*
> *Quá khứ và tương lai*
> *Tám chi tại trung gian.*

[Những chi này được thiết lập theo trình tự, chịu sự tác động trong

---

[47] avidyā; 無明
[48] tṛṣṇā; 愛
[49] vedanā; 受
[50] saṃskāra; 行
[51] bhava; 有
[52] dravya; 體
[53] dvādaśāṅga-pratītyasamutpāda; 十二枝緣起: thập nhị chi duyên khởi
[54] duḥkhaskandha; 苦陰

vòng sinh tử. Chúng bao gồm các chi thuộc về quá khứ, tương lai, tám chi còn lại được nói đến trong hiện tại trung gian[55].]

Những chi này được thiết lập theo trình tự. Trong giai đoạn tiền sinh, tất cả phiền não cùng với các yếu tố đồng hành được gọi là vô minh. Do vô minh che lấp, chúng sinh tạo tác nghiệp. Nghiệp dẫn đến quả, đó là hành[56]. Từ hành, tâm thức khởi sinh như một hạt giống, từ đó, danh và sắc[57] tiếp tục phát triển. Tại đây, trước tiên các căn với mắt đóng vai trò nền tảng, gọi là sáu xứ (nhập)[58]. Sự hòa hợp giữa căn, cảnh và tâm thức làm phát sinh xúc[59], xúc dẫn đến cảm thọ. Cảm thọ dẫn đến ái, khi ái tăng trưởng sẽ khiến tâm vướng mắc và nhiễm trước, gọi là thủ[60]. Sự chấp thủ làm tâm dao động và thúc đẩy hành động tạo nghiệp mới, gọi là hữu. Từ hữu, chúng sinh tiếp tục tái sinh, và khi sinh khởi, liền kéo theo vô lượng khổ, như già và chết[61].

Như vậy, trong hữu chi[62] này, đối với tất cả các sinh loại: có hai chi (Vô minh và Hành) thuộc về quá khứ, hai chi (Sinh và Lão tử) thuộc về vị lai, và tám chi (Thức, Danh sắc, Sáu nhập, Xúc, Thọ, Ái, Thủ, Hữu) thuộc về hiện tại được thu nhiếp trong đời sống hiện tại.

Hỏi: Đức Thế Tôn giảng về sáu giới[63], điều này nghĩa là gì?

---

[55] *madhyastha*; 處中
[56] *saṃskāra*; 行
[57] *nāma-rūpa*; 名色
[58] *ṣaḍāyatana*; 六入
[59] *sparśa*; 觸; chánh văn: 更樂 cánh lạc. Theo *AH2* ghi 觸 xúc. Đây là dạng ngôn ngữ đặc thù trong A-tì-đạt-ma Tâm luận của Pháp Thắng. Về quan điểm giáo lý, bộ luận của Pháp Thắng thuộc dạng luận của tăng sĩ ngoại quốc (*bahirdeśaka*; 外國人), được hệ thống hoá như đã lưu hành ở vùng Bactria và Gandhāra. Như trường hợp cách dùng *upādāna* (取 thủ) và 受 thọ; thọ và thống (痛).
[60] *upādāna*; 取 thủ; chánh văn: 受 thọ
[61] *jarāmaraṇa*; 老死
[62] *bhavāṅga*, 有枝, tức mười hai chi phần Duyên khởi
[63] *ṣaḍdhātu*; 六界

Đáp: **(182)**

> *Bốn đại chủng thiết lập*
> *Cùng với thức hữu lậu*
> *Và sắc pháp trung gian*
> *Sáu giới, căn bản sinh.*

[Bốn đại chủng được thiết lập, cùng với thức hữu lậu[64]. Ngoài ra, còn có yếu tố trung gian trong sắc pháp. Đây là sáu giới, là nền tảng của sự sinh khởi.]

Có bốn đại chủng, cùng với thức hữu lậu, (và những gì có thể nhận biết được liên quan đến sắc pháp), nghĩa là bốn đại chủng gồm địa, thủy, hỏa, và phong; thức hữu lậu cùng với sắc pháp trung gian có thể nhận biết, tức là những gì mắt có thể tiếp nhận, tạo thành sáu yếu tố được gọi là giới[65].

Hỏi: Vì sao trong vô số pháp, lại chỉ nói đến sáu giới?

Đáp: Sáu giới được gọi là nền tảng của sự sinh khởi, là cội nguồn của sinh tử. Trong đó, chúng sinh có quan niệm về bản ngã[66], chấp trước vào thân này: 1. Thân thể được sinh ra từ địa đại 2. Thủy đại giúp duy trì và kết hợp các yếu tố[67]. 3. Hỏa đại làm chín muồi và duy trì hơi ấm[68]. 4. Phong đại vận hành sự lưu thông, loại trừ sự mục rữa và hôi thối[69]. 5. Không[70] đại đóng vai trò trung gian, giúp tiêu hóa và hấp thụ thực phẩm. 6. Thức là nền tảng duy trì sự sống, làm cho sáu giới vận hành[71].

Khởi lên quan niệm về bản ngã, tức là sự hình thành của sinh tử, nên sáu giới được gọi là nền tảng của sự hiện hữu.

---

[64] *sāsrava-vijñāna*; 有漏識

[65] *ṣaḍdhātu*; 六界

[66] *puruṣa-saṃjñā*; 士夫想: sĩ phu tưởng.

[67] Hán: 水所潤 thuỷ sở nhuận

[68] Hán: 火成熟 hoả thành nhiệt

[69] Hán: 風所起 phong sở khởi

[70] Hán: 空中間飲食 không trung gian ấm thực

[71] Hán: 識所立 thức sở lập

Hỏi: Đức Thế Tôn giảng về bốn Thánh đế, tướng trạng của chúng như thế nào?

Đáp: **(183)**

Nếu các hành có quả
Hữu lậu gọi là khổ
Có nhân gọi là tập
Khổ tận gọi là diệt.

[Nếu các hành có quả, thì hữu lậu được gọi là khổ. Nếu có nhân, thì gọi là tập[72]. Sự diệt tận khổ đau được gọi là diệt.]

Nếu các hành có quả, thì hữu lậu được gọi là khổ. Tất cả pháp hữu lậu sinh khởi từ hành làm nhân, đồng thời cũng tạo nên mọi khổ đau và tai họa, do đó, tất cả các hành đều được gọi là Khổ đế.

Nếu có nhân, thì gọi là Tập đế. Tất cả các hành hữu lậu đều nương vào các nhân khác mà sinh khởi, vì vậy, chúng được gọi là Tập đế. Ví dụ, một người phụ nữ vừa có thể được gọi là mẹ, vừa có thể được gọi là con gái, tùy theo trước hay sau mà định danh. Cũng vậy, các hành hữu lậu có thể vừa được gọi là Khổ đế, vừa được gọi là Tập đế, vì chúng đã sinh và sẽ tiếp tục sinh trong tương lai.

Sự chấm dứt khổ đau được gọi là Diệt đế. Khi tất cả các hành hữu lậu bị diệt tận, dừng nghỉ và hoàn toàn đình chỉ, thì đó được gọi là Diệt đế.

(184) *Nếu có hành vô lậu*
Đó gọi là đạo đế
Do bởi hai nguyên nhân
Thấy ra biết vi tế.

[Nếu có hành vô lậu[73], thì gọi là Đạo đế. Đạo đế được xác lập bởi hai nguyên nhân. Người thấy rõ Đạo đế sẽ hiểu rõ bản chất vi tế của các pháp.]

Nếu có hành vô lậu, thì được gọi là Đạo đế. Tất cả các hành vô lậu

---

[72] Xem chú thích 897, Kệ tụng 125.
[73] *anāsrava-saṃskāra*; 無漏行

đều được gọi là Đạo đế.

Vì sao? Vì khi khổ được dập tắt, con đường này sẽ đưa đến sự chấm dứt hoàn toàn của nó.

Hỏi: Vì sao gọi là Thánh đế?

Đáp: Gọi là Thánh đế vì hai lý do: 1. Tự tánh chân thực, không đảo điên; và (2) Người thấy được sự thật ấy, thì tâm không điên đảo.

Hỏi: Nếu trước có nhân, sau mới có quả, thì vì sao Đức Thế Tôn lại giảng về quả trước, rồi mới giảng về nhân?

Đáp: Người thấy rõ chân lý thì sẽ hiểu được sự vi tế (của các pháp). [Bốn] Thánh đế tuy có (thứ tự nhân quả) Tập đế trước, Khổ đế sau; trước tu Đạo, sau đạt Diệt; nhưng (khi quán chiếu, cần thấy rõ theo thứ tự khác): trước tiên nên thấy Khổ đế, sau đó mới thấy Tập đế. Cũng vậy, cần thấy Diệt đế trước, rồi mới thấy Đạo đế. Vì sao? Khổ thô thiển, còn Tập vi tế; Diệt thô thiển, còn Đạo vi tế.

Do đó, Đức Thế Tôn thuyết giảng (theo thứ tự) trước nói Khổ đế, rồi mới nói Tập đế; trước nói Diệt đế, rồi mới nói Đạo đế.

Hỏi: Đức Thế Tôn giảng về bốn quả Sa-môn[74], vậy có bao nhiêu loại?

Đáp: **(185)**

Thánh quả có sáu loại
Tối thắng ở cửu địa
Đệ tam tại lục địa
Sơ nhị vi lại địa.

[Thánh quả có sáu loại, trong đó bậc cao nhất đạt được ở chín địa. Bậc thứ ba được chứng đắc ở sáu địa, còn hai quả đầu tiên đều dựa vào vị lai địa.]

Thánh quả có sáu loại, bao gồm bốn quả Sa-môn, năm uẩn vô

---

[74] *caturāryaphala*; 四聖沙門果

lậu⁷⁵, và sự diệt tận của các pháp do duyên khởi⁷⁶.

Hỏi: Bốn quả Sa-môn thuộc về những địa nào?

Đáp: *Bậc cao nhất* là vô trước quả,⁷⁷ đạt được ở chín địa, bao gồm: Bốn địa Tứ thiền; Ba địa Vô sắc; Vị lai địa; Địa vị trung gian.

Bậc thứ ba là bất hoàn quả,⁷⁸ đạt được ở sáu địa, gồm đủ [Bốn địa] Tứ thiền; Vị lai địa; Địa vị trung gian.

Bậc thứ ba không thuộc về Vô sắc giới, vì trong đó không có pháp trí⁷⁹.

Hai quả đầu tiên là Tu-đà-hoàn và Tư-đà-hàm, đều thuộc về vị lai địa, vì hành giả chưa hoàn toàn lìa bỏ dục.

Hỏi: Đức Thế Tôn giảng về tứ đạo, gồm: 1. Khổ, không nhanh chóng đạt được; 2. Khổ, nhanh chóng đạt được; 3. Lạc, không nhanh chóng đạt được; 4. Lạc, nhanh chóng đạt được. Vậy [tướng trạng tứ đạo] như thế nào?

Đáp: **(186)**

Tín hành, không phiền não
Chứng ngộ diễn ra chậm
Pháp hành, không phiền não
Chứng ngộ diễn ra nhanh.

[Người tùng tín hành⁸⁰, đối với các pháp, tuy không còn phiền não nhưng tiến trình chứng ngộ diễn ra chậm, do quán chiếu chưa mạnh.

Người tùng pháp hành⁸¹, đối với các pháp, cũng không còn phiền não, nhưng tiến trình chứng ngộ diễn ra nhanh chóng, do trí tuệ quán chiếu sâu sắc hơn]

---

75 anāsrava-pañcaskandha; 無漏五陰
76 pratītyasamutpāda-nirodha; 數緣滅
77 anāsrava-phala; 無著果
78 anāgāmi-phala; 不還果
79 dharmajñāna; 法智
80 śraddhānusārin; 信行
81 dharmānusārin; 法行

Người tùng tín hành, khi đạt đến vô lậu pháp, thì tiến trình chứng ngộ không diễn ra nhanh chóng, vì thuộc về hạng người căn tánh chậm lụt (độn căn), nên gọi là chậm.

Nếu ai thuộc nhóm này, nên biết họ cũng thuộc về bậc tín giải thoát và thời giải thoát[82], vì đều thuộc hạng căn tánh chậm.

Ngược lại, *người tùng pháp hành*, khi đạt đến vô lậu pháp, thì tiến trình chứng ngộ diễn ra nhanh chóng, vì thuộc về hạng người căn tánh sắc bén (lợi căn), nên gọi là nhanh.

Nếu ai thuộc nhóm này, nên biết họ cũng thuộc về bậc kiến đạo và bất thời giải thoát[83], vì đều thuộc hạng căn tánh nhạy bén.

(187) Địa căn bản của thiền
   Tưởng lạc là giả danh
   Do nhỏ và khó đạt
   Còn lại thuộc khổ tưởng.

[Trong các địa căn bản của thiền, chỉ có tưởng về lạc[84] là được xem như giả danh[85], vì bản chất của nó không thật có.

Bởi vì lạc rất nhỏ bé và khó đạt được, nên ngoại trừ điều này, tất cả những gì còn lại đều thuộc về khổ tưởng[86].]

Trong các địa căn bản của thiền, có người biết rằng lạc chỉ là giả danh và tưởng sinh ra. Trong bốn thiền căn bản, các bậc có căn tánh lợi hoặc căn tánh độn đều được khai thị về đạo liên hệ đến lạc.

Vì sao? Vì thiền định là sự dẫn dắt từ chỉ và quán, cùng với sự thực hành hỷ lạc.

Do nhỏ bé và khó đạt được, nên các địa còn lại đều được nhận thức với tưởng là khổ. Các pháp vô lậu thuộc các địa khác cũng đều được thu nhiếp trong tưởng khổ.

---

[82] *samayavimukta*; 時解脫
[83] *asamayavimukta*; 不時解脫
[84] *sukhasaṃjñā*; 樂想
[85] *prajñapti*; 假名
[86] *duḥkhasaṃjñā*; 苦想

Vì sao? Vì chúng đều vi tế [và yếu ớt].

Thiền vị trong các địa như Vị lai thiền và Trung gian thiền rất yếu. Quán trong các địa Vô sắc giới cũng rất yếu. Do đó, những cảnh giới này được xem là cực kỳ khó đạt được, nhỏ bé [và yếu ớt], nên tất cả đều được gọi là khổ [tưởng].

Hỏi: Đức Thế Tôn đã giảng về bốn loại thanh tịnh bất hoại[87], [bao gồm]: 1. Thanh tịnh bất hoại đối với Phật[88]; 2. Thanh tịnh bất hoại đối với Pháp[89]; 3. Thanh tịnh bất hoại đối với Tăng[90]; 4. Thanh tịnh bất hoại đối với Thánh giới[91]. Vậy [bản chất của bốn loại thanh tịnh bất hoại] nghĩa là gì?

Đáp: **(188)**

> *Tự giác, pháp Thanh văn*
> *Giải thoát nhờ nhiều nhân*
> *Tín thanh tịnh vô nhiễm*
> *Thánh giới và kiên định.*

[Bậc tự giác, hàng Thanh văn nhờ vào chánh pháp mà đạt được giải thoát, nhưng cũng tùy thuộc vào các nhân duyên khác].

[Lòng tin thanh tịnh, không nhiễm ô[92] chính là sự xác tín kiên định vào bốn pháp thanh tịnh bất hoại: 1. Đức Phật, 2. Chánh pháp, 3. Thánh Tăng, 4. Thánh giới. Đây chính là nền tảng vững chắc cho sự chứng đắc và giải thoát.]

Tự giác, pháp Thanh văn, giải thoát nhờ nhiều nhân, tín thanh tịnh vô nhiễm: Bậc tự giác ở đây chỉ Đức Phật, Ngài thuộc về bậc vô trước quả[93]. Công đức của bậc vô học chính là Phật pháp. Nếu ai có niềm tin vô lậu đối với Pháp này, thì gọi là bất hoại tịnh đối với Phật.

---

[87] *catvāri-avaivartika-śuddhi*; 四不壞淨
[88] *buddhāvaivartika-śuddhi*; 於佛不壞淨
[89] *dharmāvaivartika-śuddhi*; 於法不壞淨
[90] *saṃghāvaivartika-śuddhi*; 於僧不壞淨
[91] *ārya-śīlāvaivartika-śuddhi*; 於聖戒不壞淨
[92] *śuddha-viśuddha-śraddhā*; 清淨無垢信
[93] *anāsrava-phala*; 無著果

Người đã chứng đắc quả vị Thanh văn, thì công đức của bậc học và bậc vô học được gọi là Pháp của Thanh văn. Nếu ai có niềm tin vô lậu đối với pháp này, thì gọi là bất hoại tịnh đối với Tăng.

Nếu có niềm tin vô lậu đối với Niết-bàn, cũng như đối với các pháp hữu vi khác, như niềm tin vào Khổ đế và Tập đế, niềm tin vào công đức vô lậu của Bồ-tát, niềm tin vào pháp của hàng học, vô học, và Bích-chi Phật, đó được gọi là bất hoại tịnh đối với Pháp.

Thánh giới chính là giới vô lậu, nếu có niềm tin vào giới này, đó được gọi là bất hoại tịnh đối với giới.

Hỏi: Vì sao bất hoại tịnh luôn luôn là vô lậu, mà không phải là hữu lậu?

Đáp: Vì nó có tính chất kiên cố và quyết định.

[Bất hoại tịnh] chính là niềm tin vô lậu và giới vô lậu, vốn được sinh khởi từ chánh kiến, nên nó hoàn toàn vô lậu.

Niềm tin hữu lậu có thể bị bất tín làm hủy hoại[94].

Giới hữu lậu có thể bị phi giới làm hủy hoại[95].

Do đó, niềm tin hữu lậu và giới hữu lậu không mang tính quyết định.

Ngược lại, niềm tin vô lậu và giới vô lậu không bị hủy hoại qua các đời sau, nên được gọi là quyết định. Vì vậy, bất hoại tịnh hoàn toàn thuộc về vô lậu.

---

[94] Ví dụ: Một cư sĩ nghe pháp và có niềm tin vào nghiệp báo, nhưng khi đối diện với nghịch cảnh lớn (như mất tài sản, người thân qua đời), họ nghi ngờ rằng nhân quả không thực sự công bằng, từ đó đánh mất đức tin. Điều này chứng minh rằng niềm tin hữu lậu không *có tính quyết định* (*niyata*; 決定).

[95] Ví dụ: người giữ giới nhưng với tâm mong cầu phước báo thế gian (tài lộc, danh vọng), chứ không phải với mục đích thanh tịnh tâm. Khi thấy người khác phạm giới mà vẫn thành công, họ dần buông bỏ giới hạnh. Đây là giới hữu lậu (*sāsrava-śīla*; 有漏戒) bị phi giới (*duḥśīla*; 非戒) làm hủy hoại.

Hỏi: Đức Thế Tôn giảng rằng có bốn loại tu tập thiền định⁹⁶: 1. Tu tập thiền định để đạt được lạc trú ngay trong hiện đời; 2. Tu tập thiền định để đạt được trí tri kiến; 3. Tu tập thiền định để phát triển trí tuệ phân biệt; 4. Tu tập thiền định để đoạn trừ hết lậu. Vậy [bản chất của bốn loại tu tập này] là như thế nào?

Đáp: **(189)**

> *Thiện pháp trong sơ thiền*
> *Là hiện pháp lạc trú*
> *Thấu triệt tính sinh tử*
> *Được gọi là tri kiến.*

[Nếu thiện pháp sinh khởi trong sơ thiền, thì gọi là lạc trú trong hiện pháp⁹⁷, tức là đạt được trạng thái an lạc ngay trong đời này.

Nếu hành giả thấu triệt bản chất của sinh tử, đó được gọi là tri kiến, tức là đạt được sự hiểu biết chân chính về sinh tử.]

Thiện pháp trong sơ thiền được gọi là lạc trú trong hiện pháp: có nghĩa là sơ thiền thanh tịnh và sơ thiền vô lậu có khả năng mang lại trạng thái an lạc ngay trong hiện tại.

Nếu biết về sinh tử chỉ là sự phân biệt theo danh ngôn, thì đó gọi là "tri kiến do văn tuệ nói ra". Còn sự thông đạt sinh tử bằng trí, thì đó gọi là "tri kiến do tu định phát sinh", đều cùng nương nơi năm uẩn.

(190) *Nên biết tuệ phân biệt*
Để cầu đạt công đức
Tứ thiền kim cang định
Mới tận diệt các lậu.

[Hành giả cần hiểu rõ rằng tuệ phân biệt⁹⁸ chính là yếu tố quan trọng giúp cầu đạt các công đức⁹⁹.

---

⁹⁶ *caturvidha-bhāvanā*; 四修定
⁹⁷ *dṛṣṭadharmasukhavihāra*; 現法樂住: hiện pháp lạc trú; 現法樂居: hiện pháp lạc cư.
⁹⁸ *prajñāvibhakta*; 慧分別
⁹⁹ *guṇaprāpti*; 求得諸功德

Khi đạt đến Kim cang dụ định trong tầng thiền thứ tư, được gọi là tận diệt các lậu[100].]

Nên hiểu rằng tuệ phân biệt chính là nền tảng để mong đạt các công đức: Những công đức được sinh khởi nhờ phương tiện thiện xảo, được gọi là giới của Dục giới. Những công đức đạt được nhờ văn, tư, tu, bao gồm tất cả các thiện pháp thuộc Sắc giới và Vô sắc giới.

Tất cả các pháp hữu vi vô lậu đều thuộc về trí tuệ phân biệt trong tu tập thiền định.

Khi hành giả đạt đến Kim cang dụ định trong tầng thiền thứ tư, (được gọi là đạt đến sự tận diệt các lậu hoặc): Kim cang dụ định là tâm cuối cùng của bậc hữu học, cùng với các tâm tương ứng khác, thuộc phạm vi Tứ thiền. Vì vậy, đây chính là tu tập thiền định để đoạn trừ hoàn toàn các lậu hoặc.

Hỏi: Ý nghĩa điều này như thế nào?

Đáp: Đây chính là lời dạy của Như Lai.

Hỏi: Đức Thế Tôn đã giảng về bốn Như ý túc[101], bốn Chánh đoạn[102], và bốn Ý chỉ[103].

Vậy bản chất của các pháp này là gì?

Đáp: **(191)**

Các thiện pháp hữu vi
Nhờ phương tiện tu tập
Phật nói bốn như ý
Giảng chánh đoạn, ý chỉ.

[Các thiện pháp hữu vi đều được tu tập nhờ vào phương tiện thiện xảo và phát khởi tâm tinh tấn.

Đức Phật đã giảng về bốn Như ý túc, đồng thời chỉ bày các Chánh

---

[100] āsravakṣaya; 漏盡
[101] caturṛddhipāda; 四如意足
[102] catvāri samyakpradhānāni; 四正斷
[103] caturīhāpatha; 四意止

Hỏi: Đức Thế Tôn giảng rằng có bốn loại tu tập thiền định[96]: 1. Tu tập thiền định để đạt được lạc trú ngay trong hiện đời; 2. Tu tập thiền định để đạt được trí tri kiến; 3. Tu tập thiền định để phát triển trí tuệ phân biệt; 4. Tu tập thiền định để đoạn trừ hết lậu. Vậy [bản chất của bốn loại tu tập này] là như thế nào?

Đáp: **(189)**

Thiện pháp trong sơ thiền
Là hiện pháp lạc trú
Thấu triệt tính sinh tử
Được gọi là tri kiến.

[Nếu thiện pháp sinh khởi trong sơ thiền, thì gọi là lạc trú trong hiện pháp[97], tức là đạt được trạng thái an lạc ngay trong đời này.

Nếu hành giả thấu triệt bản chất của sinh tử, đó được gọi là tri kiến, tức là đạt được sự hiểu biết chân chính về sinh tử.]

Thiện pháp trong sơ thiền được gọi là lạc trú trong hiện pháp: có nghĩa là sơ thiền thanh tịnh và sơ thiền vô lậu có khả năng mang lại trạng thái an lạc ngay trong hiện tại.

Nếu biết về sinh tử chỉ là sự phân biệt theo danh ngôn, thì đó gọi là "tri kiến do văn tuệ nói ra". Còn sự thông đạt sinh tử bằng trí, thì đó gọi là "tri kiến do tu định phát sinh", đều cùng nương nơi năm uẩn.

(190) *Nên biết tuệ phân biệt*
Để cầu đạt công đức
Tứ thiền kim cang định
Mới tận diệt các lậu.

[Hành giả cần hiểu rõ rằng tuệ phân biệt[98] chính là yếu tố quan trọng giúp cầu đạt các công đức[99].

---

[96] *caturvidha-bhāvanā*; 四修定
[97] *dṛṣṭadharmasukhavihāra*; 現法樂 住: hiện pháp lạc trú; 現法樂居: hiện pháp lạc cư.
[98] *prajñāvibhakta*; 慧分別
[99] *guṇaprāpti*; 求得諸功德

Khi đạt đến Kim cang dụ định trong tầng thiền thứ tư, được gọi là tận diệt các lậu[100].]

Nên hiểu rằng tuệ phân biệt chính là nền tảng để mong đạt các công đức: Những công đức được sinh khởi nhờ phương tiện thiện xảo, được gọi là giới của Dục giới. Những công đức đạt được nhờ văn, tư, tu, bao gồm tất cả các thiện pháp thuộc Sắc giới và Vô sắc giới.

Tất cả các pháp hữu vi vô lậu đều thuộc về trí tuệ phân biệt trong tu tập thiền định.

Khi hành giả đạt đến Kim cang dụ định trong tầng thiền thứ tư, (được gọi là đạt đến sự tận diệt các lậu hoặc): Kim cang dụ định là tâm cuối cùng của bậc hữu học, cùng với các tâm tương ứng khác, thuộc phạm vi Tứ thiền. Vì vậy, đây chính là tu tập thiền định để đoạn trừ hoàn toàn các lậu hoặc.

Hỏi: Ý nghĩa điều này như thế nào?

Đáp: Đây chính là lời dạy của Như Lai.

Hỏi: Đức Thế Tôn đã giảng về bốn Như ý túc[101], bốn Chánh đoạn[102], và bốn Ý chỉ[103].

Vậy bản chất của các pháp này là gì?

Đáp: **(191)**

Các thiện pháp hữu vi
Nhờ phương tiện tu tập
Phật nói bốn như ý
Giảng chánh đoạn, ý chỉ.

[Các thiện pháp hữu vi đều được tu tập nhờ vào phương tiện thiện xảo và phát khởi tâm tinh tấn.

Đức Phật đã giảng về bốn Như ý túc, đồng thời chỉ bày các Chánh

---

[100] āsravakṣaya; 漏盡
[101] caturṛddhipāda; 四如意足
[102] catvāri samyakpradhānāni; 四正斷
[103] caturīhāpatha; 四意止

đoạn và các Ý chỉ.]

Các thiện pháp hữu vi đều được tu tập nhờ vào phương tiện thiện xảo và phát khởi tâm [tinh tấn], Đức Phật đã giảng về bốn Như ý túc: bởi vì các thiện pháp này đều cần phải có sự khéo léo trong việc tìm cầu và khởi phát tâm. Điều này giống như trước đây đã nói về tuệ phân biệt trong thiền định, vì tất cả các thiện pháp đều dựa vào Như ý túc, giống như một phương tiện để đạt đến mục đích tối hậu.

Cũng gọi là "hiện tiền chánh ý đoạn"; tức là tất cả các công đức này đều được gọi là chánh đoạn.[104]

(192) *Pháp thuộc [bốn] Ý chỉ*
Cũng là bốn Thánh chủng
Sinh nhờ lực ân đức
Bậc Thánh đã tuyên thuyết.

[Các pháp này cũng thuộc về bốn Ý chỉ, điều đó cũng đúng với bốn Thánh chủng.

Bởi vì chúng được sinh khởi nhờ vào năng lực của ân đức[105], nên đây chính là những điều mà bậc Thánh đã tuyên thuyết.]

Các pháp này cũng thuộc về [bốn] Ý chỉ: bởi vì [bản chất của] chúng cũng được giảng thuyết như là Ý chỉ.

Hỏi: Đức Thế Tôn đã giảng về bốn Thánh chủng, vậy [bản chất của] chúng là gì?

Đáp: Bốn Thánh chủng cũng tương tự như vậy, bởi vì các pháp này cũng được giảng dạy như là bốn Thánh chủng.

Hỏi: Vì sao tất cả các công đức này đều được gọi là Ý chỉ, Chánh đoạn, Như ý túc, và Thánh chủng?

Đáp: Bởi vì chúng được sinh khởi nhờ vào năng lực của ân đức, đó chính là những điều mà bậc Thánh đã tuyên thuyết.

---

[104] Đồng thời, bốn Chánh đoạn cũng được hiển bày trong tất cả các công đức này, bởi vì đó chính là nền tảng của sự tinh tấn trong việc đoạn trừ bất thiện pháp và phát triển thiện pháp.

[105] *kṛpā-bala*; 恩力生

Các pháp này được gọi là Như ý túc, vì chúng sinh khởi nhờ năng lực của thiền định và an trú nhờ vào thiền định.

Chúng được gọi là Chánh đoạn, vì chúng sinh khởi nhờ năng lực của tinh tấn.

Chúng được gọi là Ý chỉ, vì chúng sinh khởi nhờ năng lực của niệm.

Chúng được gọi là Thánh chủng, vì chúng sinh khởi nhờ năng lực của tâm ít ham muốn và biết đủ.

[Tất cả các yếu tố này] đã được phân tích [trong mối quan hệ] với các phẩm [trợ] đạo, nhưng bây giờ cần trình bày [về tự tánh riêng của từng pháp].

[828b](193)

> *Tịnh tín, tinh tấn, niệm*
> *Hỷ, tuệ, trí nương giác*
> *Hộ tư duy, giới, định*
> *Là các trợ đạo phẩm.*

[Tịnh tín, tinh tấn, chánh niệm, hỷ, trí tuệ, nhận thức dựa vào chánh giác[106], hộ trì, tư duy, giới, và định[107]. Đây chính là các pháp trợ

---

[106] 倚 ỷ; *ālambana*: dựa vào

[107] Ở đây gồm 10 chi. Đối chiếu Thất Bồ-đề phần/ Thất giác chi (*saptabodhy-aṅga*; 七菩提分): 1. Niệm giác chi (*smṛti-sambodhy-aṅga*; 念覺支) – Chánh niệm, giữ tâm an trú vào đối tượng tu tập. 2. Trạch pháp giác chi (*dharma-vicaya-sambodhy-aṅga*; 擇法覺支) – Quán sát, phân biệt đúng sai, lựa chọn Chánh pháp. 3. Tinh tấn giác chi (*vīrya-sambodhy-aṅga*; 精進覺支) – Nỗ lực không thối chuyển trên con đường tu tập. 4. Hỷ giác chi (*prīti-sambodhy-aṅga*; 喜覺支) – Hoan hỷ, phát sinh niềm vui khi chứng đạt Chánh pháp. 5. Khinh an giác chi (*praśrabdhi-sambodhy-aṅga*; 輕安覺支) – Thân tâm nhẹ nhàng, an tĩnh trong thiền định. 6. Định giác chi (*samādhi-sambodhy-aṅga*; 定覺支) – Chánh định, tâm an trú vững chắc, không dao động. 7. Xả giác chi (*upekṣā-sambodhy-aṅga*; 捨覺支) – Xả ly, không dính mắc vào các pháp, tâm bình đẳng và tự tại. Tham khảo *Câu-xá luận* VI; *Kinh giác chi* (*Bojjhaṅga Sutta*; *Saṃyutta Nikāya* 46.14-16); *Tạp*

đạo, giúp hành giả trên con đường chứng đắc giải thoát.]

Mười pháp này được gọi là Đạo phẩm[108], không thuộc về các pháp khác.

Trong đó: Tín là Tín căn và Tín lực.

Tinh tấn thuộc về Bốn Chánh đoạn[109], Tinh tấn căn, Tinh tấn lực, Tinh tấn giác chi, và Chánh phương tiện.

Niệm thuộc về Niệm căn, Niệm lực, Niệm giác chi, và Chánh niệm.

Hỷ thuộc về Hỷ giác chi.

Tuệ thuộc về bốn Ý chỉ, Tuệ căn, Tuệ lực, Trạch pháp giác chi[110], và Chánh kiến.

Ý (dựa vào) chính là giác chi dựa vào chánh giác.

Hộ chính là giác chi bảo hộ.

Tư duy chính là Chánh tư duy.[111]

Giới là Chánh ngữ, Chánh nghiệp, và Chánh mạng.

Định là bốn Như ý túc, Định căn, Định lực, Định giác chi, và Chánh định.

A-hàm (Saṃyuktāgama; 雜阿含經, số 603, 604, 605)

[108] bodhipākṣikadharma; 道品

[109] catur-samyakpradhāna; 四正斷

[110] dharma-vicaya-sambodhy-aṅga; 擇法覺支; trạch pháp giác chi

[111] Hán: 思惟是正志. tư duy 思惟 : suy xét, quán sát, tương đương với thuật ngữ Phạn là *vitarka* (tầm) và *vicāra* (tứ) trong thiền định, hoặc *manasikāra* trong tâm lý học A-tì-đạt-ma, nghĩa rộng là sự vận hành có chủ đích của tâm hướng đến đối tượng. Chánh chí 正志, tức chí nguyện chân chánh, định hướng tâm đúng đắn, thường tương đương với *samyak-saṃkalpa* trong Bát chánh đạo, còn dịch là chánh tư duy. Theo nghĩa Bát chánh đạo, "tư duy" ở đây tức là chánh tư duy (*samyak-saṃkalpa*), là chí hướng chân chánh đưa đến xuất ly, vô sân, bất hại. Theo nghĩa thiền quán, *tư duy* là năng lực nội quán, là nền tảng để hình thành tuệ giác hướng đến đoạn trừ phiền não, tức là biểu hiện của tâm *chánh chí*, một ý chí giải thoát.

Hỏi: Vì sao những pháp này lại có nhiều sự phân biệt như vậy?

Đáp: **(194)**

> *Trú phương tiện nhất tâm*
> *Nhu độn và lợi căn*
> *Kiến đạo và tu đạo*
> *Phật nói ba bảy phẩm.*

[Hành giả cần an trú vào phương tiện khéo léo và nhất tâm. Tùy theo căn cơ của mỗi người, có hai loại căn tánh: chậm lụt và sắc bén. Con đường giác ngộ được phân thành Kiến đạo và Tu đạo. Đức Phật đã giảng về ba mươi bảy phẩm trợ đạo.]

Xứ là nơi chánh niệm được thiết lập vào đối tượng duyên, do đó được gọi là Ý chỉ.

Phương tiện là Chánh tinh tấn, do đó được gọi là Chánh đoạn.

Nhất tâm là sự thiết lập nhất tâm, do đó được gọi là Như ý túc.

Độn căn là căn tánh chậm lụt là do ý chậm lụt mà được thành tựu, do đó gọi là Căn.

Lợi căn là do ý sắc bén mà được thành tựu, do đó gọi là Lực.

Kiến đạo là do đạt được kiến đạo, do đó gọi là Đạo chi.

Người tư duy về Đạo, thì nhờ tư duy mà đạt được Đạo,[112] do đó gọi là Giác chi.

Đây chính là những yếu tố phân biệt các pháp.

Đức Phật đã giảng về ba mươi bảy [phẩm trợ đạo]: bởi vì mười pháp này mà Phật giảng ba mươi bảy [phẩm trợ đạo].

Hỏi: Ba mươi bảy phẩm trợ đạo thuộc về địa nào?

---

[112] Theo *Du-già sư địa luận* và *Thành duy thức luận*, "tư duy đạo" (思惟 道) là giai đoạn thứ hai trong tiến trình tu đạo ngũ vị, tức là nhờ tư duy quán sát về chánh đạo, hành giả phát sinh thắng giải, đoạn hoặc, và thể nhập kiến đạo. Đây là bước trung gian nối kết chánh kiến với chánh hành, lấy trí tuệ làm yếu tố chính, là điều kiện sinh khởi vô lậu công đức.

Đáp: **(195)**

> *Đệ nhị thiền, vị lai*
> *Trợ đạo ba mươi sáu*
> *Tam, tứ thiền mười lăm*
> *Trung gian thiền như vậy.*

[Đệ nhị thiền và Vị lai thiền gọi là ba mươi sáu phẩm trợ đạo.

Đệ tam thiền và Đệ tứ thiền gọi là ba mươi lăm phẩm trợ đạo.

Trung gian thiền cũng được tính theo cách này.]

Đệ nhị thiền và Vị lai thiền gọi là ba mươi sáu [phẩm trợ đạo]: bởi vì trong thiền thứ hai không có Chánh tư duy, và trong Vị lai thiền không có Hỷ giác chi [nhưng vẫn còn ba mươi sáu yếu tố khác].

Đệ tam thiền và Đệ tứ thiền, và Trung gian thiền cũng tương tự: vì Đệ tam thiền, Đệ tứ thiền và Trung gian thiền đều không có Hỷ giác chi và Chánh tư duy, nên chỉ còn ba mươi lăm [phẩm trợ đạo].

(196) *Sơ thiền đủ ba bảy*
Ba vô sắc, ba mốt
Cao nhất, hai mốt phẩm
Dục giới hai mươi hai.

[Sơ thiền được gọi là đầy đủ tất cả các phẩm trợ đạo. Ba định vô sắc có ba mươi mốt phẩm trợ đạo. Địa cao nhất có hai mươi mốt phẩm trợ đạo. Dục giới có hai mươi hai phẩm trợ đạo.]

Sơ thiền đầy đủ tất cả, nghĩa là sơ thiền có đủ ba mươi bảy [phẩm trợ đạo].

Ba không định có ba mươi mốt, nghĩa là ba cõi vô sắc có ba mươi mốt [phẩm trợ đạo], trong đó không có Hỷ giác chi, Chánh tư duy, Chánh ngữ, Chánh nghiệp, Chánh mạng và Thân ý chỉ[113], nhưng vẫn giữ lại [các yếu tố] còn lại.

Cảnh giới cao nhất có hai mươi mốt, nghĩa là phi tưởng phi phi tưởng xứ [chỉ có hai mươi mốt phẩm trợ đạo], không có Bảy giác chi,

---

[113] *kāyānupassanā*; 身意止

Bát thánh đạo, và Thân ý chỉ.

Dục giới có hai mươi hai, nghĩa là trong Dục giới, không có Giác chi và Đạo chi, nhưng vẫn giữ [hai mươi hai yếu tố] còn lại.

Hỏi: Đức Thế Tôn đã giảng về bốn loại thức ăn, đó là đoàn thực, xúc thực[114], ý tư thực[115], và thức thực[116]. Vậy chúng có đặc điểm gì?

Đáp: **(197)** Đoàn thực trong các loại
Thuộc ba, trong dục giới
Thức, ý tư, xúc thực
Thuộc thức ăn hữu lậu.

[Trong các loại thức ăn, đoàn thực thuộc về ba loại của Dục giới. Thức thực, ý tư thực, và xúc thực đều được gọi là thức ăn hữu lậu, vì chúng duyên theo các pháp hữu lậu trong vòng sinh tử.]

Trong các loại thức ăn, đoàn thực trong Dục giới có ba loại, nghĩa là đoàn thực trong Dục giới có ba loại: mùi hương, vị giác, và sự mềm mại. Gọi là thức ăn vì có khả năng loại trừ đói khát.

Thức thực, ý tư thực, và xúc thực đều được gọi là thức ăn hữu lậu, vì chúng còn duyên theo các pháp hữu lậu [trong sinh tử] nên gọi là thức ăn. Vì sao gọi là thức ăn?

Vì [những pháp này] duy trì sự tiếp nối của đời sống sau, khiến cho [dòng sinh tử] không gián đoạn, nên gọi là thức ăn.

Hỏi: Đức Phật đã giảng về ba loại tam-muội, đó là không, vô nguyện, và vô tướng. Vậy ba loại tam-muội này có đặc điểm gì? Được thực hành như thế nào?

Đáp: **(198)**

*Vô nguyện mười hành tướng
Không tam-muội có hai
Thánh hạnh bốn hành tướng
Thuộc về Vô tướng định.*

---

[114] *sparśa-āhāra*; 更樂食
[115] *manaskāra-āhāra*; 意思食
[116] *vijñāna-āhāra*; 識食

[Vô nguyện tam-muội¹¹⁷ có mười hành tướng. Có hai hành tướng thuộc về không tam-muội¹¹⁸.

Trong Thánh hạnh, có bốn loại hành tướng thuộc về Vô tưởng định.]

Vô nguyện tam-muội có mười hành tướng, nghĩa là vô nguyện tam-muội gồm mười hành tướng: Vô thường hành¹¹⁹, Khổ hành¹²⁰, bốn hành thuộc Tập đế, bốn hành thuộc về Đạo đế.

Hai hành thuộc Không tam-muội, nghĩa là Không tam-muội có hai loại hành tướng: Không hành và Vô ngã hành.

Trong Thánh hạnh có bốn hành thuộc về Vô tưởng định, nghĩa là Vô tưởng tam-muội có bốn hành tướng thuộc về Diệt đế.

Hỏi: Đức Thế Tôn đã giảng về bốn điên đảo¹²¹, đó là: 1. Chấp vô thường là thường ; 2. Chấp khổ là lạc; 3. Chấp bất tịnh là thanh tịnh ; 4. Chấp vô ngã là ngã. Bốn điên đảo này thuộc về loại kiến hoặc nào, và chúng thuộc tánh gì?

Đáp: **(199)**

Quán khổ được đoạn trừ
Bốn chủng loại điên đảo
Bản chất ba tà kiến
Có chánh kiến giải trừ.

[Nên biết bốn loại cần được đoạn trừ thông qua sự quán chiếu về khổ chính là điên đảo. Chúng mang bản chất của ba loại tà kiến. Sự từ bỏ tà kiến được thành tựu nhờ chánh kiến.]

Bốn loại cần được đoạn trừ thông qua sự quán chiếu về khổ chính là điên đảo, vì tất cả bốn loại điên đảo được đoạn trừ khi quán chiếu về khổ, do bản chất của hành khổ.

Ba loại tà kiến có bản chất của kiến hoặc, từ bỏ tà kiến nhờ chánh

---

[117] *apraṇihita-samādhi*; 無願三摩提
[118] *śūnyatā-samādhi*; 空定
[119] *anityānupaśyanā*; 無常行
[120] *duḥkhānupaśyanā*; 苦行
[121] *viparyāsa*; 顛倒

kiến: Điên đảo là tánh chất [của tà kiến], trong ba loại [kiến chấp] đó, loại cao nhất chính là điên đảo.

Thân kiến là chấp vào "ngã", vì cho rằng có một "ta" thực hữu.

Biên kiến là chấp vào thường hoặc đoạn, [cho rằng tất cả pháp hoặc là thường hằng, hoặc là đoạn diệt hoàn toàn].

Kiến điên đảo, có nghĩa là cho rằng bất tịnh là thanh tịnh, tất cả những điều này đều thuộc về hành khổ. Đồng thời, tâm và tưởng mang bản chất của kiến chấp, vì tà kiến làm loạn tâm, nên gọi là tâm điên đảo, tưởng điên đảo, kiến điên đảo, nhưng không phải là bản tánh điên đảo.

Hỏi: Đức Thế Tôn đã giảng về sáu mươi hai tà kiến, vậy loại kiến quan trọng nhất thuộc về nhóm kiến nào?

Đáp: Tất cả các loại tà kiến đều thuộc về năm loại tà kiến[122], trong đó thân kiến là quan trọng nhất.

Hỏi: Làm sao biết được điều này?

Đáp: **(200)**

> *Phỉ báng điều chân thật*
> *Đó gọi là tà kiến*
> *Chẳng thật mà thấy thật*
> *Là tà kiến, tà trí.*

[Phỉ báng chân lý, đó là tà kiến. Chấp vào điều không thật mà xem là thật, đó là hai loại tà kiến và tà trí.]

Phỉ báng chân lý, đó gọi là tà kiến, nghĩa là thấy sai lạc, phủ nhận sự tồn tại của chân lý, như chấp rằng không có bố thí, không có nhân quả,[123] không có giáo pháp. Tất cả những quan điểm như vậy đều gọi là tà kiến.

---

[122] pañca-dṛṣṭi; 五見

[123] Hán: 無齊 vô tế: trong văn cảnh này không mang nghĩa đen "không có gì sánh bằng", mà là không có sự công bằng, đo lường, thứ tự đúng sai, tức phủ nhận các chuẩn mực đạo đức hoặc quả báo tương ứng.

Chấp vào điều không thật mà xem là thật, đó là hai loại tà kiến và tà trí: Trong năm uẩn, không có một cái "ngã" chân thực, mà lại chấp vào sự tồn tại của "ngã", đó gọi là thân kiến. Khi chấp vào khổ là lạc, bất tịnh là thanh tịnh, đó gọi là kiến chấp sai lầm. Những tà kiến và tà trí này do suy tưởng sai lạc mà sinh khởi, giống như trong đêm tối thấy bóng mờ mà lầm tưởng là kẻ trộm, hoặc như nhìn tượng gỗ mà tưởng là người thật.

(201) *Chấp tịnh kiến (như) ngăn trộm*
Thấy phi nhân là nhân
Biên kiến nên thấy vậy
Nơi đoạn diệt thấy thường.

[Cho rằng tịnh kiến như việc ngăn trộm đạo, cho rằng giới cấm có thể dẫn đến giải thoát, đó là tà kiến về giới cấm thủ.

Chấp vào điều không phải nhân mà xem là nhân, đó là tà kiến về nhân quả sai lầm.

Những tà kiến này thuộc về biên kiến, vì dựa vào chấp đoạn diệt hoặc chấp thường hằng.]

Chấp tịnh kiến (như) ngăn trộm, thấy phi nhân là nhân: nghĩa là đối với điều không phải nhân mà lầm tưởng là nhân, kiến chấp này gọi là giới cấm thủ; như cho rằng hành khổ hạnh có thể dẫn đến giải thoát.

Biên kiến nên thấy vậy, nơi đoạn diệt thấy thường: nghĩa là chấp vô thường là thường, đó là thường kiến; không nhận biết sự tiếp nối của nhân duyên mà chấp đoạn tuyệt, đó là đoạn kiến.

Do đó, những loại tà kiến này được gọi là chấp thủ kiến.

(202) *Kiến lập sự phỉ báng*
Do chấp hai biên kiến
Nếu có sự chuyển hành
Chánh kiến năng đoạn trừ.

[Kiến lập sự phỉ báng, do chấp hai biên kiến.

Nếu có sự chuyển hóa, thực hành đúng pháp, thì chánh kiến có thể đoạn trừ biên kiến.]

Kiến lập sự phỉ báng là nói về tà kiến.

Nếu phỉ báng khổ đế, thì có thể đoạn trừ bằng kiến khổ đoạn.

Nếu phỉ báng tập đế, thì có thể đoạn trừ bằng kiến tập đoạn.

Nếu phỉ báng diệt đế, thì có thể đoạn trừ bằng kiến diệt đoạn.

Nếu phỉ báng đạo đế, thì có thể đoạn trừ bằng kiến đạo đoạn.

Thân kiến được lập trên chấp khổ là ngã, do đó có thể đoạn trừ bằng kiến khổ đoạn.

Kiến giải lừa dối[124] được kiến lập trên chấp khổ là lạc, do đó có thể đoạn trừ bằng kiến khổ đoạn.

Nếu chấp tập đế sai lầm, thì có thể đoạn trừ bằng kiến tập đoạn.

Nếu chấp diệt đế sai lầm, thì có thể đoạn trừ bằng kiến diệt đoạn.

Nếu không tiếp nhận chánh pháp, [thì không thể thấy rõ diệt đế] do đó có thể đoạn trừ bằng kiến diệt đoạn.

Đối với đạo đế, cũng [theo nguyên tắc] như vậy.

---

[124] 見盜 (*kiến đạo*) trong câu 見盜建立苦為樂，是見苦斷 có hình thái từ ngữ học và nội hàm đặc thù trong cách dùng của Pháp Thắng. Kiến 見: nhận thức, tri kiến, kiến giải, đặc biệt trong A-tì-đạt-ma là "kiến hoặc" (*dṛṣṭigata kleśa*). Đạo 盜: có nghĩa là "trộm cắp", "đánh tráo", "chiếm đoạt một cách bất chính". Hợp lại, 見盜 là một thuật ngữ chỉ tà kiến đánh tráo chân lý, theo nghĩa bóng: kiến chấp gian trá như kẻ trộm, khiến người ta chấp cái không thật làm thật. Như vậy, *kiến đạo* 見盜 là một dạng tà kiến (邪見), thiên về thấy sai bản chất các pháp. Trong *Câu-xá luận* (*Abhidharmakośabhāṣya*), quyển VI–VII, chia rõ 4 loại kiến điên đảo (*dṛṣṭi-viparyāsa*):1. Thấy vô thường là thường; 見無常為常 (*anitye nityatā-darśana*); 2. Thấy cái khổ là lạc; 見苦為樂 (*duḥkhe sukhatā-darśana*); 3. Thấy cái bất tịnh là thanh tịnh; 見不淨為淨 (*aśucau śucitā-darśana*); 4. Thấy cái vô ngã là ngã; 見無我為我 (*anātmani ātmatā-darśana*). Đều bị đoạn trừ bởi kiến đạo trí (*darśanamārga-jñāna*). *Kiến đạo* 見盜 trong *Tâm luận* là một dụng ngữ A-tì-đạt-ma đặc thù, chỉ những tà kiến đánh tráo bản chất thực của các pháp.

Nếu chấp giới cấm thủ mà hành trì trong cảnh giới hữu lậu, thì có thể đoạn trừ bằng kiến khổ đoạn; nếu hành trì trong cảnh giới vô lậu, thì có thể đoạn trừ bằng kiến đạo đoạn.

Nếu chấp đoạn diệt là thường hằng, thì cũng có thể đoạn trừ bằng kiến khổ đoạn.

Nếu chấp sự đoạn diệt của năm uẩn hiện tiền là thường hằng, thì đây không phải là chấp hoàn toàn sai lầm[125].

Trong phần này, tất cả các loại tà kiến đều được phân biệt rõ ràng.

---

[125] Có thể được hiểu theo hai khía cạnh chính:

1. *Chấp diệt tận là thường hằng*: Một phần có lý nhưng không hoàn toàn đúng.

Khi hành giả đạt đến Niết-bàn vô dư y (*nirupadhiśeṣa-nirvāṇa*; 無餘涅槃), năm uẩn hoàn toàn đoạn diệt, không còn tái sinh. Vì vậy, nói rằng sự đoạn diệt của năm uẩn là thường hằng không hoàn toàn sai lầm, bởi vì Niết-bàn là vô vi pháp, không sinh không diệt, không bị biến hoại theo thời gian. Tuy nhiên, nếu chấp chặt vào sự đoạn diệt mà phủ nhận tính duyên khởi của pháp, rơi vào cực đoan đoạn kiến (*uccheda-dṛṣṭi*; 斷見), thì đây lại là một tà kiến.

2. *Tính không của năm uẩn – Hiểu theo Trung đạo*: Theo quan điểm Trung đạo (*madhyamā-pratipad*; 中道), năm uẩn vốn duyên sinh, không có thực thể cố định.

Nếu hiểu rằng sự đoạn diệt của năm uẩn là Niết-bàn bất sinh bất diệt, thì đây là chánh kiến.

Nếu chấp sự đoạn diệt của năm uẩn là hư vô tuyệt đối, không còn gì tồn tại, thì đó là đoạn kiến.

Vì vậy, nói "năm uẩn hiện tiền, nhưng nếu chấp rằng sự đoạn diệt của năm uẩn là thường hằng, thì đây không phải là chấp hoàn toàn sai lầm" có nghĩa là chấp niệm này có thể đúng một phần nhưng cần phải hiểu đúng theo Trung đạo để không rơi vào đoạn kiến. Nếu nhận biết rằng năm uẩn vốn là vô thường, khổ, vô ngã, và sự đoạn diệt của chúng là sự giải thoát chân thật, thì đây chính là chánh kiến. Tuy nhiên, nếu chấp thủ sự đoạn diệt của năm uẩn là một trạng thái hư vô, vĩnh viễn không còn gì tồn tại, thì đó lại là một hình thức cực đoan của đoạn kiến.

Hỏi: Đức Thế Tôn đã giảng về hai mươi hai căn[126]. Đó là gì?

Đáp: **[829b] (203)**

> *Giới thuộc về nội thân*
> *Ba thân căn, mạng căn*
> *Nền tảng cho sinh tử*
> *Bậc Thánh đã chỉ bày.*

[Các giới thuộc về nội thân, gồm ba loại thân căn và mạng căn. Đây là những căn làm nền tảng cho sinh tử, được các bậc Thánh nhân giảng dạy.]

Các giới thuộc về nội thân gồm: mắt, tai, mũi, lưỡi, ý.

Ba loại thân căn gồm: thân căn, nam căn, nữ căn.

Mạng căn[127] là căn thứ chín.

Nền tảng cho sinh tử, Bậc Thánh đã chỉ bày: nghĩa là chín căn này là nền tảng của sinh tử, nên gọi là căn. Chúng sinh là [kết quả của] tưởng sinh tử[128], [vậy nên không thoát khỏi luân hồi].

(204) *Từ cảm thọ phiền não*
Tín sở y thanh tịnh
Chín căn thuộc vô lậu
Ba căn nương vào đạo.

[Từ cảm thọ khởi lên các phiền não. Niềm tin là căn bản, sở y của pháp thanh tịnh. Chín căn thuộc về vô lậu, ba căn nương vào đạo.]

---

[126] *dvāviṃśati-indriya*; 二十二根

[127] *jīvitendriya*; 命根

[128] Theo hệ A-tì-đạt-ma Hữu bộ (Sarvāstivāda), „chúng sinh" không phải là một thực thể độc lập, mà là một danh ngôn giả lập trên sự tập hợp, vận hành của ngũ uẩn (*pañcaskandha*), đặc biệt là hữu tình uẩn (*sattvaskandha*). Do vậy, "chúng sinh" chỉ có nghĩa trên phương diện nhận thức (想; *saṃjñā*), tức do tưởng lập, không có thật thể (*na svabhāvaḥ*). Câu 眾生是生死想 có nghĩa là chúng sinh chỉ là kết quả của vọng tưởng phân biệt sinh-tử, không có thật thể tồn tại độc lập ngoài dòng danh-sắc.

Các căn từ cảm thọ khởi lên các phiền não, bao gồm: Lạc căn, Khổ căn, Hỷ căn, Ưu căn, Hộ căn. Chúng là nền tảng làm phát sinh phiền não, nên được gọi là căn.

Niềm tin là căn bản, sở y của pháp thanh tịnh, đó là: Tín căn, Tinh tấn căn, Niệm căn, Định căn, Tuệ căn. Những căn này giúp đạt đến giải thoát, nên được gọi là căn.

Chín căn thuộc về vô lậu, Ba căn nương tựa vào đạo, bao gồm: năm căn với tín dẫn đầu (tín, tấn, niệm, định, tuệ), ba căn của cảm thọ (lạc, khổ, hỷ) và Ý căn. Là những căn nương vào đạo vô lậu, nên được gọi là căn.

Tùng tín hành và pháp hành, các pháp thuộc về đạo sở nhiếp, nên gọi là vị tri căn[129] (căn chưa biết).

Thuộc về tu đạo, nên gọi là dĩ tri căn[130] (căn đã biết).

Thuộc về vô học đạo, nên gọi là vô tri căn[131], (căn không còn gì để biết).

Hỏi: Trong những căn này, có bao nhiêu căn thuộc dục giới, bao nhiêu căn thuộc sắc giới, và bao nhiêu căn thuộc vô sắc giới?

Đáp: **(205)**

> *Dục giới có bốn loại*
> *Tám loại thuộc về thiện*
> *Sắc chủng tính bảy loại*
> *Tâm sở pháp có mười*
> *Tuệ giác nói nhất tâm.*

[Trong cõi dục có bốn loại. Tám loại thuộc về thiện. Các sắc pháp được phân thành bảy nhóm theo chủng tính. Tâm sở pháp có mười loại. Bậc tuệ giác giảng rằng có một pháp chính là tâm.]

Trong cõi dục có bốn loại, đó là nam căn, nữ căn, khổ căn và ưu căn. Những căn này đều thuộc về pháp hệ của cõi dục. Các phần còn lại

---

[129] *anijñendriya*; 未知根
[130] *jñātavya-indriya*; 已知根
[131] *ajñendriya*; 無知根

được giải thích như trong phẩm Giới.

Tám loại thiện gồm năm tín căn đứng đầu và ba pháp vô lậu.

Bảy sắc pháp theo chủng tính, là bảy sắc căn, gồm năm sắc căn, nam căn và nữ căn. Các loại còn lại không thuộc về sắc pháp.

Hỏi: Có bao nhiêu loại thuộc về tính, bao nhiêu loại tâm sở thuộc về tính, và bao nhiêu loại không phải là tâm thuộc về tính cũng không phải là tâm sở thuộc về tính?

Đáp: Các tâm sở gồm mười loại, trong đó có năm tín căn đứng đầu và năm loại khổ thọ. Điều được nói là *"Bậc tuệ giác giảng rằng có một pháp chính là tâm"* đó chính là ý căn. Các căn còn lại không phải là tâm thuộc về tính, cũng không phải là tâm sở thuộc về tính.

Hỏi: Có bao nhiêu [pháp thuộc về] hữu báo[132] và bao nhiêu [pháp thuộc về] vô báo[133]?

Đáp: **(206)**

Một, mười pháp hữu báo
Là tuệ giác giảng nói
Trong mười ba, hữu báo
Kiến giả khéo phân biệt.

[Một pháp và mười pháp thuộc về hữu báo, dây là điều được trí tuệ giảng giải. Trong mười ba pháp, có pháp là hữu báo, Những bậc thấy rõ chân lý phân biệt điều này.]

Một chính là ưu căn, nhất định thuộc về hữu báo, vì nó luôn thuộc về thiện hoặc bất thiện. Khi hiện khởi trong giai đoạn chuẩn bị, nó không phải là pháp sinh từ báo[134]. Vì nó không thuộc về uy nghi hay công xảo, nên nó không phải là vô ký, do đó, nó hoàn toàn thuộc về hữu báo.

Mười pháp thuộc hữu báo, theo lời giảng giải của bậc tuệ giác, gồm năm căn đứng đầu bởi tín. Nếu là pháp thuộc hữu lậu, thì thuộc hữu

---

[132] *saphala*; 有報
[133] *aphala*; 無報
[134] *vipākaja*; 報生

báo; nếu là vô lậu, thì thuộc vô báo.

Ý căn và ba loại khổ thọ nếu thuộc vô ký hoặc vô lậu, thì thuộc vô báo; nếu thuộc thiện hoặc bất thiện, thì thuộc hữu báo.

Khổ căn nếu thuộc vô ký, thì thuộc vô báo; các pháp còn lại thì thuộc hữu báo.

Hỏi: **(207)**

Hai, hoặc sáu, bảy, tám
Đắc sát-na đầu tiên
Hữu báo trong dục giới
Còn sáu, một thượng tầng.

[Hai, hoặc sáu, bảy, tám là những pháp có thể đạt được ngay trong sát-na đầu tiên.

Trong cõi dục, chúng mang đặc tính hữu báo. Ngoài ra, còn có sáu pháp và một pháp cao hơn có thể đạt được về sau.]

Hai hoặc sáu, bảy, tám có thể đạt được ngay trong sát-na đầu tiên, nghĩa là các căn dần dần thành tựu. Ví như các loài sinh từ trứng, từ thấp nhiệt, từ thai, thì ngay từ sát-na đầu tiên chỉ có hai căn sinh khởi, đó là thân căn và mạng căn.

Đối với loài hóa sinh vốn không có hình thể [ban đầu, thì ngay khi sinh khởi] đã có đủ sáu căn: năm sắc căn và mạng căn.

Nếu có một hình thể, thì có bảy căn.

Nếu có hai hình thể, thì có tám căn.

Trong cõi dục, những pháp thuộc hữu báo được đề cập, tức là các chúng sinh hoàn toàn thuộc về cõi dục.

Sáu pháp và một pháp cao hơn, có nghĩa là:

Trong cõi Sắc, ngay từ sát-na đầu tiên có sáu căn được thành tựu.

Trong cõi Vô sắc, chỉ có một căn (tức ý căn).

Lúc ấy, tâm hoàn toàn nhiễm ô, do đó, tất cả các pháp tâm và tâm sở sinh khởi đều không thuộc về hữu báo.

Hỏi: Khi mạng chung, có bao nhiêu căn được xả bỏ sau cùng?

Đáp: **(208)**

Bốn, hoặc tám, chín căn
Hoặc xả căn đến mười.
Lâm chung dần xả diệt
Thiện xả tăng năm pháp.

[Bốn căn bị xả bỏ, hoặc có thể xả bỏ tám, chín, hay mười căn. Khi lâm chung, các căn dần dần diệt mất theo từng giai đoạn. Nếu sự xả bỏ diễn ra theo cách thiện, thì mỗi lần xả bỏ, năm căn sẽ tăng trưởng.]

Bốn căn bị xả bỏ, hoặc có thể xả bỏ tám, chín hay mười căn. Khi lâm chung, các căn dần dần diệt mất: có nghĩa là, khi [chúng sinh có] tâm vô ký sắp mạng chung, bốn căn sau cùng sẽ bị xả bỏ, đó là Thân căn, Ý căn, Mạng căn, Hộ căn.

Đối với [những chúng sinh] không có hình sắc, khi tâm vô ký diệt mất trong lúc mạng chung, thì tám căn bị xả bỏ cùng lúc.

Nếu có một hình sắc, thì chín căn [bị xả bỏ].

Nếu có hai hình sắc, thì mười căn [bị xả bỏ].

Nếu sự xả bỏ diễn ra theo cách thiện, thì mỗi lần xả bỏ, năm căn sẽ tăng trưởng, có nghĩa là khi chúng sinh xả bỏ các căn theo cách thiện, thì năm căn được tăng trưởng thêm, đó là năm căn đứng đầu bởi tín.

Đối với cõi Sắc và cõi Vô sắc, [sự xả bỏ và tăng trưởng của] các căn cũng diễn ra [theo nguyên tắc] tương tự, tùy theo căn [nào có thể thành tựu].

Hỏi: Bao nhiêu pháp thuộc về kiến đoạn, bao nhiêu thuộc về tu đoạn, và bao nhiêu thuộc về vô đoạn[135]?

Đáp: **(209)**

Hai kiến, bốn vô đoạn
Nhị căn gồm sáu pháp
Ba diệu căn không đoạn

---

[135] *aprahātavya*; 無斷: vô đoạn

Còn lại do tu đoạn.

[Hai pháp thuộc về kiến đoạn, bốn pháp thuộc về vô đoạn. Có hai loại căn, gồm sáu pháp. Ba pháp vi tế không bị đoạn trừ. Các pháp còn lại được xem là có thể đoạn trừ thông qua tu tập.]

Hai pháp thuộc về kiến đoạn, bốn pháp thuộc về vô đoạn, có nghĩa là trong bốn căn, có hai loại thuộc về kiến đoạn và tu đoạn.

Bốn pháp thuộc về vô đoạn là ý căn, cùng với ba loại khổ thọ.

Có hai loại căn, gồm sáu pháp, chỉ cho năm căn đứng đầu bởi tín cùng ưu căn.

Ba pháp vi tế không bị đoạn trừ, chính là ba pháp vô lậu, vì chúng không bị đoạn diệt.

Các pháp còn lại được xem là có thể đoạn trừ thông qua tu tập: chín căn thuộc về tư duy đoạn gồm mạng căn cùng với tám căn khác và khổ căn.

Các kinh văn đã nói rõ về những điều này, giờ đây sẽ tiếp tục trình bày một phạm trù khác.

Hỏi: Đức Thế Tôn đã nói về sáu thức, gồm: nhãn thức, nhĩ thức, tị thức, thiệt thức, thân thức và ý thức. Vậy thức này nhận biết pháp nào?

Đáp: **(210)**

Theo nghĩa của các căn
Thuộc năm loại tâm giới
Lãnh Thọ tất cả pháp
Chính là ý thức giới.

[Nếu xét theo nghĩa của các căn, thì chúng thuộc về năm loại tâm giới[136]. Thọ lãnh tất cả các pháp, đó chính là ý thức giới[137].]

"Nếu xét theo nghĩa của các căn, đó là năm loại tâm giới, có nghĩa là năm thức nhận biết năm loại sắc: Nhãn thức nhận biết sắc pháp,

---

[136] cittadhātu; 心界
[137] manovijñānadhātu; 意識界

cho đến Thân thức nhận biết xúc, (tức là tính chất) mềm mại hay thô ráp, v.v..."

Thức này lãnh nạp tất cả các pháp, đó chính là ý thức giới, có nghĩa là ý thức nhận biết tất cả các pháp. Cảnh giới của ý thức chính là tất cả các pháp.

Hỏi: Có mười loại pháp được phân thành: (1) tương ưng với cõi Dục; (2) không tương ưng với cõi Dục; (3) tương ưng với cõi Sắc; (4) không tương ưng với cõi Sắc, (5) tương ưng với cõi Vô sắc, (6) không tương ưng với cõi Vô sắc, (7) Hữu vi vô lậu tương ưng; (8) Hữu vi vô lậu không tương ưng; (9) Hai loại vô vi; (10) Thiện và vô ký.

Trong mười loại pháp này, cần phân biệt trí[138] tương ứng với từng pháp. Vậy mỗi cảnh giới của từng loại trí có bao nhiêu pháp?

Đáp: **(211)**

> *Nên biết về năm pháp*
> *Cảnh giới của pháp trí*
> *Bảy pháp vị tri trí*
> *Tha tâm trí có ba.*

[Năm pháp cần được biết về cảnh giới của pháp trí. Bảy pháp thuộc về Vị tri trí. Ba pháp thuộc về cảnh giới của Tha tâm trí.]

Năm pháp cần được biết, là cảnh giới của pháp trí: có nghĩa là năm pháp thuộc về cảnh giới của pháp trí, bao gồm: (1) Tương ưng với cõi Dục, (2) Không tương ưng với cõi Dục, (3) Vô lậu tương ưng, (4) Vô lậu không tương ưng, (5) Vô vi thiện.

Bảy pháp thuộc về Vị tri trí[139], nghĩa là cảnh giới Vị tri trí gồm có bảy pháp: (1) Cõi Sắc, (2) Cõi Vô Sắc, (3) Vô lậu tương ưng, (4) Vô lậu không tương ưng, (5) Vô vi thiện, (6) Tương ưng với cõi Dục, (7) Không tương ưng với cõi Dục.

Ba pháp thuộc về cảnh giới của Tha tâm trí, nghĩa là cảnh giới Tha tâm trí gồm ba pháp: (1) Cõi Dục; (2) Cõi Sắc; (3) Vô lậu tương ưng.

---

[138] *prajñā*; 智
[139] *anājñātajñāna*; 未知智: vị tri trí

(212) *Hữu lậu trí mười pháp*
Pháp nhân quả có sáu
Giải thoát trí một pháp
Đạo trí cảnh giới hai
Trí khác còn lại chín.

[Hữu lậu trí có mười pháp. Hai pháp liên quan đến nhân và quả có cảnh giới là sáu. Giải thoát trí có một pháp. Đạo trí có hai pháp làm cảnh giới. Chín pháp còn lại thuộc về các loại trí khác.]

Hữu lậu trí có mười pháp, có nghĩa là hữu lậu trí là loại trí bình đẳng, vì nó có cảnh giới là tất cả mười pháp, tức là cảnh giới của tất cả các pháp.

Nhân quả có cảnh giới là sáu pháp, nghĩa là Khổ trí và Tập trí có cảnh giới là sáu pháp, tức là các pháp tương ưng và không tương ưng trong ba cõi.

Giải thoát trí có một pháp, có nghĩa là Diệt trí có cảnh giới là một pháp, tức là chỉ có vô vi thiện.

Đạo trí có hai pháp, có nghĩa là Đạo trí có cảnh giới là hai pháp, đó là hữu vi vô lậu tương ưng và hữu vi vô lậu không tương ưng.

Chín pháp còn lại, có nghĩa là Tận trí và Vô sinh trí có cảnh giới là chín pháp, ngoại trừ Vô vi vô ký[140]. Đây chính là sự phân biệt [về cảnh giới] của các loại trí.

[830b] (213)

Phiền não địa riêng biệt
Hành sử trong chính địa
Các phiền não phổ biến
Vận hành trong địa khác.

[Phiền não thuộc về một địa riêng biệt được phát triển cố định trong chính địa đó. Phiền não phổ biến là những loại được hình thành bởi các loại khác trong các địa khác nhau.]

Những phiền não thuộc về một địa riêng biệt được phát triển cố

---

[140] *asaṃskṛta-avyākṛta*; 無為無記: vô vi vô ký

định trong chính địa đó, có nghĩa là phiền não trong cõi Dục chỉ phát sinh và chi phối trong cõi Dục. Các phiền não trong Phạm thế chỉ phát sinh và chi phối trong Phạm thế. Tương tự như vậy, cho đến cõi Phi tưởng phi phi tưởng xứ, cũng nên hiểu rằng các phiền não phát sinh chỉ trong phạm vi riêng trong địa của chúng.

Phiền não phổ biến là những loại được hình thành bởi các loại khác trong các địa khác nhau: có nghĩa là có những phiền não phổ biến khắp tất cả các địa, có những phiền não không phổ biến khắp tất cả các địa.

Các phiền não bị chi phối tùy theo từng loại chủng tử có thể phổ biến rộng hoặc giới hạn trong từng địa riêng biệt. Chẳng hạn như: Thân kiến (là kiến giải sai lầm về thân thể), khi quán về Khổ đế thì đoạn trừ kiến chấp này. Trong trường hợp này, tất cả các pháp thuộc Khổ đế chính là đối tượng đoạn trừ của các phiền não chi phối.

Kiến chấp về Tập đế cũng có thể bị đoạn trừ, và điều này có thể phổ biến đến tất cả các địa.

Tương tự như vậy, cho đến mạng căn, khi được tư duy đoạn trừ, thì sự đoạn trừ này cũng có thể mở rộng đến tất cả các địa.

(214) *Phiền não trong tam giới*
   Xác lập trong ba cõi
   Nên biết trong hai cõi,
   Một cõi cũng như vậy.

[Khi một phiền não thuộc về ba cõi được xác lập, nó cố định trong chính ba cõi. Nên biết điều này cũng áp dụng cho hai cõi và một cõi.]

Khi một phiền não thuộc về ba cõi được xác lập, nó cố định trong chính ba cõi: có nghĩa là các pháp thuộc về ba cõi đều nằm trong phạm vi của ba cõi và bị chi phối[141] [bởi chính các phiền não]. Chẳng

---

[141] Hán: 一切使所使 nhất thiết sử sở sử: bị chi phối bởi tất cả phiền não. Xem thêm Chú thích 531 ở trước. 所使; s: *kliṣṭa*, nghĩa là "bị ô nhiễm, bị làm cho nhiễm trước" bởi các phiền não (*kleśa*; 使 *sử*). Tức là các hành (*saṃskāra*), đặc biệt là tâm (*citta*) và tâm sở pháp (*caitasika*) bị chi phối bởi phiền não (*tham, sân, si*...). Câu-xá luận

hạn, ý căn tồn tại trong cả ba cõi, nên nó chịu sự chi phối [của tất cả các phiền não] trong ba cõi.

Nên biết điều này cũng áp dụng cho hai cõi: nghĩa là có những pháp chỉ thuộc về hai cõi, tức là chúng bị giới hạn trong hai cõi nhất định và cũng chịu sự chi phối [của các phiền não] trong hai cõi đó. Chẳng hạn, tầm (giác), tứ (quán) chỉ tồn tại trong cõi Dục và cõi Sắc. Do đó, chúng bị chi phối bởi tất cả các phiền não thuộc về hai cõi này.

Một cõi cũng như vậy: nghĩa là những pháp chỉ tồn tại trong một cõi duy nhất, và chúng cũng bị chi phối [bởi tất cả các phiền não] trong cõi đó. Chẳng hạn, ưu căn chỉ tồn tại trong cõi Dục, nên nó chịu sự chi phối [của tất cả các phiền não] trong cõi Dục.

(215) *Phật nói khế kinh này*
Hiển bày tất cả pháp
Thức, trí và các sử
Phân biệt ba môn này.

[Đây là kinh điển do Đức Phật thuyết giảng nhằm hiển bày tất cả pháp. Phân biệt rõ ràng ba phạm trù: thức, trí và các phiền não chi phối.]

Trong những kinh điển do Đức Phật thuyết giảng, nếu nói về các pháp, thì nên phân biệt theo ba phương diện: thức, trí, và sử (phiền não chi phối).[142]

Chẳng hạn như trong cõi Dục, năm căn chính là đối tượng nhận

(《阿毘達磨俱舍論》), quyển IV: Luận về tâm và tâm sở (CBETA, T29n1558_p0028a29): 復有為法，若煩惱所使名為有漏，若離煩惱所使名為無漏. Việt dịch: Các pháp hữu vi nếu bị phiền não chi phối thì gọi là *hữu lậu*, nếu lìa phiền não điều động thì gọi là *vô lậu*". Thành duy thức luận 《成唯識論》, quyển 3 (T31n1585_p0030b21): 由煩惱所使，說為有漏。Việt dịch: Do bị phiền não chi phối nên gọi là *hữu lậu*.

[142] Có nghĩa là: *Thức môn*: liên quan đến các loại thức. *Trí môn*: liên quan đến các loại trí. *Phiền não chi phối môn*: liên quan đến các phiền não chi phối.

biết của sáu thức.

Trong cõi Sắc chỉ có bốn thức, vì tị thức và thiệt thức không hoạt động trong cõi này.

[Trong các cõi] có những pháp tương ưng với thức và những pháp không tương ưng với thức, vì vậy mà có [sự phân biệt tạo thành] bảy loại trí [dùng để nhận biết các pháp].

[Các phiền não chi phối được] phân thành năm loại, chúng đều thuộc phạm vi chi phối của cõi Dục và cõi Sắc.

PHẨM THỨ CHÍN
TẠP LUẬN[143]

Đã giải thích xong phẩm Khế kinh. Giờ đây, tiếp tục là phần Tạp luận.

(216) *Đã nói pháp tương ưng*
Mỗi pháp phân biệt rõ
Nghĩa luận các pháp trên
Nghe kỹ, nay lược giảng.

[Những pháp đã được giải thích theo từng sự tương ưng, mỗi pháp đều được phân biệt rõ ràng.

Đối với các nghĩa các luận nói trên, nay sẽ lược giảng, hãy lắng nghe kỹ.]

(217) *Hữu duyên tức tương ưng*
Hành tướng và sở y
Tâm và tâm sở pháp
Hiểu theo cùng một nghĩa.

[Có duyên thì cũng tương ưng, có tướng trạng và có sở y. Tâm và các tâm sở pháp, đều được hiểu theo cùng một nghĩa.]

Tâm và các tâm sở pháp có những danh xưng sai biệt. Tất cả các hành đều có chung một đối duyên, nên gọi là hữu duyên.

Do chúng hỗ tương tương ưng với nhau, nên gọi là tương ưng.

---
[143] *prakirṇavarga;* 雜品第九

Do chúng vận hành trong cảnh giới, nên gọi là hành[144].

Do sinh khởi dựa vào các duyên, nên gọi là sở y [145].

(218) *Pháp duyên sinh cùng nhân*
Có nhân và hữu vi
Thuyết đạo lộ tu tập
Có quả để thành tựu.

[Nên biết rằng các pháp do duyên sinh khởi, cũng do nhân mà có, có nguyên nhân, thuộc về hữu vi, là đối tượng được thuyết giảng, có đạo lộ để tu tập, và có quả để thành tựu.]

Trong các pháp hữu vi, có sự sai biệt về danh xưng.

Do nương tựa vào duyên nên gọi là duyên. Do có khả năng sinh khởi pháp khác nên gọi là nhân.

Do phải dựa vào nhân nên gọi là có nhân[146]. Do dựa vào sự tạo tác mà có nên gọi là hữu vi..

Do có nhiều phương tiện thiện xảo hiển bày rõ ràng nên gọi là xứ[147].

Do tùy thuộc vào quá khứ, vị lai, hiện tại mà có lộ trình nên gọi là đạo lộ[148].

Do có sự chuyển biến và thành tựu quả nên gọi là có quả.

(219) *Ác pháp và ẩn một*
Nhiễm, hạ liệt, tối tăm
Thiện hữu vi cần tập
Còn gọi pháp tu học.

[Ác pháp và ẩn một[149], là những pháp nhiễm ô, hạ liệt, và đen tối.

---

[144] *caryā*; 行

[145] *āśraya*; 依

[146] *sāhetuka*; 有因

[147] *sthāna*; 處

[148] *mārga*; 道路

[149] *nivṛta*; 隱沒: chỉ sự hoại diệt, tiêu biến của các pháp hữu vi (*saṃskṛta*;

Những pháp thiện thuộc về hữu vi và cần được tu tập, gọi là những pháp cần được tu học[150].]

Ác pháp và ẩn một, là những pháp nhiễm ô, hạ liệt, và đen tối: bất thiện pháp và các pháp vô ký ẩn một, đây là sự sai biệt về danh xưng.

Vì không thể xác lập trong nhóm thiện nên gọi là ác pháp. Vì bị phiền não che lấp nên gọi là ẩn một. Vì bị phiền não làm nhiễm ô nên gọi là uế trược. Vì thuộc về phàm phu thấp kém nên gọi là hạ liệt. Vì không có trí tuệ, tối tăm và rối loạn nên gọi là đen tối.

Thiện thuộc về hữu vi và cần được tu tập: nghĩa là thiện pháp hữu vi có sự sai biệt về danh xưng. Vì sinh khởi từ trí tuệ nên gọi là thiện; vì khi thực hành có thể đạt được công đức và có thể thực hành nên gọi là tập và tu.

Đã nói về các hành tương ưng với tâm, giờ sẽ nói về các hành không tương ưng với tâm.

(220) *Hai loại định vô tưởng*

有為法); chỉ đến sự lắng xuống của phiền não, vô minh, sự ẩn tàng của các pháp do duyên sinh diệt. Ác pháp có thể bị đoạn trừ (*prahāṇa*; 斷) qua sự tu tập thiền định, giới hạnh, trí tuệ. Khi ấy, chúng không còn khởi lên nữa và rơi vào trạng thái ẩn một (*nivṛta* 隱沒). Sự "ẩn một" ở đây không nhất thiết là hoàn toàn diệt tận ngay lập tức, mà có thể là tạm thời lắng xuống, không còn hiện hành trong tâm thức. Điều này phù hợp với cách phân loại phiền não theo Kiến hoặc (*darśana-heya*; 見惑) và Tư hoặc (*bhāvanā-heya*; 思惑). Nếu có nhân duyên bất thiện, ác pháp sinh khởi; nếu nhân duyên thiện được bồi dưỡng, ác pháp sẽ dần ẩn mất.

"Ẩn một" không có nghĩa là "đoạn diệt tuyệt đối", mà có thể hiểu là sự tạm thời vắng mặt do điều kiện không còn thích hợp (như cách một ngọn lửa tự tắt khi không còn nhiên liệu). Nên luận nầy ghép nó vào "những pháp nhiễm ô, hạ liệt, và đen tối", có ý nghĩa tu tập và đoạn trừ phiền não.

Đối chiếu kệ tụng (38): 隱沒 (ẩn một) là một đặc tính của sắc pháp vô ký, chỉ sự biến đổi theo thời gian.

[150] (*bhāvanīya*; 修學)

Chúng sanh loại trong đó
Cú thân, vị, danh thân
Mạng căn và pháp đắc.

(221) *Có thêm phàm phu tánh*
Cùng bốn tướng hữu vi
Phi sắc, không tương ưng
Đều do tạo tác thành.

Người không có tư tưởng là những chúng sanh sanh vào Vô tưởng thiên[151], nơi mà tâm và các tâm sở pháp đều không khởi.

Hai loại định gồm: (1) Vô tưởng định[152] và (2) Diệt tận định[153].

Gọi là "vô tưởng" là do chán ngán sinh tử, quan niệm rằng đó là sự giải thoát. Định này thành tựu khi dòng tâm thức của tứ thiền bị đoạn trừ nhất thời. Gọi là "diệt tận" do nhàm chán sự lao nhọc mà dừng tưởng. Định này thành tựu khi dòng tâm thức của phi tưởng phi phi tưởng xứ bị đoạn trừ nhất thời.

[831a] *Cũng như các loại chúng sanh*, nghĩa là các loài hữu tình đã sinh ra trong một cảnh giới nhất định. Sự tồn tại của chúng sanh trong cảnh giới này tùy thuộc vào nơi ấy, và tâm của họ có những đặc điểm tương tự nhau.

Cú[154] có nghĩa là sự tập hợp của các danh từ và lời nói, giống như

---

[151] *asaṃjñika-deva*; 無想天
[152] *asaṃjñā-samāpatti*; 無想定
[153] *nirodha-samāpatti*; 滅盡定
[154] *vākyaśarīra*; 句. *AH* trích dẫn những bài kệ bốn âm tiết mở đầu của *Pháp cú kinh* (法句經) trong Hán tạng, T. 210, trang 559a, thuộc phẩm Vô thường (*Anityavarga*; 無常品), nội dung này không xuất hiện trong *Pháp cú* (*Dhammapada*; 法句經) bằng tiếng *Pāli*, nhưng có trong *Udānavarga* (優陀那品), tức *Pháp cú* của Nhất thiết hữu bộ (*Sarvāstivāda Dharmapada*; 一切有部法句經). Câu kệ trong phẩm Vô thường (*Anityavarga*; 無常品) như sau: *Anitya bata saṃskārā utpāda-vyaya-dharmiṇaḥ*- Việt dịch: *Vô thường thay! Các hành hữu vi, Tánh sinh diệt vốn là pháp chung*. Xem thêm *Theragāthā* (Tha.) câu 1159.

những pháp đang vận hành, chẳng phải thường hằng mà là các pháp có tính sinh diệt.

Vị[155] tức là sự liên kết giữa các câu nhằm diễn tả sự việc. Chẳng hạn, sự giảng giải rộng rãi như trong kệ tụng hay kinh điển.

Danh[156] tức là sự tập hợp các chữ để biểu đạt ý nghĩa, như khi nói về thường hằng (*nitya*).

Mạng căn[157] là căn có tính duy trì, giúp cho [dòng sinh mệnh của hữu tình] được tiếp nối liên tục mà không bị gián đoạn.

Đắc[158] là sự thành tựu các pháp và không rời bỏ chúng.

Tánh phàm phu[159] nghĩa là chưa đạt giác ngộ chân chánh, rời xa thánh pháp, nên gọi là tánh phàm phu.

Bốn tướng, gồm: sanh, trụ, già và vô thường.

Phi sắc[160] tức là tất cả các pháp được trình bày ở trên đều không phải sắc pháp, cũng không thuộc về sắc pháp.

Không tương ưng[161] nghĩa là không có [sự kết hợp hay] duyên khởi [trực tiếp với tâm].

Hữu vi hành[162] nghĩa là những pháp hữu vi đều do tạo tác [mà thành] nên gọi là hữu vi hành.

Hỏi: Trong các pháp này, có bao nhiêu pháp thiện, bao nhiêu pháp bất thiện, bao nhiêu pháp vô ký?

Đáp: **(222)**

Hai pháp thuộc về thiện

---

[155] *rasa*; 味
[156] *nāma*; 名
[157] *jīvitendriya*; 命根
[158] *prāpti*; 得
[159] *pṛthagjana-dharma*; 凡夫性
[160] *arūpa*; 非色
[161] *viprayukta*; 不相應
[162] *saṃskṛta-saṃskāra*; 有為行

Năm pháp có ba loại
Bảy pháp là vô ký
Hai pháp thuộc sắc giới
Vô sắc giới một pháp.

[Hai pháp thuộc về thiện, năm pháp có ba loại. Bảy pháp phải biết là vô ký. Nên biết rằng hai pháp thuộc sắc giới, một pháp thuộc vô sắc giới.]

Hai pháp thuộc về thiện: (1) Vô tưởng định, (2) Diệt tận định.

Năm pháp gồm: (1) Đắc (*prāpti*; 得), (2) Sanh (*jāti*; 生), (3) Lão (*jarā*; 老), (4) Trụ (*sthiti*; 住), (5) Vô thường (*anityatā*; 無常);

Có ba loại, [gồm trong ba tính chất]: (1) Thiện trong thiện, (2) Bất thiện trong bất thiện, (3) Vô ký trong vô ký.

Bảy pháp phải biết là vô ký: nghĩa là bảy [pháp thuộc về] vô ký: (1) Vô tưởng thiên, (2) Chúng sanh chủng loại, (3) Cú, (4) Vị, (5) Danh, (6) Mạng căn, (7) Tánh phàm phu sở hữu.

Hỏi: Trong các pháp này, có bao nhiêu pháp thuộc dục giới hệ, bao nhiêu pháp thuộc sắc giới hệ, và bao nhiêu pháp thuộc vô sắc giới hệ?

Đáp: *Cần biết hai pháp thuộc sắc giới, một pháp thuộc vô sắc.*

Hai pháp thuộc sắc giới, nên biết: (1) Vô tưởng định, (2) Vô tưởng thiên thuộc sắc giới.

Vô sắc giới một pháp: nghĩa là Diệt tận định thuộc vô sắc giới.

(223) *Hai giới bao gồm ba pháp*
Còn lại thuộc ba cõi
Hữu lậu, vô lậu năm
Còn lại đều hữu lậu.

Hai giới bao gồm ba pháp: gồm có Cú, Vị, Danh thuộc dục giới và sắc giới; không thuộc vô sắc giới, vì vô sắc giới lìa ngôn ngữ.

Các pháp còn lại thuộc ba cõi: tức là Chúng sanh chủng loại, Mạng căn, Đắc, Tánh phàm phu sở hữu, cùng bốn tướng: chúng thông suốt cả ba cõi.

Hỏi: Trong các pháp này, có bao nhiêu pháp thuộc hữu lậu, bao nhiêu pháp thuộc vô lậu?

Đáp: Năm pháp có cả hữu lậu và vô lậu: Đắc, Sanh, Lão, Trụ, Vô thường: khi ở trong hữu lậu thì là hữu lậu, khi ở trong vô lậu thì là vô lậu.

Các pháp còn lại đều là hữu lậu, tức là tất cả các pháp khác đều thuộc hữu lậu.

Hỏi: Phàm phu xa lìa thánh pháp, chỉ là giả danh. Trong ba cõi, pháp này thuộc về vô ký. Vậy làm thế nào để xả bỏ? Làm thế nào để đoạn trừ?

Đáp: **(224)**

> *Tâm vô lậu đầu tiên*
> *Thánh chưa thành tựu xả*
> *Phàm phu còn lưu chuyển*
> *Ly dục thời diệt tận.*

[Trong tâm vô lậu đầu tiên[163], bậc Thánh chưa thành tựu sự xả bỏ. Phàm phu trôi lăn trong các cõi. Khi lìa dục, pháp này mới hoàn toàn diệt tận.]

Trong tâm vô lậu đầu tiên, bậc Thánh chưa thành tựu sự xả bỏ: bởi khi chứng đắc thánh pháp lần đầu tiên, sự xả bỏ chưa hoàn toàn thành tựu.

Phàm phu còn lưu chuyển: nghĩa là phàm phu trôi lăn trong các cõi, khi thọ mạng chấm dứt ở một nơi, pháp này bị xả bỏ tại nơi đó, và khi sinh vào một nơi khác, pháp này lại được đạt được tại nơi ấy, bởi vì nó thuộc về vô ký.

Khi lìa dục pháp này mới hoàn toàn diệt tận, nghĩa là nếu phàm phu của một địa vị nào đó lìa bỏ dục ái của địa vị đó, thì lúc ấy tánh phàm phu mới bị diệt trừ.

Đã giảng về các hành không tương ưng với tâm, nay sẽ giảng về vô

---

[163] prathama-anāśrava-citta; 初無漏心中

vi pháp. Có ba loại vô vi pháp: (1) Số duyên diệt [164], (2) Phi số duyên diệt[165], và (3). Hư không.

Trong đó, Số duyên diệt là sự giải thoát khỏi các phiền não. Dựa vào Số duyên diệt này, pháp hữu lậu được đoạn trừ, phiền não được lìa bỏ, và đạt đến giải thoát. Do sức mạnh của số duyên và sức mạnh của trí tuệ, khi tư duy về sự vật, thấy rằng chúng vốn có nhưng thực ra là không, đó gọi là diệt tận do Số duyên.

Tướng vô ngại[166] gọi là Hư không, do không ngăn ngại sắc pháp nên gọi là Hư không.

(225) *Pháp do nhiều duyên khởi*
Từ sở y và duyên
Không đủ ắt không sinh
Diệt tận, điều phải rõ.

[Các pháp do nhiều duyên sinh khởi, cũng đều từ sở y và các duyên mà sinh. Nếu không đầy đủ[167], thì pháp ấy không thể sinh khởi. Sự diệt tận này không phải là điều dễ hiểu[168].]

Tất cả các pháp hữu vi đều do nhiều duyên mà sinh, nếu không có duyên thì không thể sinh khởi. Ví như nhãn thức, nó sinh khởi nhờ [nương tựa vào các điều kiện] mắt, sắc trần, hư không, ánh sáng, đất, và sự tĩnh lặng. Khi tất cả các duyên này hòa hợp, thì nó được sinh khởi, nếu thiếu bất kỳ một duyên nào thì nó không thể sinh.

Ví như khi con mắt đang ngủ[169], trong tất cả thời gian ấy, nhãn thức không thể sinh khởi. Vì vào lúc đó, các điều kiện để nhãn thức sinh khởi không đầy đủ[170], nên nó không thể hiện hữu. Nếu nhãn thức có thể sinh nhưng lại không sinh, thì sau khi con mắt đã diệt

---

[164] *saṃskṛta-pratītyanirodha*; 數緣滅
[165] *asaṃskṛta-pratītyanirodha*; 非數緣滅
[166] *anāvaraṇa-lakṣaṇa*; 無罣礙之相 vô quái ngại chi tướng
[167] *asampanna*; 不具; bất cụ
[168] *na prajñā*; 非是明
[169] *cakṣur nidrāvasthā*; 眼時眠
[170] 不具; bất cụ

mất, nhãn thức cũng không thể khởi trở lại, bởi vì đã lìa xa các duyên. Do đó, những pháp hữu vi trong tương lai cũng sẽ không còn tái sinh nữa.

Khi các nhân duyên chống trái, không hòa hợp, thì chúng thuộc về Phi số duyên diệt. Cũng như vậy, sự chấm dứt của tất cả các hành cần phải được hiểu rõ.

Đã nói về vô vi pháp, nay sẽ nói về nhân[171].

Hỏi: Các pháp hữu vi được nói là có nhân, vậy nhân trong trường hợp này là gì? Nó là nhân cho ai[172]?

Đáp: **(226)**

Nhân trước tương tự, tăng
Hoặc cùng nương tựa sinh
Hai nhân và một duyên
Sinh khởi hướng nhất định.

[Nhân trước có tánh tương tự và làm tăng trưởng, hoặc cùng nương tựa mà sinh khởi. Hai nhân và một duyên đều sinh khởi theo một hướng nhất định[173].]

Nhân trước có tánh tương tự và làm tăng trưởng, nghĩa là pháp sinh trước làm nhân cho pháp sinh sau, và nhân này có tính tương tự, khiến pháp sau tăng trưởng. Ví như pháp thiện thấm nhuần trong chính địa của nó[174] làm nhân cho sự tăng trưởng của thiện. Trong đó, có trung nhân và thượng nhân; trung nhân hỗ trợ thượng nhân, và thượng nhân lại nâng đỡ thượng nhân khác. Nhưng khi chỉ có thượng nhân thuần túy[175], thì hành pháp chỉ có trụ và tăng trưởng, không tổn giảm. Vì vậy, nó không phải là nhân làm tiêu hao.

Hoặc cùng nương tựa sinh: nghĩa là có nhân cùng sinh như tương

---

[171] *hetu*; 因

[172] *ka-hetu*; 為誰因

[173] *ekāntena-utpanna*; 一向已生

[174] *sva-bhūmi-snigdha-kuśala*; 濡善於自地

[175] *kevala-uttama-hetu*; 唯上因

ưng nhân và cộng hữu nhân.

Hai nhân và một duyên **[831c]** *sinh khởi theo một hướng,* có nghĩa là Tự nhiên nhân[176] đã sinh rồi thì được gọi là nhân, còn nhân không sinh trước thì không thể là nhân cho pháp sinh sau. Khi pháp chưa sinh thì không thể có trước sau.

Nếu một pháp thực sự hiện hữu, thì nó lẽ ra phải sinh khởi tùy theo thời gian[177], mà không cần đến nhân. Nhưng thực tế không phải như vậy, nên không thể nói rằng tất cả pháp đều tự nhiên có. Biến hành nhân cũng như vậy, và thứ đệ duyên cũng tương tự.

Hỏi: Quả báo này thuộc về chúng sanh số[178] hay không thuộc về chúng sanh số?

Đáp: **(227a)** *Báo thuộc chúng sanh số.*

Quả báo thuộc về chúng sanh số, vì quả báo được nói trong pháp thuộc về chúng sanh số, không phải là pháp không thuộc về số chúng sanh. Vì sao vậy? Pháp thuộc về số chúng sanh thì không mang tính cộng hữu[179], còn pháp không thuộc số chúng sanh thì mang tính cộng hữu, nên không thể gọi là quả báo.

Hỏi: Quả của pháp là gì?

Đáp: **(227b)** *Quả của pháp hữu vi.*

Quả giải thoát là pháp hữu vi; tất cả các pháp hữu vi đều là quả mang pháp tánh do nhân duyên sanh. Do vậy, giải thoát vô vi cũng nên được gọi là đạo quả[180].

Hỏi: Thế nào là pháp có duyên? Thế nào là hành duyên?

Đáp: **(227c)** *Pháp hữu duyên, pháp có cùng duyên khởi.*

---

[176] *svabhāva-hetu*; 自然因

[177] Ms. XXIII 14: ghi 漸漸 tiệm tiệm: dần dần, từ từ

[178] *sattva-saṃkhyā*; 眾生數

[179] *asādhāraṇa*; 不共有

[180] *Visaṃyogaphala* (離系果; ly hệ quả) tức là *pratisaṃkhyānirodha* (擇滅; trạch diệt). Xem thêm *Câu-xá luận*, quyển II, 275 và tiếp theo.

[Pháp hữu duyên là những pháp có cùng duyên khởi.] Chúng là tương ưng duyên và cộng hữu duyên, nên trong cùng một duyên, chúng vận hành mà không tách biệt.

Hỏi: Các pháp này vận hành ở đâu?

Đáp: **(227d)** *Hành trong tha cảnh giới.*

[Chúng vận hành trong các pháp của tha cảnh giới[181].] Khi vận hành trong các pháp của tha cảnh giới, chúng không phải là tự tính, vì chúng rời xa tự tính của mình và có sự sai biệt với duyên.

Hỏi: Tâm và tâm sở pháp có nơi chốn hay không?

Đáp: **(228a)** *Không xứ sở.*

[Không có nơi chốn[182].] Vì sao? Vì chúng dựa vào nhân phổ biến mà sinh. Tâm và tâm sở pháp sinh khởi dựa vào nhân phổ biến.

[Ví dụ:] Từ hai con mắt sinh ra một thức. Nếu thức có nơi chốn nhất định, thì lẽ ra nó phải trú trong một con mắt và chỉ sinh trong đó. Nhưng nếu vậy, thì con mắt thứ hai không thể thấy sắc, nhưng [thực tế nó] vẫn thấy. Vậy nên, thức không trú ở một mắt duy nhất.

Tất cả các pháp đều nên hiểu theo cách này. Nếu đúng như vậy, thì kết luận rằng thức không có nơi chốn cố định.

Hỏi: Đức Thế Tôn nói về tâm giải thoát Vậy thế nào là tâm giải thoát? [Tâm giải thoát] Thuộc về quá khứ, vị lai, hay hiện tại?

Đáp: **(228b)**

Sinh khởi tức giải thoát
Giải thoát khi đạo sinh.

[Khi sinh khởi thì được gọi là giải thoát, tức là khi đạo sinh khởi thì có giải thoát.]

Vì sao? Khi đạo sinh khởi, các phiền não bị diệt tận, nên gọi là giải thoát ngay khi sinh khởi.

---

[181] *parabhūmi*; 他境界
[182] *apratiṣṭhita*; 無處所

Hỏi: Khi đạo sinh khởi, có thực sự đoạn trừ phiền não hay không?

Đáp: **(228cd)**

> *Đạo diệt, kết sử diệt.*
> *Bậc minh tuệ giảng nói.*

[Khi đạo diệt[183], thì các kết sử cũng diệt. Đây là điều được bậc trí tuệ sáng suốt tuyên thuyết.]

Khi đạo diệt thì các phiền não mới thực sự đoạn trừ, chứ không phải khi đạo sinh khởi.

Vì sao? Khi đạo sinh khởi, nó vẫn còn thuộc về vị lai, mà đạo vị lai chưa thể thực hiện tác dụng. Do đó, không có chướng ngại gì khi nói rằng chỉ khi đạo diệt, phiền não mới hoàn toàn đoạn trừ. Nhưng khi đạo sinh, thì giải thoát cũng sinh khởi.

Hỏi: Đức Thế Tôn nói về hữu ái[184] và vô hữu ái[185]. Vậy hữu ái có bao nhiêu loại? Vô hữu ái có bao nhiêu loại?

Đáp: **(229ab)**

> *Hữu ái có năm loại*
> *Vô hữu ái duy nhất.*

Hữu ái có năm loại. Gọi là Hữu ái khi có sự tham ái đối với các pháp sinh và không sinh, do đó gọi là Hữu ái. Năm loại ái này [được đoạn trừ qua năm phương thức] gồm có: (1) Đoạn trừ bằng khổ đế [Nhận thức về bản chất khổ của thế gian]; (2) Đoạn trừ bằng tập đế [Hiểu rõ nguyên nhân sinh khởi của tham ái để diệt trừ nó]; (3) Đoạn trừ bằng kiến đạo [Nhờ trí tuệ trong giai đoạn kiến đạo để dứt trừ một phần ái]; (4) Đoạn trừ bằng tu đạo [Hành trì thiền định và tuệ quán để tiếp tục đoạn trừ ái]; (5) Đoạn trừ bằng tư duy [Nhờ tư duy

---

[183] Khi Thánh đạo hoàn tất, tức không còn khởi dụng nữa, thì các kết sử (saṃyojana; 結) cũng diệt theo. sự đoạn trừ kết sử không nằm ở thời điểm tu đạo (magga-bhāvanā), mà ở điểm hoàn thành đạo (magga-nirodha).

[184] *sa-rāga*; 有愛

[185] *vītarāga*; 無有愛

và quán chiếu vô thường, vô ngã mà diệt trừ ái].

[832a] *Vô hữu ái chỉ có một tướng duy nhất*, tức là sự đoạn trừ tham ái nhờ kiến đạo. Người đạt đến trạng thái này vui thích trong sự đoạn trừ[186], nên gọi là Vô hữu ái.

Trạng thái này hoàn toàn dựa vào tư duy đoạn[187]. Vì sao vậy? Bởi vì do thấy ái mà đoạn trừ bằng tư duy. Đây không phải là một quá trình chuyển biến liên tục trong dòng tương tục của hành vi[188], mà chính là sự đoạn trừ thông qua tư duy.

Hỏi: Đức Thế Tôn nói về ba loại giới: Đoạn giới, Vô dục giới, và Diệt giới. Vậy đặc tướng của ba giới này là gì?

Đáp: **(229cd)**

Ái, xứ, phiền não khác
Đoạn tận, tam giới tận.

Đoạn trừ ái [189]là đoạn dục giới, đoạn xứ[190] là đoạn sắc giới, đoạn các phiền não khác là đoạn vô sắc giới.

Hỏi: Trong mười loại tâm của dục giới, sắc giới và vô sắc giới, có các tâm thuộc về thiện, ô nhiễm và vô ký. Ngoài ra, còn có vô lậu tâm[191]. Vậy trong các loại tâm này, bao nhiêu tâm thuộc về ô nhiễm? Bao nhiêu tâm thuộc về thiện? Bao nhiêu tâm thuộc về vô ký?

Đáp: **(230)**

Tâm ô nhiễm có mười
Bậc Chánh giác tuyên thuyết
Tâm thiện có sáu loại
Vô ký thuộc vô ký.

[Tâm ô nhiễm có mười loại, như được bậc Chánh giác tuyên thuyết.

---

[186] *prīti-prahāṇa*; 樂於斷
[187] *manana-prahāṇa*; 思惟斷
[188] *santati-saṃkrama*; 行相續
[189] *rāga-kṣaya*; 愛斷 ái đoạn
[190] *viṣaya-kṣaya*; 處斷 xứ đoạn
[191] *anāśrava-citta*; 無漏心

Tâm thiện có sáu loại. Tâm vô ký chính là vô ký.]

Tâm ô nhiễm có mười loại, như được bậc Chánh giác tuyên thuyết, nghĩa là trong tâm ô nhiễm, có đủ mười loại tâm giới. Khi lưu chuyển qua các địa vị khác nhau trong ba cõi, tâm này có thể bao hàm thiện, ô nhiễm, và vô ký. Tất cả các tâm này đều có thể sinh khởi, nhưng khi thối thất, chỉ có vô lậu tâm [mới có thể được duy trì][192].

Tâm thiện có sáu loại, nghĩa là tâm thiện có thể sinh khởi sáu loại tâm, gồm: (1) Tâm thiện trong dục giới, (2) Tâm cầu học trong dục giới, (3) Thân hành và khẩu hành trong thiện tâm, (4) Tâm biến hóa vô ký trong dục giới, (5) Tâm biến hóa vô ký trong sắc giới, (6) Tâm thiện trong vô sắc giới và tâm vô lậu.

Tâm vô ký chính là vô ký, nghĩa là tâm vô ký chỉ có thể thuộc về vô ký [không thể chuyển thành thiện hay bất thiện], vì nó có tính chất yếu kém hơn.

Hỏi: Trước đó đã giảng mười pháp trong đạo phẩm[193]. Trong các pháp này, có bao nhiêu pháp thuộc về căn tính[194] và bao nhiêu pháp không thuộc về căn tính?

Đáp: **(231ab)**

Sáu pháp trong đạo phẩm

---

[192] Chỉ có vô lậu tâm mới có thể được duy trì, còn các tâm hữu lậu có thể bị thối thất. Vô lậu tâm (*anāśrava-citta*; 無漏心) là tâm không còn bị ràng buộc bởi phiền não (*kleśa*; 煩惱) và nghiệp hữu lậu (*sāsrava-karma*; 有漏業).

Khi hành giả đạt đến vô lậu tâm, dù có thối thất ở một số phương diện nhất định (chẳng hạn, mất đi một số năng lực thiền định), nhưng trí tuệ giải thoát vẫn không mất đi.

Chẳng hạn, A-la-hán có thể mất thần thông, nhưng trí tuệ giải thoát của họ không mất.

Một hành giả ở bậc Dự lưu (*srotaāpanna*; 須陀洹) có thể dao động trong tu tập, nhưng chắc chắn không còn rơi vào ác đạo (*durgati*; 惡趣).

[193] *daśa-mārga-dharma*; 道品十法

[194] *indriya*; 根性

Nên biết đó là căn.

Trong mười pháp đạo phẩm[195] này, sáu pháp thuộc căn tính[196] gồm: Ngũ căn với Tín dẫn đầu, cùng với Hỷ. Các pháp còn lại không thuộc về căn tính.

Hỏi: Các pháp này là tự tính tương ưng[197] hay thuộc về tha tính?

Đáp: Các pháp thuộc về tha tính tương ưng, không phải tự tính, vì chúng không thể tự làm bạn với chính mình[198].

Hỏi: Nếu như vậy, thì giải thoát được hiểu như thế nào?

Đáp: **(232ab)**

Trong duyên, giải gỡ bỏ
Bậc Đại Tiên Nhân thuyết.

[Trong các duyên, giải thoát chính là gỡ bỏ mọi ràng buộc. Đây là điều bậc Đại Tiên Nhân[199] tuyên thuyết.]

Các phiền não sinh khởi trong các duyên, nhưng nếu si mê không sinh trong đó, thì phiền não cũng không thể sinh. Khi có sự ràng buộc trong các duyên, thì cũng chính trong đó có giải thoát.

Không thể nói rằng sự tương ưng[200] có thể được giải thoát khỏi chính sự tương ưng đó. Vì sao? Vì [tất cả các pháp đều là] tánh Không[201].

Hỏi: Đoạn trừ chính là giải thoát, hay [đó là hai điều] khác nhau?

Đáp: Như vậy, nếu có giải thoát, thì đó chính là sự đoạn trừ.

[832b] *Hỏi*: Có thể [có trường hợp] đoạn trừ mà không phải là giải thoát hay không?

---

[195] *ṣaḍ-mārga-dharma*; 道品有六法
[196] *indriya-svabhāva*; 根性
[197] *svabhāva-samprayukta*; 自性相應
[198] *na svabhāva-sahāya*; 非為自性於自性伴
[199] *maharṣi*; 大仙人: Đức Phật
[200] *samprayukta*; 相應
[201] *śūnyatā*; 空故

Đáp: **(232cd)**

*Có, đoạn vẫn còn buộc
Thuộc kiến đạo, tu đạo.*

[Có thể có trường hợp đoạn trừ mà vẫn còn trói buộc. (Điều này) thuộc kiến đạo và tu đạo.]

[Trong giai đoạn kiến đạo và tu đạo,] Nếu khổ trí đã sinh mà tập trí chưa sinh, thì các phiền não thuộc về khổ đế đã bị đoạn trừ, nhưng các phiền não thuộc về tập đế vẫn còn trói buộc.

Cũng vậy đối với các phiền não do tu đạo đoạn trừ, do các chủng tử của phiền não còn tồn tại và có sự duyên khởi lẫn nhau, [nên sự đoạn trừ chưa hoàn toàn là giải thoát].

Hỏi: Khi thấy rõ tứ đế, làm thế nào để đạt đến bất hoại tịnh [202]?

Đáp: **(233)**

*Nhị giải qua tam đế
Bốn do kiến chánh đạo
Khởi sinh thanh tịnh tín
Tu tập qua hai đời.*

[Hai loại giải thoát được đạt được qua tam đế[203]. Bốn loại thanh tịnh được thành tựu nhờ kiến đạo[204]. Niềm tin thanh tịnh[205] khởi sinh, được tu tập qua hai đời.]

Hai loại giải thoát được đạt được qua tam đế, nghĩa là khi quán chiếu về khổ đế, tập đế và diệt đế hành giả đạt được bất hoại tịnh nơi pháp.

Niềm tin có được tương ưng khổ trí, tập trí, diệt trí, gọi là bất hoại tịnh, đạt được điều này cũng đạt được thánh giới[206]. Kiến đạo thời đạt bốn thanh tịnh, nghĩa là trong kiến đạo, hành giả thành tựu bốn

---

[202] *akṣaya-viśuddhi*; 不壞淨
[203] *tri-satya*; 三諦
[204] *samyagdarśana-mārga*; 由見正道
[205] *śuddha-śraddhā*; 清淨信
[206] *ārya-śīla*; 聖戒

loại thanh tịnh, từ đó khởi sinh niềm tin thanh tịnh đối với pháp.

Hỏi: Việc tu tập này [kéo dài trong] bao nhiêu đời?

Đáp: Tu tập trải qua hai đời.

Tu tập qua hai đời: nghĩa là u tập trong hiện tại, tu tập được thành tựu trong tương lai.

Hỏi: Tâm và các pháp cùng vận hành như thế nào?

Đáp: **(234)**

Tất cả tâm sở pháp
Cùng vận hành với tâm
Các tướng cùng pháp khác
Phải hiểu về tác dụng.

[Tất cả tâm sở pháp được gọi là pháp cùng vận hành với tâm. Các tướng trạng cùng với các pháp khác cũng vậy, chúng đều có tác dụng riêng, điều này cần được hiểu rõ.]

Tất cả tâm sở pháp cùng vận hành với tâm: nghĩa là tất cả các tâm sở pháp cùng vận hành với tâm vì chúng gần gũi với tâm.

Các tướng của tâm: nghĩa là tâm gồm bốn tướng: (1) Sinh, (2) Trụ, (3) Lão, (4) Vô thường, và chúng cũng gần gũi với tâm.

Các pháp khác: là các tướng trạng của tâm sở pháp khác, cũng vận hành cùng với tâm.

Cần phải hiểu về tác dụng của chúng, có nghĩa là các pháp này không có tính giáo giới[207], như đã được giải thích trước đó.

---

[207] Giáo giới (*adhyāpti*; 教戒) nghĩa là những pháp có chức năng hướng dẫn, chỉ dạy, quy định giới luật hoặc đưa đến sự giáo hóa. Như các pháp thuộc về bát Thánh đạo (*āryāṣṭāṅgamārga*; 八聖道) như chánh kiến (*samyag-dṛṣṭi*; 正見), chánh tư duy (*samyak-saṃkalpa*; 正思惟) có tính giáo giới, vì chúng hướng dẫn hành giả tu tập để đạt đến giác ngộ.

Còn tâm sở pháp (*caitasika-dharma*; 心數法) và các pháp khác có liên quan đến tâm không có tác dụng hướng dẫn hay giáo giới trực tiếp như những pháp thuộc về giới luật (*śīla*; 戒) hoặc giáo pháp

Hỏi: Thế nào là đoạn trừ các pháp?

Đáp: **(235a)** *Đoạn các pháp hữu lậu.*

Đoạn trừ tất cả các pháp hữu lậu, vì chúng là tạp nhiễm và bất thiện.

Hỏi: Thế nào là biết pháp?

Đáp: **(235b)** *Hiểu trí tuệ vô cấu.*

Biết tất cả pháp [là sự hiểu rõ về trí tuệ vô cấu], về pháp hữu lậu và vô lậu. Đây là cảnh giới của nhất thiết trí.

Hỏi: Thế nào là pháp xa[208]?

Đáp: **(235c)** *Quá khứ vị lại là xa.*

[Pháp quá khứ và vị lai] Được gọi là xa, vì chúng không thể đạt được [trong hiện tại].

Hỏi: Thế nào là pháp gần[209]?

Đáp: **(235d)** *Còn lại là gần.*

[Các pháp còn lại gọi là gần] Hiện tại là gần, vì có thể thành tựu ngay trong hiện tại. Vô vi pháp cũng gọi là gần, vì có thể chứng đắc nhanh chóng.

Hỏi: Thế nào là định pháp?

Đáp: **(236abc)**

> *Vô gián, vô cứu nghiệp*
> *Cùng các hành vô lậu*

(dharma-deśanā; 法教). Chúng chỉ là những yếu tố tâm lý giúp tâm vận hành và tác động lẫn nhau, nhưng không có chức năng giảng dạy hay quy phạm đạo đức. Chúng là những yếu tố hỗ trợ tâm, nhưng không thể tự mình quy định hay hướng dẫn hành giả tu tập.

Để đạt đến giác ngộ, cần kết hợp tâm sở pháp với sự hướng dẫn của giáo pháp để có sự thực hành đúng đắn.

[208] dūra-dharma; 遠法; viễn pháp.
[209] sāmīpa-dharma; 近法; cận pháp

Tuệ giác gọi định pháp.

[Không thể cứu nghiệp vô gián cùng tất cả các hành vô lậu[210]. Bậc Tuệ giác gọi đó là định pháp[211].]

Năm nghiệp vô gián[212] là định pháp vì tất yếu dẫn đến địa ngục.

Hành vô lậu cũng là định pháp, vì tất yếu dẫn đến quả giải thoát. Các pháp còn lại không phải là định pháp.

Hỏi: Thế nào là kiến xứ[213]?

Đáp: **(236d)** *Kiến xứ tất hữu lậu.*

[Kiến xứ tất yếu thuộc về hữu lậu] Tất cả các pháp hữu lậu đều thuộc về kiến xứ. Đây là vì có năm loại kiến xứ.

Hỏi: Nếu [một người] thành tựu các căn, thì [họ] thành tựu bao nhiêu căn?

Đáp: **(237)**

Mười chín căn thành tựu
Được gọi là tối đa
Có tám là ít nhất
Các căn được giải thích.

[Mười chín căn được gọi là thành tựu tối đa[214]. Nếu thành tựu ít

---

[210] *sarva-anāsrava-saṃskāra*; 無漏行
[211] *niyata-dharma*; 是定
[212] *pañcānantarya-karma*; 五無間業, còn gọi Ngũ vô gián tội. Gồm: 1. Giết cha (*pitṛ-vadha*; 殺父), 2. Giết mẹ (*mātṛ-vadha*; 殺母), 3. Giết A-la-hán (*arhat-vadha*; 殺阿羅漢), 4. Làm thân Phật chảy máu (*tathāgata-śoṇita-pramocana*; 出佛身血), 5. Phá hòa hợp Tăng (*saṃgha-bheda*; 破和合僧).
[213] *dṛṣṭisthānam* 見處: căn cứ địa của các quan điểm.
[214] *atiśaya-sampatti*; 成就極多. Thành tựu các căn có nghĩa là hành giả có đủ năng lực nội tại để tiến tu trên con đường giác ngộ. Nếu các căn bị thiếu khuyết (ví dụ: không có tín căn, thiếu tinh tấn căn), hành giả sẽ khó đạt được đạo quả. Khi các căn được phát triển viên mãn, hành giả có thể đạt tuệ giác viên mãn (*samyak-sambodhi*; 三藐三菩提).

nhất, thì có tám căn, đây là điều được giải thích về các căn.]

Mười chín căn được gọi là thành tựu tối đa: nghĩa là mười chín căn thành tựu tối đa gồm những người nhị hình[215], người đầy đủ các căn, nhưng chưa lìa bỏ dục giới và chưa đắc kiến đạo.

Tám căn được gọi là thành tựu tối thiểu: nghĩa là tám căn thành tựu tối thiểu, gồm những người không đầy đủ thân căn, đoạn mất thiện căn[216] hoặc sinh vào cõi vô sắc, và vẫn là phàm phu.

Hỏi: Có bao nhiêu loại hỷ lạc cao hơn?

Đáp: Có năm loại.

(238) *Hữu đối vô minh tăng*
Xứ trung tăng thắng lạc
Thánh đạo gồm hai loại
Thường hưng khởi đạo quả.

[Tăng trưởng hữu đối vô minh[217], nghĩa là vô minh có đối tượng, có thể tăng trưởng. Trong các xứ, ánh sáng trí tuệ[218] có thể sinh khởi thắng lạc[219] cao hơn. Thánh đạo bao gồm hai loại, có khả năng phát khởi đạo quả.]

Hỷ lạc cao hơn của ý thức tương ưng[220] được gọi là tăng trưởng

---

[215] *dvi-liṅga*; 二形. Theo *A-tì-đạt-ma Câu-xá luận* (*Abhidharmakośa*; 阿毘達磨俱舍論), *dvi-liṅga* được xem là một trong các trường hợp căn bất định (*aniyata-indriya*; 不定根), tức là không hoàn toàn thuộc về nam hay nữ. Trong một số văn bản khác, người có hai hình tướng có thể là những người có giới tính biến đổi hoặc những người mang đặc điểm sinh học khác biệt so với hai giới tính chính yếu. Theo *Tứ Phần Luật* (*Dharmaguptaka Vinaya*; 四分律), người có hai hình tướng có thể bị giới hạn trong việc thọ nhận giới cụ túc (*upasampadā*; 具足戒).

[216] *chinna-kuśala-mūla*; 斷善根

[217] *saṃvṛddhi-sapratigha-avidyā*; 增有對無明

[218] *vidyā*; 明

[219] *adhimukti-sukha*; 更樂 cánh lạc; 勝 樂; thắng lạc

[220] *manovijñāna-sahabhū-adhimukti-sukha*; 意識相應更樂

hỷ lạc cao hơn.

Hỷ lạc cao hơn của năm thức tương ưng được gọi là hỷ lạc cao hơn có đối tượng.

Hỷ lạc cao hơn của tâm ô nhiễm được gọi là hỷ lạc cao hơn của vô minh.

Hỷ lạc cao hơn của tâm vô lậu được gọi là hỷ lạc cao hơn của trí tuệ.

Hỷ lạc cao hơn của pháp hữu lậu nhưng không ô nhiễm được gọi là hỷ lạc cao hơn phi vô minh cũng phi minh[221].

Hỏi: Thế nào là đạo đức quả[222]? Đó là vô ngại đạo hay giải thoát đạo?

Đáp: Thánh đạo bao gồm hai loại, có khả năng làm phát khởi đạo quả. Hai đạo này cùng thành tựu quả: (1) Giải trừ trói buộc; (2) Đạt đến giải thoát (*vimukti-prāpti*; 得解脫). Hai đạo này đều đưa đến đạo quả.

Hỏi: Người vô trước an trụ vào loại tâm nào để nhập Niết-bàn?

Đáp: **(239ab)** Trong tâm vô trước, hành giả đạt đến niết-bàn vô vi[223]. Người vô trước không chấp trước vào tất cả các pháp, không tạo tác, không cầu mong gì, và [an trụ trong] vô vi. Từ tâm quả báo, hành giả liền nhập niết-bàn.

Hỏi: Có bao nhiêu loại hữu[224] tồn tại?

---

[221] *na-avidyā-na-vidyā-adhimukti-sukha*; 非明非無明更樂

[222] *mārga-guṇa-phala*; 道德果

[223] *asaṃskṛta-nirvāṇa*; 無為涅槃; Niết-bàn vô vi, không do duyên sinh và không bị tạo tác.

Trong bốn loại Niết-bàn, nó gần nhất với Tự tánh thanh tịnh Niết-bàn (*svabhāva-śuddha-nirvāṇa*; 自性清淨涅槃), tức là sự chứng ngộ bản thể thanh tịnh tuyệt đối của vạn pháp.

Đây là quan điểm quan trọng trong Đại thừa, đặc biệt là trong các hệ thống như *Như Lai tạng* (Tathāgatagarbha) và *Pháp thân luận* (Dharmakāya).

[224] *bhava*; 有

Đáp: **(239cd)**

Sinh hữu và tử hữu
Căn bản hữu trung hữu.

[Hữu trong sinh[225], hữu trong tử[226], cùng với căn bản hữu[227] và trung hữu[228].]

Hữu trong sinh là các uẩn sinh khởi ngay lúc bắt đầu đời sống[229], nên gọi là sinh hữu.

Hữu trong tử là các uẩn đang hoại diệt vào lúc lâm chung, nên gọi là tử hữu.

Căn bản hữu là trạng thái tồn tại giữa sinh hữu và tử hữu[230], ngoại trừ sinh hữu và tử hữu, nên gọi là căn bản hữu.

---

[225] *jāti-bhava*; 生有

[226] *maraṇa-bhava*; 死有

[227] *mūla-bhava*; 根本有

[228] *antarā-bhava*; 中有. Trong *Luận sự* (*Kathāvatthu*) Chương VIII, chủ đề Trung hữu được bác bỏ bởi các luận sư Thượng toạ bộ (*Theravāda*) như sau:

"*Na atthi antarābhavo*; *Việt dịch*: Không có Trung hữu (*Kathāvatthu*, VIII, 3)

Luận điểm nầy khẳng định rằng: Sát-na cận tử tâm (*cuti-citta*; 死心) của chúng sinh ngay khi diệt mất sẽ lập tức khởi sinh sát-na tái sinh tâm (*paṭisandhi-citta*; 結生心) mà không có trạng thái trung gian. Do đó, tái sinh xảy ra tức thời, không có một giai đoạn tồn tại ở giữa. Ngoài ra, *Thanh tịnh đạo luận* (*Visuddhimagga*; 清淨道論), một luận thư quan trọng của Thượng tọa bộ do Phật Âm (*Buddhaghoṣa*) biên soạn, có đoạn nhấn mạnh:

"*Natti antarābhava*: Không có trạng thái trung hữu" (*Visuddhimagga*, Chương XVII) cho rằng tái sinh xảy ra ngay lập tức sau khi chết. *Buddhaghosa* lập luận rằng: Khi người chết, cận tử nghiệp (*āsanna-kamma*; 近業) hoặc tích lũy nghiệp (*katattā-kamma*; 業力) sẽ ngay lập tức đưa đến tâm tái sinh (*paṭisandhi-citta*; 結生心), vì vậy không có trạng thái trung gian nào tồn tại.

[229] *prathama-utpāda-skandha*; 始生時陰

[230] *madhya-bhava*; 於其中間陰

Trung hữu là các uẩn đang chuyển tiếp đến một cảnh giới khác[231], nên gọi là trung hữu.

Hỏi: Kinh điển nói về có sự nhàm chán[232] và có sự lìa dục. Thế nào là nhàm chán? Thế nào là lìa dục?

Đáp: **(240)**

> *Trí quán sát nhân khổ*
> *Nhẫn trí tu yếm ly*
> *Diệt dục đắc vô dục*
> *Nói rộng trong Tứ đế.*

[Tất cả trí đều quán sát nhân của khổ. Nhẫn trí được tu tập trên sự nhàm chán. Diệt trừ dục sẽ đạt được trạng thái vô dục. Những điều này được nói đầy đủ trong Tứ đế.]

Tất cả trí quán sát về nhân của khổ, nhẫn trí được tu tập trên sự nhàm chán, nghĩa là nếu trí tuệ và nhẫn trí hướng đến khổ đế và tập đế, thì đó là pháp tu tập yếm ly đối với luân hồi, là nơi an trụ của sự nhàm chán.

Diệt trừ dục sẽ đạt được trạng thái vô dục, [những điều này] được nói đầy đủ trong Tứ đế, nghĩa là trí tuệ và nhẫn trí trong [833a] Tứ đế đều được nói là hướng đến sự lìa dục, vì chúng có khả năng đoạn trừ tham dục.

---

[231] *gati-pariṇāma-skandha*; 有所至陰
[232] *saṃvega*; 有厭

PHẨM THỨ MƯỜI
LUẬN²³³

(241) *Oai nghi không oai nghi*
Lìa rồi lại hoạch đắc
Không do đây thành tựu
Quyết định được, hãy đáp!

[Khi đã lìa oai nghi và không oai nghi, rồi lại đạt được chúng, người ấy không nhờ đó mà thành tựu sự thù thắng. Nếu có thể quyết định điều này, hãy đáp!]

Đáp: Có, từ vô sắc sinh ra sắc.

(242) *Khi chứng đắc thánh quả*
Nhất thiết ác đoạn trừ
Pháp hữu vi thanh tịnh
Đắc rồi tu nữa không?

[Khi chứng đắc thánh quả, mọi điều ác đều được đoạn trừ. Khi đó, các pháp hữu vi thanh tịnh và thiện lành tự nhiên hiện khởi. Khi đã chứng đắc rồi có còn cần tu tập nữa không?²³⁴]

---

233 (*Dharma*) *kathā*; 論品第十. Ms. XXVIII 2 bổ sung: 有十偈. Văn giải thích các bài kệ này, xem *AH* 868c-869ab và *MAH* 963c-964c. Văn bản Hán 論 cũng hàm ý nghĩa "kết luận".

234 Quan điểm của Thanh văn thừa, đặc biệt là hệ thống A-tì-đạt-ma (*Abhidharma*), khi một vị A-la-hán (*Arhat*) chứng đắc niết-bàn, họ đã hoàn toàn đoạn trừ phiền não, không còn tái sinh nữa. Vì vậy, họ không cần tiếp tục tu tập nữa, bởi mục đích cuối cùng đã hoàn thành. Họ đã 得已 (đã đạt được), và 不修 (không cần tu tiếp), vì không còn gì để đoạn trừ hay phát triển. Trong Đại thừa

Đáp: Có, khi thoái chuyển có thể đạt được điều đã qua[235].

(243) *Khi phát tâm tu đạo*
Chưa viễn ly ác pháp
Giải thoát đoạn trừ ác
Hãy quyết định. Trả lời!

[Khi phát tâm tu đạo, hành giả chưa hoàn toàn xa lìa ác pháp. Nhưng vào thời điểm giải thoát, ác pháp đều đoạn trừ. Xin hãy quyết định và trả lời!]

Đáp: Có, đó gọi là nguyện trong tương lai.

(244) *Liệu phiền não dấy lên*
Quang diệu lúc nhập định
Sơ thiền đắc thanh tịnh
Nhưng rồi rơi rụng suy thoái?

[Liệu phiền não có thể bừng lên (hoặc trở nên rõ ràng) lúc nhập định, sơ thiền thanh tịnh được chứng đắc, nhưng rồi rơi rụng và suy thoái?]

Đáp: Có, nhưng không có sự tu tập do kết quả và không có sự tu

---

(*Mahāyāna*), đặc biệt là hệ thống Du-già hành tông (*Yogācāra*; 瑜伽行宗) và Trung quán tông (*Mādhyamaka*; 中觀宗), dù một người đã chứng đắc quả vị cao, nhưng vẫn cần tiếp tục tu tập. Ngay cả khi một Bồ-tát đã đạt Bất thoái chuyển (不退轉), họ vẫn tiếp tục thực hành Ba-la-mật (*Pāramitā*; 波羅蜜) để cứu độ chúng sinh. Niết-bàn của Đại thừa không phải là sự dừng lại, mà là sự viên mãn trong hành trình Bồ-đề tâm (*Bodhicitta*; 菩提心).

[235] Xác nhận rằng các pháp thiện có thể không cần tiếp tục phát triển sau khi chứng thánh quả, vừa khẳng định rằng khi thoái chuyển, những pháp ấy không hoàn toàn mất đi mà có thể được hồi phục khi đủ duyên. Điều này liên quan đến sự chứng đắc Tu-đà-hoàn quả (*srotaāpatti-phala*; 須陀洹果). Khi hành giả chưa hoàn thiện các căn (*indriya-saṃcara*; 根行), lại thoái lui và tái đạt con đường 'thánh' vốn đã từng chứng nhưng sau đó diệt mất, thì người ấy chỉ đạt lại con đường quá khứ, nhưng không phát triển nó thêm nữa. Xem *AH* 869a và *MAH* 964a. So sánh *Câu-xá* luận VII 63.

tập nhờ công hạnh²³⁶.

(245) *Liệu trong đạo kiến đế*
Chứng đắc các thiện pháp
Các pháp cũng có duyên
Thánh giả chẳng thấy duyên?

[Liệu trong đạo kiến đế, chứng đắc các thiện pháp. Các pháp cũng có duyên, mà bậc Thánh lại chẳng thấy duyên chăng²³⁷?]
Đáp: Đúng vậy! Các tri kiến quy ước được phát triển trong cõi dục.²³⁸

(246) *Liệu tuệ quả hữu lậu*
Lìa công đức tịnh chăng?
Không lìa mà theo ý
Quả nầy là quả kia?

[Liệu trí tuệ có thể vẫn còn hữu lậu và dẫn đến một kết quả chưa hoàn toàn giải thoát không? Nếu trí tuệ hữu lậu, thì nó có xa rời công đức thanh tịnh không? Nếu trí tuệ không tách rời ý thức phân biệt,

---

²³⁶ Thiền định không phải là điểm dừng, mà là một quá trình cần duy trì liên tục để tránh thoái thất. Do vì, phiền não có thể khởi lên ngay cả khi nhập định. Sơ thiền không phải là trạng thái vĩnh viễn, có thể bị thoái thất. Không thể thụ động dựa vào kết quả đạt được trong quá khứ. Không thể chỉ dựa vào công hạnh đã tích lũy mà không tiếp tục nỗ lực tu tập.

²³⁷ Câu này đặt một nghi vấn: Liệu có thể nói rằng bậc Thánh không thấy được duyên khởi của các pháp thiện mà họ chứng đắc chăng? Hàm ý: Bậc Thánh chẳng phải là người không thấy duyên khởi, mà ngược lại, chính nhờ thấy rõ duyên khởi mà họ mới đạt được giác ngộ.
Câu hỏi này mang tính phản biện, liệu bậc Thánh không thể nào không thấy duyên của các pháp hay chăng? Câu hỏi mang tính phản biện, để khẳng định rằng thấy rõ duyên khởi là điều tất yếu đối với bậc Thánh.

²³⁸ Câu trả lời nhấn mạnh rằng: 1. Các thiện pháp đạt được trong Kiến đạo vẫn có đối tượng duyên khởi. 2. Bậc Thánh không còn bám chấp vào đối tượng, vì họ thấy rõ duyên khởi. 3. Những tri kiến này vẫn nằm trong phạm vi quy ước, chưa phải trí tuệ tuyệt đối. 4. Muốn đạt đến giải thoát thực sự, cần siêu việt cả thiện pháp hữu vi.

thì nó vẫn còn duyên với luân hồi không? Liệu trí tuệ hữu lậu có thể xem là cùng loại với trí tuệ vô lậu không?²³⁹]

Đáp: Có, đó là tâm hóa trong cõi Dục.²⁴⁰

(247) *An trụ vô ngại đạo*
Thành tựu trong diệt tận
Phiền não sinh khởi không?
Cái thấy của phàm phu
Thánh trí vô lậu đồng?

[Liệu có thể an trụ trong vô ngại đạo, trạng thái không bị phiền não ngăn trở?

Liệu có thể thành tựu hoàn toàn trong sự diệt tận của phiền não không?

Nếu đã thành tựu diệt pháp, phiền não có thể còn sinh khởi không?

Cái thấy của phàm phu có khác với trí vô lậu của bậc Thánh không²⁴¹?]

---

[239] Câu hỏi nêu lên ý nghĩa quan trọng về bản chất của trí tuệ: Nếu trí tuệ còn hữu lậu, nó có thể bị xa lìa công đức thanh tịnh. Nếu trí tuệ còn bị chi phối bởi ý thức phân biệt, nó vẫn chưa thực sự thoát khỏi sinh tử. Trí tuệ hữu lậu không thể đồng nhất với trí tuệ vô lậu, vì nó chưa dẫn đến giải thoát thực sự. Ý chính, chỉ có trí tuệ vô lậu, không còn bám chấp, mới có thể đưa đến sự giải thoát thực sự.

[240] Trí tuệ hữu lậu trong cõi Dục không thể dẫn đến giải thoát thực sự, vì nó vẫn còn bị biến đổi bởi duyên sinh. Chỉ khi vượt qua Dục giới và đạt trí tuệ vô lậu, mới có thể đạt đến giải thoát chân thực.

[241] Bài kệ đặt ra vấn đề quan trọng: liệu phiền não có thể còn sinh khởi khi đã đạt giải thoát?
Nếu đã an trụ trong vô ngại đạo, không còn chướng ngại, thì phiền não không thể sinh khởi.
Chỉ có trí vô lậu mới thấy rõ điều này, còn nhận thức của phàm phu có thể lầm tưởng phiền não vẫn còn. Bậc Thánh đã đoạn trừ phiền não vĩnh viễn, không còn bị sinh khởi nữa. Ý chính: Người chưa giác ngộ có thể nghi ngờ về sự diệt tận phiền não, nhưng bậc Thánh thấy rõ rằng khi đạt giải thoát, phiền não không thể sinh khởi nữa.

Đáp: Có, khi đang tu học các đạo²⁴²

(248) *Liệu kết, chẳng giải thoát*
Gọi vô cấu được chăng?
Mà chẳng đoạn phiền não
Sao gọi vô cấu tận?

[Liệu kết buộc chẳng giải thoát, gọi là vô cấu được chăng? Mà chẳng đoạn trừ phiền não, gọi là sạch cấu nhiễm sao?

Liệu có thể vừa bị phiền não trói buộc mà vẫn đạt giải thoát không? Nếu một người chưa đoạn trừ phiền não, liệu có thể gọi là vô cấu thực sự không? Nếu vẫn còn phiền não, thì có thể gọi là đã hoàn toàn sạch hết ô nhiễm không²⁴³?]

Đáp: Có, khi sinh lên Phạm thiên từ quang diệu²⁴⁴.

---

242 Phiền não có thể sinh khởi khi đang trong quá trình tu học các đạo. Khi đạt Vô học đạo, phiền não không còn sinh khởi nữa. Bậc Thánh thấy rõ sự khác biệt giữa tu học và giải thoát hoàn toàn. Ý chính: Phiền não có thể khởi lên trong quá trình tu tập, nhưng khi đạt giải thoát hoàn toàn, phiền não không còn nền tảng để sinh khởi.

243 Người chưa đoạn tận phiền não không thể gọi là hoàn toàn vô cấu. Vô cấu thực sự là trạng thái không còn phiền não. Nếu còn phiền não, thì không thể nói là đã đạt giải thoát. Ý chính: Giải thoát thực sự phải đi kèm với sự đoạn trừ hoàn toàn phiền não, nếu không thì trạng thái vô cấu chỉ là giả danh, không phải thực chất.

244 Vô cấu có thể xuất hiện khi sinh lên cõi Phạm thiên từ cảnh giới ánh sáng rực rỡ (quang diệu). Theo *Kinh Phân biệt công đức (Vibhaṅga Sutta)* và *Câu-xá luận*, có các tầng Phạm thiên khác nhau tùy theo mức độ thiền định. Trong các tầng trời này, phiền não thô lậu không còn, nhưng các phiền não vi tế vẫn tồn tại, đặc biệt là ngã mạn (*māna*; 慢) và vô minh (*avidyā*; 無明). Ý chính của câu trả lời: Trạng thái vô cấu có thể xuất hiện trong thiền định và khi sinh lên Phạm thiên, nhưng đó không phải là giải thoát thực sự. Chỉ khi hoàn toàn đoạn trừ phiền não, mới đạt được sự vô cấu tuyệt đối và vượt thoát luân hồi.

(249) *Liệu vô lậu tịnh địa*
Chưa đắc mà nay đắc?
Không lìa dục, phi thoái
Chẳng nương kiến đạo chăng?

[Liệu có địa vô lậu tịnh, Chưa từng đắc mà nay đắc? Không lìa dục chẳng phải thoái, Chẳng nương vào kiến đạo chăng?

Liệu có một cảnh giới vô lậu, thanh tịnh, trước đây chưa đạt nhưng giờ có thể đạt được không? Nếu chưa thoát khỏi dục giới, thì có thể gọi là không bị thoái chuyển không? Có thể đạt vô lậu mà không cần nương vào Kiến đạo không[245]?]

Đáp: Có, khi lìa bỏ sắc dục để chứng đắc, đạt đến tư duy đạo vô lậu vô sắc[246].

(250)[833b]

Liệu chưa từng đắc pháp
Mà chứng đắc pháp này?
Không xả kia chẳng đắc
Ai biết được, hãy đáp!

[Liệu chưa từng đắc các pháp, mà lại chứng đắc pháp này? Không xả bỏ kia thì chẳng đắc. Người nào có thể biết, hãy đáp!]

(Liệu có thể đạt được pháp mới nếu trước đó chưa từng chứng đắc các pháp không? Nếu không từ bỏ những pháp trước đó, liệu có thể đạt được pháp mới không? Sự chứng đắc có cần sự xả ly không? Người có

---

[245] Bài kệ đặt ra vấn đề tiến trình tu tập: Nếu một người còn trong dục giới, liệu có thể đạt vô lậu mà không cần dựa vào Kiến đạo chăng?

[246] Chứng đắc vô lậu là có thể, nhưng cần lìa bỏ sắc dục để đạt được. Khi rời xa sắc dục, hành giả có thể chứng đắc thiền vô sắc và đạt trạng thái vô lậu. Vô sắc tư duy đạo là giai đoạn quan trọng trong tiến trình giải thoát, giúp hành giả đoạn trừ chấp trước và đạt đến tuệ giác. Ý chính: Không thể đạt giải thoát nếu còn dính mắc vào sắc dục. Khi rời bỏ sắc dục và đạt thiền vô sắc, hành giả có thể đạt trạng thái vô lậu, nhưng cần kết hợp thiền định với trí tuệ quán chiếu.

trí tuệ hãy trả lời câu hỏi này[247].)

Đáp: Có phần còn lại: Ban đầu đạt phẩm tâm vô lậu, sau đó đạt các công đức vô lậu khác; từ bỏ những sự việc của phàm phu, phần còn lại tất cả đều không thể đạt[248].

HẾT PHẨM THỨ 10

Thích Nhuận Châu

Dịch Việt, chú thích và giới thiệu

Tịnh thất Suối từ 06/2025

---

[247] Bài kệ đặt ra vấn đề về điều kiện để đạt được tuệ giác: Có cần phải buông bỏ những gì đã có trước đó để đạt được pháp mới không?

[248] Chứng đắc vô lậu không phải là sự kiện tức thời, mà là quá trình tuần tự. Muốn đạt các công đức vô lậu cao hơn, phải buông bỏ chấp thủ của phàm phu. Những gì không buông bỏ, thì không thể chứng đắc. Ý chính: Chứng đắc trí tuệ không phải là sự tích lũy, mà là sự buông bỏ; chỉ khi xả ly mọi chấp thủ, hành giả mới có thể đạt được trí tuệ cao hơn và đi đến giải thoát thực sự.

SÁCH DẪN

A

An Thế Cao (安世高) 56, 197

B

bậc nhị giải thoát
   dvivimukta 189
ba cõi hữu 75
bốn đại chủng 130, 131, 132, 258
Bốn loại trừ nhập 233, 234

C

chín loại phiền não
   kāmadhātu-kleśa 180, 182, 183
chư thống 168
Cưu-ma-la-thập 57, 68, 197

D

Dharmatrāta 36, 40, 43, 47, 48
   Xem Pháp Cứu
dĩ tri căn 190, 279

Đ

Đại Đường Nội điển lục 51
Đạo An (道安) 44, 46, 47, 58
Đạo Tuyên 51
Định trung gian
   samāhita-madhya 248
Độc tử bộ (*Vātsīputrīya*) 58

F

Frauwallner, Erich ...36, 37, 38, 41, 43,
   45, 48, 49, 50, 53, 55, 56

G

Gandhāra
   Hán
     Càn-đà-la 乾馱羅 ..35, 49, 51, 53, 56,
     57, 58, 60, 89, 257
Genmyō, Ono 38, 43
giải thoát đạo 185
Giles, Lionel 47

H

Hai loại nhất thiết nhập 234
hành vô lậu
   anāsrava-saṃskāra ... 199, 259, 306,
   307
Hữu thông 230
hữu vi pháp 79, 95, 223

K

Kāśmīra 41, 56, 57, 58
khổ lao 167
Kim cang dụ định 185
Kimura, Taiken 51, 57
Kumarajīva ...... Xem Cưu-ma-la-thập

L

Long Thụ

Nāgārjuna 37
lục tùy miên (六隨眠) 135

M

Mizuno, Kōgen 48, 51
Monier-Williams, Monier
   Sir   38, 40
Mười lăm pháp bất tịnh 74

N

Na-liên-đề-da-xá 36, 51, 52
Ngũ chi 224
Nhất thiết hữu bộ 35, 37, 38, 40,
   51, 55, 56, 57, 89, 105, 197, 215,
   232, 242, 292
noãn pháp 172

O

Oishi, Hidetsuhe 51

P

Pelliot, Paul 39
Pháp Cứu 36, 40, 43, 47, 48, 49, 51, 52,
   53, 54, 57, 63
Pháp Thắng
   Dharmaśreṣṭhin 36, 41, 55, 251

T

tà chấp kiến thủ 139
Taiken, Kimura 38, 51, 54
Tám giải thoát
   aṣṭa-vimokṣa 232

Tam-ma-đề 229
Tam pháp ấn 65, 169
tâm vô lậu đầu tiên
   prathama-anāśrava-citta 295
Tăng-già-đề-bà 35, 45, 46, 47, 58, 60, 61
thế gian đạo
   laukikamārga 184
Thế Thân (*Vasubandhu*) 36, 50, 53, 55,
   56, 57
Thị xứ phi xứ lực
   sthānāsthānajñānabala 217
thức hữu lậu 258
   sāsrava-vijñāna 258
Tì-đàm tông (毘曇宗) 56
Tsukamoto, K 36

U

Ưu-ba-phiến-đa 36, 50, 51, 52, 53

V

vô lậu đạo
   anāsravamārga 184
Vô lậu luật nghi 112
vô vi pháp 79, 277, 296, 297

W

Watanabe, *Baiyū* 48, 51
Willemen, Charles 46
Wogihara, Unrai 38

X

Xuất diệu kinh 出曜經 39, 40, 43

GIÁO HỘI PHẬT GIÁO VIỆT NAM THỐNG NHẤT
HỘI ĐỒNG HOẰNG PHÁP[*]

CHỨNG MINH:
Trưởng lão HT Thích Huyền Tôn   (Úc châu),
HT Thích Bảo Lạc   (Úc châu)

CỐ VẤN:
HT Thích Minh Đạt   (Hoa Kỳ)

CHÁNH THƯ KÝ:
HT Thích Như Điển   (Đức)

PHÓ THƯ KÝ:
HT Thích Nguyên Siêu   (Hoa Kỳ),
HT Thích Bổn Đạt   (Canada)

THÀNH VIÊN:
Âu châu: HT Thích Quảng Hiền (Thụy Sĩ), HT Thích Thông Trí (Pháp), HT Thích Nguyên Lộc (Pháp).
Úc châu: HT Thích Minh Hiếu, HT Thích Tâm Minh
Hoa Kỳ: HT Thích Nhật Huệ, HT Thích Từ Lực

---

[*] Cập nhật ngày 19/10/2025.

BAN PHIÊN DỊCH & TRƯỚC TÁC:

Cố Vấn: HT Thích Minh Đạt (Hoa Kỳ)
Trưởng Ban: *(bổ sung sau)*
Phó Ban: HT Thích Thiện Quang (Canada)
Phụ Tá: TT Thích Như Tú (Thụy Sĩ)
Thư Ký: TT Thích Hạnh Giới (Đức)
Ban Viên: ĐĐ Thích Thanh An (Tích Lan), NT Thích Nữ Giới Châu (Hoa Kỳ), NS Thích Nữ Quảng Trạm (Pháp), SC Thích Nữ Giác Anh (Úc), CS Hạnh Cơ (Canada).

BAN TRUYỀN BÁ GIÁO LÝ:

Trưởng Ban: HT Thích Nguyên Siêu (Hoa Kỳ)
Phó Ban: HT Thích Bổn Đạt (Canada)
Phó Ban: HT Thích Trường Sanh (Úc châu)
Phó Ban: HT Thích Tâm Huệ (Âu châu)
Thư Ký: TT Thích Hạnh Tấn (Đức)
Ban Viên: HT Thích Nhựt Huệ (Hoa Kỳ), HT Thích Thiện Long (Hoa Kỳ), HT Thích Hoằng Khai (Na Uy), TT Thích Giác Tín (Úc Châu), TT Thích Thiện Trí (Hoa Kỳ), TT Thích Đạo Tỉnh (Hoa Kỳ), TT Thích Chúc Đại (Hoa Kỳ), SC Thích Thông Niệm (Canada), SC Thích Tịnh Nghiêm (Hoa Kỳ), v.v...

BAN BÁO CHÍ & XUẤT BẢN:

Trưởng Ban: TT Thích Nguyên Tạng (Úc)
Phó Ban: TT Thích Hạnh Tuệ, CS Tâm Quang Vĩnh Hảo (Hoa Kỳ)
Thư Ký: CS Tâm Thường Định Bạch Xuân Phẻ (Hoa Kỳ)
Ban Viên: CS Tâm Huy Huỳnh Kim Quang (Hoa Kỳ), CS Quảng Tường Lưu Tường Quang (Úc), CS Nguyên Đạo Văn Công Tuấn (Đức), CS Quảng Trà Nguyễn Thanh Huy (Hoa Kỳ), CS Quảng Anh Lê Ngọc Hân (Úc), CS Thanh Phi Nguyễn Ngọc Yến (Úc).

BAN BẢO TRỢ:

Cố Vấn: HT Thích Trường Phước (Canada)
Trưởng Ban: HT Thích Tâm Hòa (Canada)
Phó Ban Úc Châu: HT Thích Tâm Phương (Úc)
Phó Ban Âu Châu: TT Thích Quảng Đạo (Pháp),
NT Thích Nữ Diệu Phước (Đức),
NS Thích Nữ Huệ Châu (Đức)
Phó Ban Châu Mỹ: NS Thích Nữ Diệu Tánh (Hoa Kỳ),
TT Thích Thường Tịnh (Hoa Kỳ)
Phụ Tá: ĐĐ Thích Thông Giới (Canada),
SC Thích Nữ Thông Tịnh (Canada)
Thủ Quỹ: NS Thích Nữ Bảo Quang (Canada)
Thư Ký: NS Thích Nữ Đức Nghiêm (Canada)

HỘI ẤN HÀNH ĐẠI TẠNG KINH VIỆT NAM*
VIETNAM TRIPITAKA FOUNDATION
(trực thuộc Hội Đồng Hoằng Pháp)

Hội trưởng:	HT Thích Nguyên Siêu
Thư ký:	TT Thích Hạnh Tuệ
Thủ quỹ:	CS Tâm Quang Vĩnh Hảo

Ban Ấn hành:

Trưởng Ban:	HT Thích Nguyên Siêu
Phó Ban:	CS Nguyên Đạo Văn Công Tuấn
- Đặc trách Ấn loát:	CS Tâm Thường Định Bạch Xuân Phẻ,
	CS Nhuận Pháp Trần Nguyên Nhị Lâm
- Đặc trách Kỹ thuật:	CS Quảng Pháp Trần Minh Triết,
	CS Quảng Hạnh Tuệ Nguyễn Lê Trung Hiếu

Ghi chú các chữ viết tắt: HT: Hòa thượng; TT: Thượng tọa; ĐĐ: Đại đức; NT: Ni trưởng; NS: Ni sư; SC: Sư cô; CS: Cư sĩ.

---

* Cập nhật ngày 15/09/2024.

Liên lạc HỘI ĐỒNG HOẰNG PHÁP

Hòa thượng Thích Như Điển, Chánh Thư Ký, HĐHP
Chùa Viên Giác, Karlsruher Str. 6, 30519 Hannover, Germany
Website: www.hoangphap.org; Email: hdhp.ctk@gmail.com;
Tel: + 49 511 879 630

Thượng tọa Thích Nguyên Tạng, Trưởng ban Báo Chí & Xuất Bản, HĐHP
Tu Viện Quảng Đức, 105 Lynch Road, Fawkner, Vic.3060 Australia
Website: www.hoangphap.org; Email: hdhp.bbc@gmail.com;
Tel: +61 481 169 631

Hòa thượng Thích Tâm Hòa, Trưởng ban Bảo Trợ, HĐHP
Trung Tâm Văn Hóa Phật Giáo Pháp Vân, Ontario, Canada
420 Traders Blvd E, Mississauga, ON L4Z 1W7, Canada
Website: www.phapvan.ca; Email: thichtamhoa@gmail.com
Tel: +1 905-712-8809

www.ingramcontent.com/pod-product-compliance
Lightning Source LLC
Chambersburg PA
CBHW060412010526
44107CB00006B/665